ஒட்டகம் கேட்ட இசை

ஒட்டகம் கேட்ட இசை

பாவண்ணன் (20.10.1958)

பாவண்ணன் பெங்களூரில் பாரத் சஞ்சார் நிகம் நிறுவனத்தில் பணிபுரிகிறார். இயற்பெயர் ப. பாஸ்கரன். பதின்மூன்று சிறுகதைத் தொகுதிகளும் மூன்று நாவல்களும் இரண்டு குறுநாவல்களும் மூன்று கவிதைத்தொகுதிகளும் பதினைந்து கட்டுரைத் தொகுதி களும் இரண்டு குழந்தைப்பாடல் தொகுதிகளும் இவருடைய சொந்தப்படைப்புகள். நான்கு நாவல்கள், நான்கு நாடகங்கள், இரண்டு தலித் சுயசரிதைகள், ஒரு சிறுகதைத் தொகுதி, கன்னட தலித் எழுத்துகளைப்பற்றிய ஓர் அறிமுக நூல், நவீன கன்னட இலக்கிய முயற்சிகளை அடையாளப்படுத்தும் இரண்டு தொகை நூல்கள் என எண்ணற்றப் படைப்புகளைக் கன்னட மொழியி லிருந்து தமிழில் மொழிபெயர்த்திருக்கிறார்.

1995இல் வெளிவந்த 'பாய்மரக்கப்பல்' என்னும் நாவலுக்கு இலக்கியச்சிந்தனைப் பரிசும் 'பயணம்' என்னும் சிறுகதைக்கு 1996இல் கதா விருதும் 'பருவம்' என்னும் கன்னட நாவலை மொழிபெயர்த்தமைக்காக 2005இல் மொழிபெயர்ப்புக்கான சாகித்திய அகாதெமி விருதும் பெற்றவர்.

இவருடைய மனைவி அமுதா. மகன் அம்ரிதா மயன் கார்க்கி.

மின்னஞ்சல்: paavannan@hotmail.com

பாவண்ணன்

ஒட்டகம் கேட்ட இசை

காலச்சுவடு பதிப்பகம்

ஒட்டகம் கேட்ட இசை • கட்டுரைகள் • ஆசிரியர்: பாவண்ணன் •

• முதல் பதிப்பு : டிசம்பர் 2010 • வெளியீடு : காலச்சுவடு பதிப்பகம், 669 கே. பி. சாலை, நாகர்கோவில் 629 001 • தொலைபேசி : 91–4652 – 278525 • மின்னஞ்சல்: kalachuvadu@sancharnet.in • அச்சுக்கோப்பு: சுதர்சன் புக் புராசசர்ஸ் அன்ட் டிஸ்ட்ரிப்யூட்டர்ஸ் • அட்டை அச்சாக்கம்: பிரிண்ட் ஸ்பெஷாலிட்டீஸ், சென்னை 600 014 • அச்சாக்கம்: மணி ஆஃப்செட், சென்னை 600 005.

காலச்சுவடு பதிப்பக வெளியீடு: 370

oTTakam keeTTa icai • Essays • Author: paavaNNan •

• Language : Tamil • First Edition : December 2010

• Published by Kalachuvadu Pathippagam, 669 K.P. Road, Nagercoil 629 001, India • Phone : 91-4652-278525 • e-mail : kalachuvadu@sancharnet.in • Typesetting: Sudarsan Book Processors and Distributors

ISBN: 978-93-80240-24-4

12/2010/S.No.370, kcp.635,18.6 (1) 600

வணக்கங்களுடன் ஆ. மாதவன்
அவர்களுக்கு

பொருளடக்கம்

முன்னுரை

பூங்காவில் உட்கார்ந்திருந்தேன். எதிரில் விரிந்திருந்த புல்வெளியில் கும்பல் கும்பலாக பலர் அமர்ந்து பேசிக்கொண்டிருந்தார்கள். சறுக்கு மரங்களிலும் ஊஞ்சல்களிலும் குழந்தைகள் உற்சாகமாக ஆடிக்கொண்டிருந்தார்கள். சற்றே தள்ளி வேறொரு இடத்தில் வயதில் மூத்த இரண்டு சிறுவர்கள் இறகுப்பந்து விளையாடினார்கள். இலக்கு பிசகி அடிக்கப்பட்ட பந்துகள் பறந்து சென்று உட்கார்ந்திருப்பவர்களின் அருகில் அடிக்கடி சென்று விழுந்தன. அதை எடுத்து வீசும்படி கேட்ட சிறுவர்களின் கோரிக்கைக்குச் சிலர் புன்னகைத்தபடி உடன்பட்டார்கள். மற்றும் சிலர் காதில் விழாததைப் போல உட்கார்ந்திருந்தார்கள். இலக்கில்லாமல் பார்வையைச் சுழற்றி இவற்றையெல்லாம் பார்த்தபடி இருந்த சமயத்தில் தற்செயலாக ஒரு சிறுமியைக் கவனித்தேன். அந்தக் கூட்டத்தில் அவள் குரல்தான் ஓங்கி ஒலித்துக்கொண்டிருந்தது. யாரோ ஒருவருடைய உடல் அசைவுகளையும் உரையாடும் முறைகளையும் அவள் நடித்துக் காட்டினாள். எல்லாரும் கைத்தட்டிச் சிரித்து அவளை ஊக்கப்படுத்தினார்கள். "ராதா அத்தயாட்டம் செய்டி", "அடியே ஒங்கப்பன் எப்பிடி பேசுவான் அதச் சொல்லுடி", "ஒங்க எலிசபெத் டீச்சராட்டம் சைன்ஸ் பாடம் நடத்து பாப்பம்", "வாட்ச்மேன் தாத்தா ஒரு பாட்டு பாடுவாரே, அதப் பாடிக் காட்டுடி" என்று ஆளாளுக்கு எதையெதையோ சொல்லி அவளை நடிக்கத் தூண்டினார்கள். அவர்கள் கேட்டதற்கிணங்க அவளும் ஆவலோடு ஒவ்வொன்றையும் செய்து காட்டினாள். பலவிதமான குரல்கள். பலவிதமான உடல்மொழிகள். எப்படி எல்லாவற்றையும் நினைவில் வைத்திருக்கிறாள் என்பதே பார்க்கப் பார்க்க வியப்பாக இருந்தது.

இந்தத் தொகுதிக்கான கட்டுரைகளை ஒருசேர வரிசைப் படுத்திப் படித்துக்கொண்டிருந்தபோது ஆழ்நினைவுகளிலிருந்து அந்தச் சிறுமியின் முகம் மிதந்து வந்தது. அந்தச் சிறுமியைப் போல நானும் என்றோ கிட்டிய இந்த வாழ்வனுபவங்களை நினைத்து நினைத்து முன்வைக்கிறேனோ என்று தோன்றியது. அனுபவங்கள் என்கிற வகையில் இவை எளிய நிகழ்ச்சிகள் மட்டுமே. இவற்றின் வழியாக நாம் பெறுகிற அகவெளிச்சம் மட்டுமே முக்கியமானது. அந்த வெளிச்சத்தின் சுடரை நோக்கி வாசகர்களின் கவனம் குவிய வேண்டும் என்பதுதான் என் உள்ளார்ந்த விருப்பம்.

பாஞ்சாலி சபதத்தின் இரண்டாவது பாகத்துக்கு 'பராசக்தி வணக்கம்' என்ற தலைப்பில் பாரதியார் ஒரு பாட்டை எழுதி யிருக்கிறார். அதில் பாரதியார் கையாண்டுள்ள உவமை மறக்க முடியாத ஒன்று. ஒரு சிற்பி ஒரு கோயிலின் நுழைவாயிலில் பதிப்பதற்காக ஒரு கல்லைத் தேர்ந்தெடுக்கிறான். அதே சிற்பி கோயிலின் கருவறைக்குள் வைக்க வேண்டிய சிலைக்காக வேறொரு கல்லைத் தேர்ந்தெடுக்கிறான். சிலைக்கும் படிக் கட்டுக்கும் உரிய கற்கள் வேறுவேறானவை. அவற்றைத் தேர்ந் தெடுக்கும் பயிற்சிக்கு அவனுடைய அனுபவம் துணைநிற்கிறது. "எவரை எங்ஙனம் சமைத்தற்கு என்னமோ அங்ஙனம் சமைப்பாய்" என்று பராசக்தியிடம் முறையிடுவதற்காக அந்த உவமையைக் கையாள்கிறார் பாரதியார். இந்த உவமையை இங்கு நினைத்துக்கொள்வதற்குக் காரணம் உள்ளது. இந்த வாழ்வில் நாம் ஏராளமான அனுபவங்களை எதிர்கொள்கிறோம். பெரும்பாலானவற்றை அப்போதே மறந்துவிடுகிறோம். ஒரு சில மட்டுமே நம் நினைவில் எஞ்சியிருக்கின்றன. பிறரிடம் சொல்லிப் பகிர்ந்துகொள்வதன் மூலம் அவை கவனம் பெறுகின்றன. ஒரு படைப்பாளியாக எனக்கு இத்தகு அனுபவங்கள் பெரும் மூலதனம் என்றே சொல்ல வேண்டும். விரிவுபெறும் சாத்திய முள்ள ஒரு சில அனுபவங்களை மட்டுமே சிறுகதைகளாக எழுத முயற்சி செய்கிறேன். ஒரு தருணமாக மட்டுமே எஞ்சக் கூடியவற்றைக் கட்டுரைகளாக எழுதிச்செல்கிறேன்.

வாழ்வனுபவங்களைக் கொண்ட கட்டுரைகள் மட்டுமல்லா மல் வாசிப்பனுபவத்தை முன்வைக்கும் கட்டுரைகளும் இத் தொகுதியில் உள்ளன. ஒவ்வொன்றும் எனக்கு ஏதோ ஒருவகை யில் நெருக்கமானவை. இத்தருணங்கள் சில கணங்களுக் கேனும் வானைநோக்கிச் சிறகசைத்துப் பறக்க எனக்கு உதவியவை.

இக்கட்டுரைகள் அனைத்தும் *2008, 2009, 2010* ஆகிய மூன்றாண்டுகளில் எழுதப்பட்டவை. இவற்றை அன்புடன்

வெளியிட்ட உயிர்எழுத்து, வார்த்தை, உங்கள் நூலகம், யுகமாயினி, புதிய பார்வை, அகநாழிகை, வடக்குவாசல், குமுதம் ஆகிய இதழ்களின் ஆசிரியர்களுக்கு என் நன்றி களைப் பதிவு செய்வதில் மகிழ்ச்சியடைகிறேன். என்னுடைய எல்லா ஆக்கங்களிலும் எனக்கு உள்ளன்போடு உற்ற துணை யாக இருப்பவர் என் மனைவி அமுதா. என் அன்பும் நன்றியும் அவருக்கு எப்போதும் உண்டு.

எழுதத் தொடங்கிய என் இளமைக்காலம் முதல் எனக்கு நல்ல நண்பராக இருப்பவர் மூத்த படைப்பாளியான ஆ. மாதவன். தொடக்கக் காலத்தில் வெளிவந்த என் ஒவ் வொரு படைப்பைப்பற்றியும் தம் கருத்துகளை கடிதங்கள் வழி யாகத் தொடர்ச்சியாகத் தெரியப்படுத்தி, சிறுகதை சார்ந்த கலை நுட்பங்களை அறியும் ஆர்வத்தை எனக்குள் விதைத்தவர். அவருடன் நிகழ்த்திய உரையாடல்கள் இலக்கியச்சூழலில் எனக் கொரு முகம் உருவாகி நிலைபெறுவதற்கு உதவியதை நான் இன்றும் நன்றியுடன் நினைத்துக்கொள்கிறேன். அவருடைய அன்புக்கு இந்தத் தொகுதியை எளிய காணிக்கையாக்குவதில் என் மனம் மிகவும் நிறைவடைகிறது.

இந்நூலைச் செழுமைப்படுத்த உதவிய நண்பர் அரவிந்தனுக்கு நன்றி.

பெங்களூர் எப்போதும் அன்புடன்

22.12.2010 **பாவண்ணன்**

திப்புவின் கண்கள்

ஸ்ரீரங்கப்பட்டணத்துக்குப் போயிருந்தேன். சிதைந்து குட்டிச்சுவர்களாகக் காணப்படும் அதன் பழங்காலக் கோட்டை மதில்களைப் பார்த்தபோது ஒரு கணம் மனம் அமைதியிழந்தது. இருநூறு ஆண்டுகளுக்கு முன்பாக இருபத்தைந்தாயிரத்துக்கும் மேற்பட்ட படைவீரர் களோடு அந்த ஊரை முற்றுகையிட்ட ஆங்கிலப்படை அந்தக் கோட்டையைத் தகர்க்கும் காட்சி கற்பனையில் விரிந்தது. உண்மையில், அந்த முற்றுகைக்கான காரணம் அந்த கோட்டையைச் சிதைப்பதோ அல்லது அந்த ஊரைக் காப்பற்றுவதோ அல்ல. எதிர்ப்பின் அடையாள மாக உருவாகி மெல்லமெல்ல வலிமைபெற்று வந்த திப்பு சுல்தானைக் கொல்வதுதான் உண்மையான காரணம்.

வீரத்துக்கும் துணிச்சலுக்கும் ஓர் அடையாளமாக நின்றவன் திப்பு. அவன் வீரத்தைப் பறைசாற்றும் கதை கள் ஏராளம். வேட்டையாடச் சென்ற காட்டில் எதிர் பாராத கணத்தில் தன் முன்னால் பாய்ந்து வந்த புலியை நேருக்குநேர் பார்த்துப் போராடி சுட்டு வீழ்த்திய சம்பவம் தான் அவனுக்கு மைசூர்ப்புலி என்ற பெயர் உருவாகக் காரணம். இளம் வயதில் புலியை எதிர்கொண்டவன் நடுவயதில் ஆங்கிலேயர்கள் என்னும் புலியை எதிர் கொண்டான். திப்புவைப் பொறுத்தவரை எதிர்த்து நிற்றல் என்பது உரிமைக்கும் உயிர் வாழ்தலுக்குமான ஒரு போர்.

கோட்டை வாசலைத் தாண்டி வந்து சிறிது தொலைவு நடந்தபிறகு ‘போரில் கொல்லப்பட்ட திப்பு வின் உடல் கிடந்த இடம்’ என்ற அடையாளக் குறிப்புடன் ஒரு சதுக்கம் காணப்பட்டது. ஒரு சின்ன நடுகல் அங்கிருந் தது. ஒரு கணம் தரையில் அவன் உடலைக் கண்டது

என் மனம். காலத்தாலும் மண்ணாலும் அழிக்க முடியாத அந்த மாபெரும் உடல் ஏராளமான வெட்டுக் காயங்களுடன் வெட்டி வீழ்த்தப்பட்ட ஒரு பச்சை மரத்தைப்போல மல்லாந்து கிடந்தது. காயங்களிலிருந்சது சொட்டுச்சொட்டாக உதிர்ந்து கொண்டிருந்தன ரத்தத் துளிகள். மூச்சின் இறுதிக் கணங்களில் அந்தத் தோள்கள் அசைந்தன. கன்னம் அசைந்தது. விரிந்த மார்பு ஏறித் தாழ்ந்தது. கூர்மை குன்றாத கண்கள் உற்றுப் பார்த்தன. எண்ணங்கள் முற்றாகக் கலைந்து விலகியதும் உடல் உதற தன்னுணர்வு திரும்பியது. அந்தக் கண்கள் அப்போது ஒரு செடியின் இலைகளாக மாறிவிட்டிருந்தன. எழுச்சி மிகுந்த உணர்வு நிலையில் என்னால் திப்புவின் உடலை ஓர் ஓவிய மாகத் தீட்டிவிட முடியும் என்று தோன்றியது.

நாலு திசைகளிலும் அடர்ந்த தென்னந்தோப்புகள். பாதாளச் சிறைகள். எங்கிருந்தோ கிளைகளாகத் தவழ்ந்துவந்து ஒன்றாகிச் சங்கமிக்கும் காவேரி. கொப்பளிக்கும் நுரைகள். விரிந்த நீர்ப் பரப்பு. தொட்டுத் தொட்டு அசையும் காற்று. பறவைகளின் விதவிதமான ஓசைகள் தடுமாறித் திரியும் வான்வெளி. மேகங்கள். மணற்குன்றுகள். எங்கெங்கும் பார்வையைப் பதித்து விலகின அக்கண்கள்.

ஆதிக்க வேர்கள் பரவி விரிவுபெறும் முன்னரே வெட்டி யெறிய வேண்டும் என எழுச்சியுற்ற திப்புவின் வேகம்தான் ஆங்கிலேயர்களை அச்சுறுத்தியிருக்க வேண்டும். கொள்ளிடத்துப் படுகையில் நடந்த போரிலும் காஞ்சியில் நடந்த போரிலும் திப்புவிடம் அடைந்த தோல்வி அவர்களுடைய பீதியை இன்னும் கொஞ்சம் அதிகப்படுத்தியிருக்கவேண்டும். அதுவே வெறுப்பாக வும் வெறியாகவும் மாறி ஏராளமான சேனைகளுடன் முற்றுகை யிடத் தூண்டித் திப்புவைப் பலி வாங்கியது.

திப்புவின் நினைவுகளில் மிதந்தபடி காவேரிக்கரையோர மாக நடந்துகொண்டிருந்தபோது, பக்கத்திலேயே ஒரு தந்தையும் மகளும் மிகவும் சுவாரஸ்யத்தோடு உரையாடிக் கொண்டிருப்பது கேட்டது. திப்பு சுல்தான் கதையை அவர் அச்சிறுமிக்குச் சொல்லிக்கொண்டிருந்தார். அச்சிறுமியின் நாவில் திப்பு என்கிற பெயர் அழுத்தமாகப் படிந்து மூச்சுக்கு மூச்சு தீப்பு தீப்பு என்று மாறி ஒலித்தது. குட்டைத் தலைமுடி காற்றில் நெளிய அவள் தன் தந்தையிடம் ஏராளமான கேள்விகளைக் கேட்டபடி இருந்தாள்.

“தீப்புவுக்கு எத்தன புள்ளைங்க இருந்தாங்க?”

“தீப்பு புள்ளைங்களை இங்கிலீஷ்காரங்க என்ன செஞ்சாங்க?”

"தீப்பு அந்த புள்ளைங்களுக்கு தன்னப்போல சண்டை போட கத்துக்குடுக்கலையா?"

"பாக்கறதுக்கு தீப்பு எப்படி இப்பாரு? மகாபாரதக் கதை யில வர பீமன் மாதிரி இருப்பாரா?"

தீப்புவுக்கு துப்பாக்கி சுடத் தெரியுமா? தெரியாதா? அப்டின்னா, இங்கிலீஷ்காரங்கள அவர் ஏன் சுடலை?"

சிறுமியை அவர் தூக்கிக்கொண்டார். பரிசில் பயணத்துக் காகப் புறப்பட்ட பிரயாணிகள் குழுவோடு அவரும் சேர்ந்து கொண்டார். அந்தப் பரிசில் நகர்ந்து சிறிது தொலைவு செல்லும் வரைகூட அச்சிறுமியின் கேள்விக் குரலும் ஆதரவான அப்பா வின் பதில் குரலும் காதில் விழுந்தன.

நண்பகல் நேரம். திப்புவின் கோடைவாசத்தலத்துக்குச் சென்றபோது சுற்றிலும் ஏராளமாக வளர்ந்திருந்த மழை மரங் களும் நுணா மரங்களும் பலா மரங்களும் காற்றை அள்ளி வீசிக்கொண்டிருந்தன. தகிக்கும் கோடையைச் சிறிதுகூட உணர இயலாதபடிக்குக் காற்றில் குளுமை படர்ந்திருந்தது. ஏராள மானவர்கள் மரநிழலில் உட்கார்ந்து உரையாடிக்கொண் டிருந்தார்கள். பிள்ளைகள் ஓடிப் பிடித்து விளையாடிக் கொண்டிருந்தார்கள். சிலர் கைகளில் பந்து இருந்தது. இந்த உலகத்தையே மறந்து தம் உரையாடல்களில் மூழ்கியிருந்தார் கள் சில காதலர்கள்.

மாளிகைக்குள் பார்வைக்காக வைக்கப்பட்டிருந்த ஓவியங் களைப் பார்த்தேன். எல்லாமே போர் ஓவியங்கள். முதல் மைசூர்ப் போரிலும் இரண்டாம் மைசூர்ப் போரிலும் திப்பு அடைந்த வெற்றியின் அடையாளங்கள் ஓவியங்களாகத் தீட்டப் பட்டிருந்தன. பார்த்த இடங்களிலெல்லாம் வரிசை வரிசை யாகச் செல்லும் காலாட்படைகள். குதிரைப் படைகள். யானைப் படைகள். பீரங்கி வண்டிகள். வெற்றியின் ஆக்கிரமிப்பு. மரணத் தின் ஓலம். வெற்றிக் கொண்டாட்டக் காட்சிகளும் தோல்வி யுற்றவர்களைக் கைதுசெய்து அழைத்து வரும் காட்சிகளும் மாறிமாறித் தென்பட்டன. துப்பாக்கிகளும் பீரங்கிகளும் இடம் பெறாத ஓவியமே இல்லை.

இந்தக் கொந்தளிப்புக்கு நேர்மாறாக அமைதி ததும்பிய ஓர் ஓவியம் அக்கால ஸ்ரீரங்கப்பட்டண வீதிகளையும் கோட்டை யையும் காட்சிப்படுத்தும் ஓவியம். போரும் அமைதியும் ஒரே அறையில் இருப்பதைக் கண்டு மனத்துக்குள் சிரித்துக் கொண்டேன். அந்த ஓவியக்கூடமே ஏதோ ஒருவகையில் மானுட மனத்தின் படிமமாக மாறிவிட்டதைப்போல இருந்தது.

போரை நாடுவதும் மனம். அமைதியை விழைவதும் மனம். எதை விரும்புகிறோமோ அதையே நாம் அடைகிறோம்.

இன்னொரு கூடத்தில் இருந்த ஓவியங்கள் வேறு வகையானவை. எல்லாமே திப்புவின் குடும்பப் படங்கள். ஒரே வரிசையில் திப்புவின் ஆறு பிள்ளைகளுடைய படங்கள் கோட்டோவியங்களாகத் தீட்டப்பட்டு வைக்கப்பட்டிருந்தன. மூத்தவனுக்கு நல்ல வாலிபத் தோற்றம். முறுக்கேறிய உடல். உறுதியான தோள்கள். அவனைவிடச் சற்றே வயது குறைந்த தோற்றம் இரண்டாம் மகனுடையது. கன்னத்தின் மினுமினுப்பு இளமையின் அடையாளமாகக் குடிகொண்டிருந்தது. அடுத்த மகனுக்கு இன்னும் இள வயதுத் தோற்றம். அதன் அடையாளமாக சின்ன அரும்பு மீசை. அதற்கடுத்தவனுடைய தோற்றம் இடைப்பட்ட நிலையில் இருந்தது. உதடுகள் சற்றே தடித்து முகத்தில் களை படிந்த தோற்றம். அதற்கடுத்த பிள்ளைக்கு வளர்ந்த சிறுவனின் தோற்றம். பெண்மை படர்ந்த முகவெட்டு. சற்றே உப்பிய கன்னங்கள். அதற்கடுத்த சிறுவனுக்கு முழுக்க முழுக்கக் குழந்தைத் தோற்றம். ஓவியனின் திறமையைக் கண்டிப்பாய் பாராட்ட வேண்டும் என்று எண்ணிக்கொண்டிருந்தபோதே கீழே எழுதி வைக்கப்பட்டிருந்த குறிப்பு ஒரு கணம் துணுக்குற வைத்தது. கைதிகளாகப் பிடிக்கப்பட்டு வேலூர்க் கோட்டையில் சிறைவைக்கப்பட்ட பிள்ளைகளின் படங்கள் அவை. சிறை ஆவணங்களாக இந்தப் படங்கள் தீட்டப்பட்டிருக்குமோ என்று தோன்றியது. சின்னஞ்சிறு பாலகனைக்கூடப் பகையாக நினைத்து நடுங்கிய ஆங்கிலேயரின் மனநிலை விசித்திரமாக இருந்தது.

அடுத்தபடி, அகலமாக இருந்த அறையில் ஏராளமான பொருட்கள் அடுக்கப்பட்டிருந்தன. விதம் விதமான திப்புவின் உடைவாள்கள், கத்திகள், துப்பாக்கிகள், ஆயுதங்கள், போர் அங்கி, மார்புக்கவசம், உணவுமேசை. ஒவ்வொன்றாகப் பார்த்தபடியே நகர்ந்தபோது, இன்னொரு கூடத்தில் ஆளுயரத்துக்கு வைக்கப்பட்டிருந்த திப்புவின் ஓவியத்தையும் பார்த்தேன். கிட்டத்தட்ட திப்புவே எதிரில் வந்து நிற்பதைப் போன்ற தோற்றம். மிடுக்கான தோற்றம். எடுப்பான தோள்கள். உறுதிமிகுந்த கைகள். கலங்காத முகம். கூர்மையான கண்கள். ஒரு கணம் அக்கண்கள் என்னையே உற்றுக் கவனிப்பதைப் போலத் தோன்றியது.

காலையில் என் கற்பனையில் கண்ட அதே கண்கள். அதே வெளிச்சம். அதே கூர்மை. நூறுநூறு கேள்விகள் படிந்த அதே பார்வை. என் உடலில் லேசான பதற்றமும் நடுக்கமும்

படர்வதை உணர்ந்தேன். அக்கணத்தில் அந்த இடத்தைவிட்டே நகர்ந்துவிட வேண்டும் என்று உள்ளூர நினைத்தேன். ஆனாலும் அந்தக் கண்கள் என்னை எங்கும் நகரவிடாமல் அதே இடத்தில் நிற்கவைத்தன.

மெல்ல நகர்ந்து ஓவியத்தை நெருங்கி நின்றேன். திப்புவின் பார்வை என்மீதே படிந்து என்னையே தொடர்ந்தது. ஆச்சரியத்தோடு இடதுபுறம் இரண்டடி நகர்ந்தேன். அந்தப் பார்வை அங்கும் என்னைத் தொடர்ந்து வந்தது. இன்னும் நான்கடி பின்னால் வேறு கோணத்தில் நகர்ந்து ஏறிட்டபோது அப்பார்வை என்மீது நிலைகுத்திச் சிரித்தது. முற்றிலும் நேர் எதிராக இடதுபுறமாக நடந்து நின்றேன். அப்போதும் தொடர்ந்தது அப்பார்வை. எல்லாமே பிரமைபோலத் தோன்றியது. அந்த ஓவியம் வைக்கப்பட்டிருந்த நிலையைக் கிடைக்கோடாகக் கொண்டு உருவாகும் நூற்றியெண்பது பாகைகளில் எந்தக் கோணத்தில் நின்றாலும் அந்தக் கண்கள் விடாமல் என்னைத் தொடர்வதை உணர்ந்தேன். 'ஆச்சரியம்' என்று வாய்விட்டுச் சொன்ன கணத்தில் அருகிலிருந்த காவலர், அது முப்பரிமாணத் தன்மையுடன் தீட்டப்பட்ட ஓவியம் என்றும் இருநூறு ஆண்டுகளுக்கும் முன்பே நிகழ்த்தப்பட்ட இச்சாதனை மிகப் பெரிய அதிசயம் என்றும் சொன்னார். நேரம் கரைவது தெரியாமல் அந்த ஓவியத்தையே உற்றுப் பார்த்தபடி நின்றிருந்தேன் நான்.

ஏராளமானவர்களுடைய கண்கள் மனத்தில் புள்ளிகளாக மாறிமாறி அசைந்தன. காலம்காலமாக அவை பகிர்ந்துகொண்ட சிரிப்புகள். கோபங்கள். கருணை. காதல். மயக்கம். சீற்றம். வெறி. ஆத்திரம். எல்லாம் படம்படமாக நகர்ந்தன. அவை எதனுடனும் இணைத்துச் சொல்லமுடியாத ஓர் உணர்வு ஈரம் மிகுந்த திப்புவின் கண்களில் உறைந்திருந்தது. இந்த மண்ணையும் காற்றையும் செடிகொடிகளையும் கோட்டை கொத்தளங்களையும் குழந்தைகளையும் மக்களையும் பார்த்துக் கொண்டே இருக்கும் பேராவலே அந்த உணர்வு. திப்புவின் மனஆழத்தில் உறைந்திருந்த அந்த வேட்கையை அந்த ஓவியனும் உணர்ந்திருந்ததை நான் உணர்ந்த அக்கணம் அற்புதமான ஒரு பேரனுபவம். மனத்தை அறியும் விடாமுயற்சிகளில் இடையறாது ஈடுபடுவது கலை என்பதை எனக்கு உணர்த்தியது அக்கணம்.

ஒரு பறவையின் படம்

நண்பருக்குப் பிறந்த நாள். வாழ்த்தட்டை வாங்குவதற்காகக் கடைக்குச் சென்றிருந்தேன். தேடுவதற்கு அதிக நேரம் எடுத்துக்கொள்ளவில்லை. கண்ணெதிரில் நின்றிருந்த தாங்கியில் சாய்வாக வைக்கப்பட்டிருந்த ஒரு வாழ்த்தட்டையைப் பார்த்ததுமே அதன் அழகில் மனம் பறிகொடுத்துவிட்டேன். வெண்ணிற மேகங்கள் நிறைந்த நீலவானில் சிறகடித்துப் பறக்கும் ஒரு பறவையின் படம். ஒரே கணத்தில் அந்தப் படத்திலிருந்து எம்பிப் பறந்துவிடுவதைப் போன்ற உயிர்த் துடிப்பை அதில் கண்டேன். வைத்த கண்களை எடுக்க மனமில்லை. அவ்வளவு கவர்ச்சி. வாங்கிக்கொண்டு வீட்டுக்கு நடக்கத் தொடங்கினேன்.

என் தலைக்குமேல் குறுக்காகப் பறந்த ஒரு காக்கை வேகமாகச் சென்று ஒரு மரக்கிளையில் உட்கார்ந்ததைப் பார்த்தேன். சடைசடையாகப் பூத்துத் தொங்கிய மஞ்சள் கொன்றைக்கு நடுவே ஒரு மைனா தலையைச் சாய்த்து வருவோர் போவோரையெல்லாம் வேடிக்கை பார்த்தது. ஒரு வீட்டின் மதிலைத் தாண்டி நீட்டிக்கொண்டிருந்த செம்பருத்திச் செடியொன்றின் கிளையில் நாலைந்து குருவிகள் கீச்சுகீச்சென்று ஓசையெழுப்பியபடி தாவித் தாவி விளையாடின. உயரமான ஒரு மழை மரத்தின் கிளையில் குயிலொன்று தனிமையில் கூவிக்கொண்டிருந்தது. ஆனால், எதைப் பார்த்தாலும் படத்தில் கண்ட பறவைதான் எனக்குத் தெரிந்தது.

ஒரு பறவையின் படம் இந்த அளவுக்கு ஏன் மனத்தைக் கிளர்ச்சியுறவைக்கிறது என்று கேட்டுக்கொண்டேன். பறத்தல் என்பது சுதந்திரம். அந்தச் சுதந்திரமான உலாவுக்குப் பொருத்தமான விரிந்த வானம். சுதந்திரமும் அதில் திளைப்பதற்கான களமும் ஒருசேர அமைவது

அபூர்வம். பறவைகளுக்கு அத்தகு அபூர்வமான வாய்ப்பு இயல்பாகவே அமைந்துள்ளது. மனிதர்களுக்கு எல்லாமே ஏறுக்குமாறாகவே அமைந்திருக்கின்றன. சுதந்திரம் இருப்பவர்களுக்குத் திளைக்கும் களம் இருப்பதில்லை. திளைக்கும் விழைவும் இருப்பதில்லை. களம் இருப்பவர்கள் கட்டுண்டவர்களாக இருக்கிறார்கள். இப்படிப்பட்ட முரண் நிறைந்த நம்முடைய இருப்புதான் பறவையைக் கண்டதும் மனத்தைப் பறிகொடுத்து நிற்பதற்குக் காரணம்போலும் என்று தோன்றியது.

இந்த உலகில் தோன்றிய முதல் உயிரினமாகப் பறவைதான் இருக்க வேண்டும் என்பது என் நம்பிக்கை. பறவையைத் தவிர மற்ற எல்லா உயிரினங்களுக்கும் உலவுமிடங்கள் வரையறுக்கப்பட்டுள்ளன. யானைக்குக் காடு. பாம்புக்குப் புற்று. மீனுக்குத் தண்ணீர். மானுக்குப் புதர்கள். எலிக்கு வளை. குரங்குக்கு மரம். ஆனால், பறவைக்கு எந்த எல்லையும் இல்லை. வானமே அதன் எல்லை. அது காட்டில் திரியலாம். புற்றின் அருகே அமரலாம். மரக்கிளைகளில் தாவி நடக்கலாம். புதர்களின்மீது பறக்கலாம். தண்ணீர்ப் பரப்பையும் பறந்து கடக்கலாம். எங்கெங்கும் செல்லவும் திரியவும் உரிமையுடையதாக இருக்கிறது பறவை. ஒரு காலத்தில் உலகெங்கும் பறவைகள் மட்டுமே பறந்து திரிந்திருக்க வேண்டும். அவற்றின் நிழல் விழுந்த மண்ணில்தான் இன்று நாம் வாழ்கிறோம். பறப்பதன் வழியாகவே அது தனது உலகத்தை உருவாக்கிக்கொள்கிறது. பறப்பதால் கிட்டும் மகிழ்ச்சிக்காகவே அது உயிர்வாழ்கிறது. நாடுவிட்டு நாடு பறந்து வருகிற அதன் உத்வேகத்துக்கு ஈடு இணையாகச் சொல்ல நம்மிடம் எதுவும் இல்லை.

மீனாட்சியின் தோளில் அமர்ந்திருக்கிற கிளியின் ஞாபகம் வந்தது. தோளில் ஏதோ ஒரு பறவை அமர்ந்திருக்க, ஆண்டாள் ஆனந்தத்துடன் நிற்கும் கோலத்தில் எழுதப்பட்ட ஒரு சித்திரத்தையும் நினைத்துக்கொண்டேன். பறவையே முதல் உயிர் என்பது அதனாலேயே அன்னைக்கு அதன்மீது அளவற்ற பிரியம் அரும்பியிருக்கலாம் என்பது அன்னையின் தோளில் அது சலுகையோடும் நெருக்கத்தோடும் அமர்ந்திருப்பதற்கான காரணங்களாக இருக்கலாம். பறவையைப் பார்க்கும்தோறும் இந்த உலகின் முதல் உயிரை நெருங்கி நின்று தரிசிக்கும் ஒரு பரவசம் நம்மை மீறி மனமெங்கும் பற்றிப் படரத் தொடங்கிவிடுகிறது. கண்களை விலக்க முடியாத ஈர்ப்போடும் கிளர்ச்சியோடும் அதையே பார்த்தபடி நின்றுவிடுகிறோம். விதையிலிருந்து வெடித்துக் கிளம்பிய முதல் முளையை ஆசையோடும் எதிர்பார்ப்போடும் பக்கத்திலிருந்து பார்ப்பதுபோல. தொட்டிலில் கிடத்தப்பட்ட

குழந்தையை கிளர்ச்சியோடும் அதிசயமாகவும் நெருங்கி நின்று பார்ப்பதுபோல.

இந்த உலகத்தின்மீது படிந்த இருளை விலக்கி ஒளி படரத் தொடங்குவதற்கு முன்பே அதன் எழிலைக் கண்டு திளைத்து ஆனந்தக் குரலெழுப்பும் முதல் உயிரினம் பறவை. உறக்கத்திலிருந்து கண் விழிக்கிற குழந்தை ஏற்கனவே விழித்துவிட்டாலும் அருகிலேயே படுத்திருக்கும் தாயிடம் மழலை பிதற்றி, கைகால் உதைத்து, தாவிப் புரண்டு சிரித்துச் சிரித்து எழுப்புகிற ஆனந்தக் குரலைப்போல உள்ளது பறவையின் குரல்.

பாரதியார் தன் வசன கவிதைகளில் "ஜகத் சித்திரம்" என்ற தலைப்பில் ஒரு சித்திரத்தைத் தீட்டியதைப் படித்த நினைவு வந்தது. காக்கையரசன் ஒரு காளிகோயிலுக்கு எதிர்ப்புறத்தில் உள்ள ஒரு தெப்ப மண்டபத்தின் உச்சியில் உட்கார்ந்து கொண்டு சூரியனை நோக்கிச் சொல்வதாகத் தீட்டப்பட்டிருக்கும் அச்சித்திரம். எங்கோ எங்கோ எனவும் கிலுகிலு கிலுகிலு எனவும் கிக்கீ கிக்கீ என்றும் கேக்க கேக்க என்றும் கெக்கெக்கே என்றும் குக்குக் குக்குக் குக்குக் குக்குக் குக்கூவே என்றும் கீச்கீச்கீச் என்றும் கிசு கிசு கிசு கீச்சென்றும் ரங்க ரங்க என்றும் பல்லாயிர வகையினில் இசைக்கும் குயில்களும் கிளிகளும் இன்னும் பல இனவகைப் பறவைகளும் இனிய பூங்குரலை உடையன என்றும் இன்பத்தில் திளைத்திருப்பதால் இப்படி இசைத்தபடி பறக்கின்றன என்றும் முன்வைக்கிறார் பாரதியார். பறவைகளின் குரலுக்கு இசைவான சொற்களை அவர் தேர்ந்தெடுத்துப் பொருத்தியிருக்கும் விதம் பறவைகள்மீது அவர் மனம் கொண்டிருந்த ஈடுபாடுக்கு ஓர் எடுத்துக்காட்டு. பறவைகளின் இன்பத்துக்கு, அவை தம் மனத்தை இன்பத்தால் நிறைத்திருக்கின்றன என்பதுதான் காரணம். மானுடரின் இன்பமின்மைக்கு, பகையுணர்வால் நிரம்பிய மனமுடையவர்களாக அவர்கள் இருக்கிறார்கள் என்பதுதான் காரணம். பறவையின் படத்தைப் பார்த்ததும் உருவாகிற மகிழ்ச்சிக்கு அதைப்போல இன்பமுடன் வாழ முடியாத நம்முடைய இயலாமையால் முகிழ்க்கும் ஏக்கம்கூடக் காரணமாக இருக்கலாம் என்று தோன்றியது.

பாவை நோன்புக்குத் தம் தோழியரைத் துயிலிலிருந்து எழுப்பும் ஆண்டாள்கூட அவர்களுக்குப் பறவைகளைத்தான் முதலில் காட்டவிரும்புகிறாள். "புள்ளும் சிலம்பினகாண்" என்றும் "கீசுகீசென்று எங்கும் ஆனைச்சாத்தன் கலந்து பேசின பேச்செல்லாம் கேட்டிலையோ" என்றும் "கோழி அழைத்தன

காண், மாதவிப்பந்தல்மேல் பலகால் குயிலினங்கள் கூவினகாண்" என்றும் பறவைகள் தொடர்பான பல குறிப்புகளைச் சுட்டிக் காட்டுகிறாள்.

பறவைகள்மீது எல்லையில்லாத ஈடுபாடு கொண்ட நவீன கவிஞர் தேவதேவன். அவர் எழுதிய "அந்தப் பறவை" மிக முக்கியமான கவிதை. எதிர்பாராமல் கிடைத்த ஓர் இன்பச் செய்தியாய்ப் பசலைக் கொடிப் பந்தலின் கீழே திடுமென வந்து நிற்கிற பறவையுடன் நிகழ்கிற ஓர் உரையாடலாக விரிவடைகிறது. அக்கவிதை. "உன்னைத்தானோ நான் தேடிக் கொண்டிருந்தது" என்று நேரிடையாகப் பறவையைப் பார்த்துக் கேள்வி கேட்கப்படுகிறது. கவிதையில் கிடைக்கும் விவரணைக் குறிப்புகளைக் கொண்டு எளிதான முறையில் நாம் ஒரு சித்திரத்தைத் தீட்டிக்கொள்ள முடியும். விவரணையாள நண்பரின் வீட்டில் இருக்கும் எலுமிச்சை மரத்தில் கூடு கட்டி வாழ்கிறது ஒரு பறவை. அந்த வகையில்தான் அப்பறவைக்கும் அவருக்கும் இடையே ஒரு நட்பு உருவாகிறது. கூடு கட்டுவதற்குத் தன் வீட்டு மரத்தைப் பறவை தேர்ந்தெடுத்ததை முன்னிட்டு நண்பர் ஆனந்தத்தில் திளைக்கிறார். எத்தகைய பேற்றை நான் பெற்றேன் என்று சொல்லிச் சொல்லி மகிழ்கிறார். அந்தக் கூட்டில் பறவை முட்டையிட்டு அடைகாத்து குஞ்சும் பொரிக் கிறது. தாய்ப்பறவையும் குஞ்சுப்பறவைகளும் இசைபாடி கூட்டை அலங்கரிக்கின்றன. விதிவசத்தால் நண்பருடைய எச்சரிக்கை யுணர்வையும் மீறி அண்டைவீட்டுச் சிறுவர்கள் எலுமிச்சை மரத்தை நெருங்கிக் குஞ்சுகளுக்கு தொல்லை கொடுக்கிறார் கள். அதைத் தாங்கிக்கொள்ள முடியாத தாய்ப்பறவை தன் குஞ்சுகளோடு கூட்டை விட்டு வெளியேறிவிடுகிறது. இதுதான் நண்பரின் வருத்தத்துக்குக் காரணம். நிகழ்ந்த பிரச்சினைகளுக்கு எவ்வகையிலும் தான் காரணமில்லை என்று எடுத்துச் சொல்லிப் புரியவைக்க அவர் விழைகிறார். ஆனால், பறவை அவருடைய கண்களுக்குத் தென்படுவதே இல்லை. எந்தத் திசையில் போனதோ, சின்னச் சின்ன குஞ்சுகளோடு எப்படியெல்லாம் தவிக்கிறதோ என எண்ணியெண்ணி துயரத்தில் மூழ்குகிறது அவர் மனம். என்றாவது ஒருநாள் அந்தப் பறவையைச் சந்தித்து விட முடியும் என்கிற நம்பிக்கையோடு பொறுமையாகக் காத்திருக்கிறார். நீண்ட இடைவெளிக்குப் பிறகு தற்செயலாக ஒரு பறவையைப் பார்க்கிறார். கறுப்புக் கொண்டைபோல ஒரு கிரீடம். கழுத்தில் சிவப்பு வண்ண ஆரம். முன்பொரு நாள் பறந்துபோன பறவை அதுவாகத்தான் இருக்க வேண்டும் என்கிற எண்ணத்திலும் ஐயத்திலும்தான் ஆசையோடு உன்னைத்

தானோ நான் தேடிக்கொண்டிருந்தது என்று பேச்சைத் தொடங்குகிறார். முதல் வரியிலேயே நிகழ்ந்த சங்கடங்களுக்கு மன்னிப்பைக் கேட்கிறார். பழைய எலுமிச்சை மரம் இன்னும் அப்பறவைக்காக காத்திருக்கிறது என்று அழைப்பு விடுக்கிறார். உடனே, தன் துணையை அழைத்துவந்து பறவை அம்மரக்கிளையில் மீண்டும் கூடு கட்டி வாழவேண்டும் என்ற தன் விருப்பத்தைத் தெரியப் படுத்துகிறார். இந்தமுறை எவ்விதமான குறைகளும் ஆபத்துகளும் நேராதபடி கவனமாகப் பார்த்துக்கொள்வதாக வாக்களிக்கிறார். அப்பறவையின் குரல் அமுதம் தன் தோட்டத்தில் சிந்த வேண்டும் என்றும் பாழ்பட்டுக் கிடக்கும் நிலம் அதன் வரவால் உய்ய வேண்டும் என்றும் கேட்டுக்கொள்கிறார். கவிதையின் இறுதி வரியில் அடங்கியுள்ள உயிர்த் துடிப்பு மிகவும் முக்கியமானது. வாசித்து முடித்ததுமே பறவை இல்லாத ஒரு தோட்டம் ஒரு குழந்தை தவழாத வீட்டுக்கு நிகர் என்னும் எண்ணம் மேலெழுகிறது. எவ்வளவு பொலிவுள்ளதாக இருந்தாலும் அத்தோட்டத்தின் தோற்றம் பாழ்பட்ட ஒன்றுதான். தோட்டத்தையும் பறவையையும் ஒருபோதும் பிரித்துப் பார்க்க முடியவில்லை. நிலத்துக்கும் பறவைக்கும் இடையில் உள்ள உறவு மிகவும் புராதனமானது. நிலத்தின் முதல் குழந்தை பறவை. அக்குழந்தையின் குரல் அமுதம் சிந்துவதால் மட்டுமே நிலத்தின் பொலிவுக்குப் பொருளுண்டு. தேவதேவன் கவிதை வரி அந்தப் புராதன உறவைக் கற்பனை செய்து பார்க்கத் தூண்டுகிறது. என் மனக்கிளர்ச்சிக்கான காரணம் இதுவாக இருக்கலாம் என்று நினைத்தபடி தொடர்ந்து நடந்தேன்.

தப்பட்டை முழக்கங்களோடும் பட்டாசு வெடிகளோடும் எதிரில் வந்துகொண்டிருந்த ஓர் இறுதி ஊர்வலம் தற்காலிகமாக எண்ணங்களின் பயணத்தைத் தடைசெய்தன. பூக்களால் அலங்கரிக்கப்பட்ட அமரர் ஊர்திக்குள் ஒரு பெரியவரின் உடல் கிடத்தப்பட்டிருந்தது. வாகனத்துக்குள் உடலுக்கருகே நாலைந்து பேர் சோர்வோடு உட்கார்ந்திருந்தார்கள். முன்னும் பின்னுமாக நூறு பேர் மெல்ல நகரும் அந்த வாகனத்தைத் தொடர்ந்துகொண்டிருந்தார்கள். ஊர்வலம் என்னைக் கடந்து செல்லும்வரை ஓரமாக ஒதுங்கி நின்றேன். தரையில் உதிர்ந்து கிடந்த மலர்களைப் பார்த்தபடி மீண்டும் நடையைத் தொடங்கிய போது தற்செயலாக ஒரு ஸ்பானிஷ் கவிதை நினைவுக்கு வந்தது. அதன் தலைப்பு 'கடைசி யாத்திரை.' அக்கவிதையிலும் ஒரு தோட்டமும் அதற்கு உரிமையாளனும் இடம்பெறுகிறார்கள். என்றாவது ஒருநாள் தானும் இந்த உலகத்தை விட்டு மறையக் கூடிய நாள் வரும் என்கிற எண்ணத்தில் அந்த உரிமையாளன்

உரைப்பதுபோன்ற குறிப்புகள் அக்கவிதையில் காணப்படுகின் றன. அதை எழுதிய கவிஞர் ஜூவான் ரேமன் ஜிம்மென்ஸ். தமிழில் மொழிபெயர்த்தவர் சுந்தர ராமசாமி.

"நானும் ஒருநாள் மறைவேன். பறவைகளோ பாடியவாறு எஞ்சியிருக்கும், என் தோட்டமும் எஞ்சியிருக்கும்" என்று தொடங்குகிறது அக்கவிதை. மனிதர்களின் மறைவால் இந்த உலக இயக்கத்தின் எந்தச் செயல்பாடும் நின்றுபோவதில்லை என்பது விசித்திரமான உண்மை. மனித உயிரின் மறைவு என்பது மரத்திலிருந்து ஒரு பழுத்த இலை உதிர்வதுபோல நிகழ்கிறது. ஆயினும், மரத்தின் இயக்கமும் காற்றின் இயக்கமும் இயற்கையின் இயக்கமும் தடையின்றி நிகழ்ந்த படியே உள்ளன. கற்பனையில் நிகழ்த்திப் பார்த்த இறுதி யாத்திரையால் கிட்டிய தெளிவைப் பகிர்ந்துகொள்வதுபோல உள்ளது கவிதை. தன் மரணத்துக்குப் பிறகும் தோட்டம் தன் பசுமையான மரங்களோடும் ஆழமான கிணற்றோடும் எஞ்சி யிருக்கும் என்பது அவருக்கும் தெரிந்திருக்கிறது. ஒவ்வொரு நாள் மாலையிலும் வானம் நீலமாகவும் அமைதியாகவும் ஒளிர்ந்தபடி இருக்கும் என்பதும் அவருக்கு தெரிந்திருக்கிறது. தினந்தினமும் ஒலிப்பதுபோலவே தேவாலயத்து மணி ஒவ்வொரு நாளும் ஒலிக்கத் தவறாது என்பதும் தெரிந்திருக்கிறது. தான் மட்டுமல்ல, தன்னை நேசித்தவர்களும் என்றேனும் ஒருநாள் மறைந்துபோவார்கள் என்பதும் எல்லா இழப்புகளையும் மீறி இந்த உலகம் மீண்டும் மீண்டும் புதிய உயிர்களுடன் தன்னைப் புதுப்பித்துக்கொள்ளும் என்பதும் அவருக்குத் தெரிந்திருக்கிறது. அலைந்து திரியும் ஆன்மாவாக மாறி அதே தோட்டத்தில் பழைய நினைவுகளுடன் அலைவதாக ஒரு கணம் கற்பனை யில் ஆழ்ந்து பார்க்கிறார் அவர். அந்த நினைவில் அவர் நித்தமும் விரும்பி அமர்கிற கணப்படுப்பு இல்லை. பச்சை மரங்கள் இல்லை. தோட்டம் இல்லை. வெள்ளைக் கன்று இல்லை. அமைதியான நீல வானமும் இல்லை. ஆனால், பறவைகள் மட்டுமே பாடிக்கொண்டிருக்கின்றன. இந்த உலகில் எல்லாமே மறைந்தாலும், மறையாத உயிராக வலம் வருகிற மரணமற்ற பேருயிரியான பறவை திரிந்துலாவும் வெளியாகத் தன் மனவானையே விரித்து வைக்கிறார். பறவைக்கு மட்டுமே இந்த உலகம் சொந்தமானது என்னும் ஞானத்தை ஒரு தரிசன மாக அவர் அடைகிறார் என்று நினைக்கத் தோன்றியது.

அந்த எண்ணம் தோன்றிய கணத்தில் அத்தரிசனம் எனக்கே வாய்த்ததைப் போன்ற மகிழ்ச்சியில் பறக்கத் தொடங்கியது மனம். பறவையின் படத்தைக் கண்டதும் தொடக்கத்தில்

எனக்குள் எழுந்த கேள்விக்கான விடையை அந்தத் தரிசனம் வழங்கிவிட்டதாக நினைத்துக்கொண்டேன். ஆனந்தத்தில் தத்தளிக்கும் மனத்துடன் பையிலிருந்து படத்தை எடுத்து மீண்டும் பார்த்தேன். அந்தப் பறவையின் விரிந்த இறகுகள் என்னையும் சுமந்துகொண்டு பறப்பதுபோன்ற உணர்வில் மிதக்கத் தொடங்கினேன்.

குருவிமடம்

தொலைபேசித் தொடர்புக்கான கட்டுமான வளர்ச்சித் திட்டங்களில் கடந்த முப்பதாண்டுகளில் உருவாகியிருக்கும் மாற்றங்களை ஒருவகையில் புரட்சி என்றே சொல்ல வேண்டும். கம்பங்கள் வழியாகத் தொலைபேசி ஒலியலைகளை அனுப்பிய காலம் எழுபது களோடு முடிந்து ஒரே மையப்புள்ளியைக் கொண்ட இரு பித்தளைக் குழாய்கள் அடங்கிய கேபிள் மூலமாகத் தகவல் அலைகளை அனுப்பும் காலம் தொடங்கிவிட்டது. அந்தக் கேபிளை நகரங்களிடையேயும் காடுகளிடையேயும் புதைத்து இணைப்புகளை உருவாக்கிய கட்டத்தில்தான் நான் வேலைக்குச் சேர்ந்தேன். ஆனால், கேபிள் இணைப்பு களின் மூலம் கிடைக்கக்கூடிய அலைவரிசைக் கற்றையின் அகலம் மிகக் குறைவாக இருந்ததால் குறைந்த எண்ணிக்கையிலான இணைப்புகளையே வழங்க முடிந்தது. இந்தக் குறையைப் போக்கும்வகையில் எண்பது களின் இறுதியில் நுண்ணலைக் கோபுரங்களை அங்கங்கே எழுப்பி அதில் மின்காந்த அலைகளை ஏற்கவும் பரப்பவும் பொருத்தமான ஆன்டெனாக்களை இணைத்துச் செயல்படுத்தவைக்கும் திட்டம் மேற் கொள்ளப்பட்டது. தொண்ணூறுகளின் இறுதியை நெருங்குவதற்குள் இந்த அலைவரிசைக் கற்றையும் போதுமானதாக இல்லை. இன்னும் விரிவாக்கம் செய்யும் வகையில் கண்ணாடி இழைக் கேபிள் புதைக்கப்பட்டது. இன்று இரண்டு இழைகள் வழியே ஒரே சமயத்தில் முப்பதாயிரத்துக்கும் மேற்பட்ட இணைப்புகளை வழங்கும் அளவுக்குத் தொழில்நுட்பம் வளர்ந்துவிட்டது.

கணிப்பொறியையும் தொலைபேசி இணைப்பையும் ஒன்றிணைக்கும் அகலப்பாட்டையும் கைப்பேசியும் இந்தக்

காலகட்டத்தின் மிகப்பெரிய சாதனைகள். இந்த மூன்று தலைமுறைக் கட்டங்களிலும் அந்தந்தத் தொழில் நுட்பத்துக் கேற்றபடி தகவமைத்துக்கொண்டு எல்லோரோடும் இணைந்து தொடர்ந்து பணியாற்றுவதை மகிழ்ச்சியான அனுபவமாகவே நினைக்கிறேன். ஒரு சில கசப்பான அனுபவங்கள்கூடக் காலம் கடந்த நிலையில் அசைபோடும்போது சுவையான அனுபவங் களாக மாறிவிட்டன. பயணங்களில் பார்க்க நேர்ந்த சம்பவங் களும் பழக நேர்ந்த மனிதர்களின் நட்பார்ந்த உரையாடல்களும் என் எண்ணங்களை விரிவாக்கின. வாழ்க்கை என்பதே பல தற்செயல்களின் விசித்திரமான கலவை என்றே தோன்றுகிறது.

சிக்கமகளூருக்கு அருகில் நுண்ணலை கோபுரத்துக்கான சட்டகங்களை இறக்கிவிட்டு வந்த எங்கள் வாகனம் மூடுகெரெ என்னும் இடத்தில் பழுதடைந்து நிற்பதாக செய்தி கிடைத்தது. வாகனத்தின் முன்சக்கரங்களையும் பின்சக்கரங்களையும் இணைக்கக்கூடிய இரும்புத் தண்டு முறிந்துவிட்டது. அது ஏதோ ஒரு பண்டிகை சமயம். எங்கள் அணியிலிருந்த எல்லாருமே தத்தம் ஊர்களுக்குச் சென்றிருந்தார்கள். மூடுகெரெ தொலைபேசி யகத்திலிருந்து எங்கள் வாகன ஓட்டி பேசியபோது நான் மட்டுமே முகாமில் இருந்தேன். அங்கேயே இருக்கும்படியும் ஒன்றிரண்டு நாட்களில் பணத்துக்கான ஏற்பாடுகளைச் செய்து எடுத்துக்கொண்டு வந்துவிடுவதாகவும் கவலைப்பட வேண்டாம் என்றும் ஆறுதலாகச் சொன்னேன்.

தகவலையும் பணத் தேவையையும் தலைமையகத்துக்குச் சொல்லிவிட்டுக் காத்திருந்தேன். பணம் என் கைக்கு வருவதற்குள் இரண்டு நாட்களாகிவிட்டன. அன்று இரவே புறப்பட்டு விடலாம் என பேருந்து நிலையத்துக்குச் சென்றபோது சிக்கமகளூருக்குச் செல்லக்கூடிய ஒரே பேருந்து சென்று விட்டிருந்தது. வேறு வழியில்லாமல் மறுநாள் காலையில் ஓரூராக மாறிமாறிச் சென்று ஏறத்தாழ மாலைவேளையில் மூடுகெரெ தொலைபேசி நிலையத்தை அடைந்தேன். என்னைக் கண்டதும்தான் எங்கள் வாகனஓட்டிக்கு நம்பிக்கையே வந்தது. ஏற்கனவே, வாகனஓட்டி பழுது பார்ப்பதற்கான ஆட்களையும் உதிரிப் பாகங்களை வாங்குவதற்கான கடை களையும் தேர்ந்தெடுத்து வைத்திருந்ததால் வேலை எளிதாக இருந்தது. அவர்கள் கேட்ட தொகையைக் கொடுத்துவிட்டுக் கூடவே சென்றேன். தேவையான புதிய இரும்புத் தண்டையும் மேலும் சில உதிரிப் பாகங்களையும் வாங்கினோம். சிலவற்றைப் பட்டறையில் கொடுத்து புதுப்பிக்க வேண்டியிருந்தது. அந்த வேலை முடிவதற்குள் இரவு கவிந்துவிட்டது. தொலைபேசி நிலையத்திலேயே இருந்த ஓய்வறையில் தங்கிக்கொண்டோம்.

மறுநாள், சிற்றுண்டி முடித்த கையோடு பழுது பார்ப்பவர்களோடு காட்டுக்குள் வண்டி பழுதடைந்து நிற்கிற இடத்துக்குக் கிளம்பினோம். வாடகைக்கு ஒரு வண்டியை அமர்த்திக்கொண்டோம். வாகன ஓட்டியே எல்லா ஏற்பாடுகளையும் செய்தார். பதினைந்து நிமிட நேரத்துக்குள் பழுதடைந்து நிற்கும் வாகனத்தை நெருங்கிவிட்டோம். வாகனத்துக்குக் காவலாக, காடு நன்றாகப் பழகிய இளைஞன் ஒருவனையே நிற்கவைத்திருந்தார் வாகன ஓட்டி. எங்களைக் கண்டதும் நெருங்கி வந்தான் அவன். அவனுக்குக் கொஞ்சம் பணம் கொடுத்து அனுப்பும்படி அடங்கிய குரலில் சொன்னார் வாகன ஓட்டி. நான் கொடுத்த பணத்தை புன்சிரிப்போடு வாங்கிக் கொண்டான். ஆனால் கிளம்பவில்லை.

அந்த இடம் ஒரு பள்ளத்தாக்கை ஒட்டியிருந்தது. தண்டு முறிந்ததில் சிறிது தூரத்துக்குக் கட்டுப்பாடு இல்லாமல் ஓடிய வாகனம் நல்லவேளையாகப் பள்ளத்தாக்குக்கு அருகிலிருந்த பாதையின் ஓரத்தில் நின்றுவிட்டது. இன்னும் பத்தடி தூரம் கடந்து சென்றிருந்தாலும் வாகனம் பள்ளத்தாக்கில் கவிழ்ந் திருக்கக்கூடும். தப்பிப் பிழைத்ததற்கு தன் குடும்பத்தாரின் பிரார்த்தனையே காரணம் என்று மீண்டும் மீண்டும் சொல்லிக் கொண்டிருந்தார் வாகனஓட்டி.

பழுதுபார்க்கும் வேலை தொடங்கிய பிறகு ஓரமாக இருந்த பாறையில் அமர்ந்து காட்டை வேடிக்கை பார்க்கத் தொடங்கினேன் நான். பார்த்த இடங்களில் எல்லாம் ஏராளமான குருவிகள். அளவான வால். மஞ்சளும் சாம்பலும் இணைந்த நிறம். விர்விர்ரென்று ஏதோ அம்பு விட்டதைப் போல ஓரிடத்திலிருந்து இன்னொரு இடத்தை நோக்கிப் பறந்து கொண்டே இருந்தன. விளையாட்டுச் சாமான்களை வீடெங்கும் இறைத்துவிட்டு, பின்பு ஒவ்வொன்றையும் ஓடியோடி எடுத்து வந்து வைக்கிற பிஞ்சுக் குழந்தைகள்போல அந்தக் குருவிக் கூட்டம் செயல்பட்டுக் கொண்டிருந்தது.

“வாங்க சார், உள்ள நடந்துபோய் பாக்கலாம்.”

அந்த இளைஞன் அருகில் நெருங்கி அழைத்தான். நிமிர்ந்து அவனை நோக்கிப் புன்சிரிப்பதற்குள் “ரொம்ப யோசிக்காதிங்க சார், எழுந்து வாங்க. இங்க உக்காந்து நேரத்த கழிக்கறதவிட காட்டுக்குள்ள சுத்தி நேரத்த கழிக்கலாம்” என்று இரண்டு முறை அழைத்துவிட்டான். அவன் பின்னால் செல்வதைத்தவிர வேறு வழி தெரியவில்லை. பேச்சினூடே அவனுடைய பெயர் மஞ்சுநாத் என்று புரிந்துகொண்டேன்.

அவன் இறங்கிச் சென்ற பாதையில் ஏராளமான தேக்கு மரங்கள் பூத்திருந்தன. தங்கத் தொகைகளாகக் காணப்பட்ட அந்தப் பூக்கள் ஒரு கோணத்தில் சின்னச் சின்ன வெண்சாமரங் களைப்போல அசைந்தன. மரத்துக்கு அப்பாலான வெளியில் அவை பரப்பக்கூடிய மென்மையான காற்றை அனுபவித்தபடி வீற்றிருக்கும் பேருயிர் யாராக இருக்கும் என்னுமொரு கேள்வியை எழுப்பிக்கொண்டேன். அகலமான தேக்க இலைகளில் அந்த உயிரின் பாதங்களோ அல்லது விரல்களோ பதிந்திருக்கக்கூடும் என்று தோன்றியது. ஏதோ ஒரு நாடகக் காட்சிபோலத் தோன்றிய அந்த இடத்தை விட்டு நகரவே மனமில்லை. வெகுநேரம் நின்றிருந்தேன்.

"என்ன சார், ஏதாவது காட்சி தெரியுதா?" மௌனத்தை உடைத்தபடி எழுந்தது மஞ்சுநாத்தின் குரல். என் மனத்தில் இருப்பதை அவன் எப்படி அறிந்தான் என்பது ஆச்சரியமாக இருந்தது. அவனைப் பார்த்து என் உதடுகள் தாமாகப் புன்னகைத்தன.

"தேக்கு பூக்கற சமயத்தில பொதுவா நிறைய காட்சிகள் தெரியும்னு எங்க ஜனங்க சொல்வாங்க சார். நானும் ரெண்டு மூணுதரம் பார்த்திருக்கேன். அதான் உங்களைக் கேட்டேன்" மஞ்சுநாத் சொல்வது புதுமையாக இருந்தது.

"என்ன மாதிரியான காட்சிகள்?"

"தேக்கு பூக்கற சமயம்ங்கறது மழை வருவதற்கான அறிகுறி. அந்தக் காலத்துல காட்ல அழகான ஒரு பொண்ணு இருந்தா ளாம். அடுத்த காட்டுலேருந்து தேன் எடுக்கறதுக்காக இங்க வந்த ஒரு பையனோடு அவளுக்கு நல்ல பழக்கமாம். பழக்கம் மெதுமெதுவா விருப்பமா மாறிடுச்சாம். ஒருத்தவங்கள இன்னொருத்தவங்க பாக்காம இருக்கவே முடியாதுங்கற மாதிரி நிலைமை. இவளுக்காகவே தினமும் அவன் வருவானாம். யாரும் பாக்காதபடி இருட்டு நேரத்துல இந்த மரத்தடியில ரெண்டுபேரும் சந்திச்சி பேசி சந்தோஷமா இருப்பாங்களாம். ஒருநாள் அந்தப் பையன் ஏதோ வெளியூருக்குப் போறதாயும் திரும்பி வர நாளாவும்னும் சொன்னானாம். தாராளமா போய்வா, ஆனா எங்க இருந்தாலும் இந்த தேக்கு மரம் பூக்கறதுக்குள்ள வந்துடுன்னு சொன்னாளாம். அவனும் சத்தியம் பண்ணிட்டு கௌம்பனானாம். ஆனா, சொன்ன காலத்துக்குள்ள அவன் வரலை. தேக்கு பூத்தாச்சி. மழையும் தொடங்கியாச்சி. அவன ஒரே ஒரு முறையாவது பாத்துட மாட்டமான்னு அவளுக்கு ரொம்ப ஏக்கமா இருக்குது. கண்ணீரோடு தினமும் தேக்கு மரத்தடியில வந்து வெகுநேரம் நிக்கறது அவளுக்குப்

பழகிடுச்சி. ஆனா, அவன் வரவே இல்லை. காத்திருந்து காத்திருந்து அதே மரத்தடியில அவளும் உயிர விட்டுடறா. வராமல்போன அந்த காதலனுக்காக காலம்காலமா இன்னும் அவள் தேக்குமரத்தடியிலயே நின்னிட்டிருக்கறதா இங்க ஒரு நம்பிக்கை உண்டு. அந்தக் காட்சி பலபேருடைய கண்ல பட்டிருக்குது. அதான் உங்களுக்கும் தெரியுதான்னு கேட்டேன்."

அவன் பேச்சு மிகவும் சுவாரஸ்யமாக இருந்தது. இப்படிப் பட்ட பல கதைகளும் காத்திருப்புகளும் தமிழ் இலக்கியத்தில் இருப்பதாகச் சொன்னேன். சில பாடல்களில் வேம்பு. சில இடங்களில் கொன்றை. சில தருணங்களில் முல்லை. அந்த ஒற்றுமை அவனுக்கு ஆச்சரியமாக இருந்தது. காதலின் தவிர்க்க முடியாத காத்திருப்புதான் மொழி, இனங்களையெல்லாம் கடந்து ஒரேவிதமாகவே சித்தரிக்கப்பட்டிருப்பதாகத் தோன்றியது.

"எதுவரைக்கும் படிச்சிருக்கே மஞ்சுநாத்?"

"பள்ளிக்கூடம்தான் சார் படிச்சேன். காலேஜ் போகலை. எனக்கு நாலு அக்காங்க சார். எல்லாரும் கல்யாணம் பண்ணிக் கிட்டுப் போயிட்டாங்க. நான்தான் கடைசிப் பிள்ளை. படிப்பு, அது இதுன்னு நானும் வெளியே போயிட்டா, இங்க இருக்கற காடு, விவசாயம் எதுக்கும் அம்மா அப்பாவுக்குத் துணையா இருக்கமுடியாது. அவுங்களுக்கும் நான் கூடவே இருக்கணும்னு ஆசை. இந்தக் காட்டு வாசனையை விட்டுட்டு என்னாலயும் வெளியே இருக்க முடியாது சார்."

மஞ்சுநாத்தைப்பற்றிய ஆச்சரியங்கள் என் மனத்தில் வளர்ந்த படியே இருந்தன. சின்னச் சின்ன கிளைப்பாதைகள் வழியே அவன் முன்னால் நடக்க நான் பின்தொடர்ந்தேன். இருபுறமும் புதர்கள். மரங்கள். விழுந்துகிடக்கும் காட்டு மரங்கள். பாறைகள். காற்றிலும் மழையிலும் கிடந்து கருமையின் மினுமினுப்பேறிய அவற்றின் நிறம் வசீகரமாக இருந்தது. எங்காவது புதர் அசையும் போது என் உடலில் என்னையறியாமல் ஒருவித நடுக்கம் பரவும். நான் தயக்கத்தோடு நின்றுவிடுவேன். "ஒண்ணுமில்ல சார், வாங்க வாங்க" என்றபடி அவன் என்னைப் பார்த்துச் சிரிப்பான். தன் நீளமான கையை நீட்டிப் பற்றிக்கொண்டு வருமாறு சொல்வான்.

எதிர்பாராத ஒரு திருப்பத்தில் அவன் நின்றபோது எதிரில் மிகச் சிறிய ஒரு குன்றின் அடியில் சின்னக் குளமொன்று தெரிந்தது. சூரிய வெளிச்சத்தில் வெள்ளித்தகடு போல மின்னியது அதன் நிறம். பசுமையான மரங்களுக்கிடையே அந்தக் குளம் உயரத்திலிருந்து பார்ப்பதற்கு இன்னும் வசீகரமாக இருக்கக்

கூடும் என்று தோன்றியது. சரிவில் கவனமாக இறங்கி அந்தக் குளத்தின் கரையில் கால்நனைத்து நின்றோம்.

"இதான் சார் எங்க மானச சரோவர்."

நான் தலையசைத்துக்கொண்டேன்.

"வருஷம் பூரா இதுல தண்ணியிருக்கும். ஒரு நாள்கூட வத்தியதில்லை."

அருகில் யானை நடந்துபோன தடம் இருப்பதைப் பார்த்தேன். அதன் கழிவுகளின் எச்சம் உலர்ந்தும் உலராததுமாக இருந்தது.

"இங்க யானைகள் வருமா?" நான் சந்தேகத்தோடு அவன் முகத்தை ஏறிட்டேன். "இதுக்குப் பேரே யானைக்குளம்தான் சார்" அவன் சிரித்துக்கொண்டே சொன்னான். என் உடலில் ஒருவித சிலிர்ப்பு எழுந்தடங்கியது.

"மற்ற விலங்குகள்?" மெதுவான குரலில் கேட்டேன்.

"அதுவும்தான் வரும் சார். பாவம், தாகத்துக்கு அதுங்க மட்டும் எங்க போவும்ங்க?" நான் குளத்திலிருந்து சட்டென்று காலையெடுத்து பின்வாங்கினேன்.

"ஏன் பயப்படறிங்க சார்? இப்பல்லாம் அது வராது. அதனுடைய நேரமே வேற. இதான் சரியான நேரம்னு உங்கள இப்ப கூட்டியாந்தேன்."

சிறிது நேரத்துக்குப் பிறகு வேறொரு திசையில் நடந்தோம். கால் மணிநேர நடைக்குப் பிறகு ஒரு பள்ளத்தாக்கை அடைந்தோம். தரையே தெரியாதபடி மரங்களின் பச்சை அடர்ந்திருந்தது. எண்ணிப் பார்க்கவே முடியாதபடி ஏராளமான மஞ்சள் குருவிகள் அங்கே நடமாடிக்கொண்டிருந்தன. மைசூர் சாலையில் கொக்கரெபெலெ என்றொரு ஏரியைப் பார்த்த ஞாபகம் திடீரென எழுந்தது. காணும் இடங்களில் எல்லாம் கொக்குகள் மட்டுமே தென்படும் ஏரி அது. ஏரியிலும் ஏரியை ஒட்டிய மரங்களிலும் வெண்கொக்குகள் வீற்றிருந்து இறக்கைகளை அசைக்கும் காட்சி இனிய அனுபவமாக இருக்கும். அங்கே கொக்கு. இங்கே குருவிகள். ஒருகணம்கூட அவற்றின்மீது வைத்த கண்ணை என்னால் எடுக்க முடியவில்லை. இவ்வளவு குருவிகளும் ஒருசேரக் கூடி கீச்சுக்கீச்சென்று எதை இந்த உலகத்துக்கு அறிவித்தபடி இருக்கிறதோ என்று நினைத்துக்கொண்டேன்.

"இந்தப் பள்ளத்துக்கு நான் ஒரு பேர் வச்சிருக்கேன். தெரியுமா சார்" ஆர்வத்தோடு சொன்னான் மஞ்சுநாத்.

"சொல்லு மஞ்சுநாத், என்ன பேரு?"

"குருவி மடம்."

கவித்துவம் பொருந்திய ஒரு சொல்லாக அது தோன்றியது. "ரொம்ப அழகா இருக்குது மஞ்சுநாத். இப்படி ஒரு பேரு உங்க மனசுல எப்படி தோணிச்சி?"

"ஆண்டி மடம்னு சொல்வோமில்லையா? ஊரெல்லாம் பிச்சை வாங்கி சாப்பிட்டு படுக்கறதுக்கு ஒரே இடத்துக்கு எல்லாரும் ஓடி வருவாங்க. இந்தக் குருவிகளும் அப்படித்தான் சார். எந்த திசையிலிருந்து எதெதுங்க வருதுன்னு தெரியாது. ஒரு நாள்ள ஒரு குறிப்பிட்ட நேரத்துல எல்லாமே ஒண்ணா சேந்திடும். மணிக்கணக்குல இப்படி மாத்தி மாத்தி சத்தம் போட்டுகிட்டே இருக்கும். பிறகு எல்லாமே பறந்து மறைஞ் சிடும். அதான் குருவி மடம்னு வச்சிட்டேன். எப்படி இருக்குது சார்?"

"ரொம்ப பிரமாதமா இருக்குது மஞ்சுநாத். என்னால இந்த வார்த்தையை மறக்கவே முடியாது. ஒரு மொழிக்கு அழகே இப்படிப்பட்ட அழகழகான சொற்கள்தான் மஞ்சு நாத். குவெம்பு, பேந்த்ரெ மாதிரியான கவிஞர்களோட மொழியில இருக்கற அழகு இந்த வார்த்தையில இருக்குது மஞ்சுநாத்."

"குவெம்புவ படிச்சிருக்கிங்களா சார் நீங்க?"

"கொஞ்சம் கொஞ்சம் படிச்சிருக்கேன். அவருடைய இயற்கை வர்ணனைகள் எனக்கு ரொம்பப் பிடிக்கும்."

"பெரிய கவிஞர் சார் அவர். எங்க அம்மாவ பெத்த பாட்டி வழியில அவர் எங்களுக்கு தூரத்து சொந்தமா வேணும். பெரிய தாத்தா மாதிரி" அவனுக்கு அந்த உறவைப் பற்றிச் சொல்வதில் கூச்சம் இருந்தாலும் அளவற்ற சந்தோஷம் இருப்ப தாகத் தோன்றியது.

"நீங்க இந்த அளவு ரசனையோடு வாழறதுக்கு இதுவும் ஒரு காரணமோ என்னமோ?" நெருங்கி அவனுடைய தோளைத் தட்டிக்கொடுத்தேன். ஒரு கணம் அவன் உடல் கூச்சத்திலும் மகிழ்ச்சியிலும் நெளிந்தது. பதில் பேசாமல் புன்னகைத்துக் கொண்டான். திளைத்துவிட்ட அந்த மகிழ்ச்சியிலிருந்து மீண் டெழும் முயற்சியாக அவனே மறுபடியும் வேறொரு கேள்வியைக் கேட்டான். "அவர் மகன் பூரணசந்திர தேஜஸ்விய கேள்விப் பட்டிருக்கிங்களா?"

"அவரயும் படிச்சிருக்கேன். அவருடைய கார்வலோ கதை எனக்கு ரொம்பப் புடிக்கும். அபெச்சூரின போஸ்ட் ஆபீஸ்

அவருடைய புகழ்பெற்ற கதையில்லையா? அவருக்கு ரெண்டு மூணுதரம் கடிதம்கூட எழுதியிருக்கேன். ஆனா அவர்தான் பதில் போடலை."

"அப்படிங்களா?" அவனால் நம்ப முடியவில்லை.

"ஆமாம் மஞ்சுநாத். கார்வெலோ கதையை படிச்சதும் தமிழில மொழிபெயர்க்கறதுக்காக அனுமதிக்காக ஒரு கடிதம் எழுதினேன். அவர் பதில் எழுதாததால அந்த வேலை அப்படியே இருக்குது."

"நீங்களும் எழுத்தாளரா சார்?" ஆர்வத்தோடு என் முகத்தைப் பார்த்தான் மஞ்சுநாத்.

"ஆமாம், தமிழில்."

"நீங்க கவலைப்படாதிங்க சார். லாரிக்குக் காவல் காக்கிற வேலையால உங்கள பாக்கற சந்தோஷம் எனக்குக் கெடைச்சிருக்கு. தேஜஸ்வி பெரியப்பா வீடு இங்கதான் பக்கத்துல இருக்குது. ஒரு நடை நேராவே போயி பாத்து பேசிடலாமா?"

"இப்ப அதுக்கெல்லாம் நேரம் இருக்குமா மஞ்சுநாத்?"

"அர மணிநேரத்துல பாத்துட்டு திரும்பிரலாம் சார்" சிரித்துக்கொண்டே கிளம்பினான் அவன். அவன் பின்னால் நடப்பதைத் தவிர வேறு வழியில்லை. மறுபடியும் சரிவுகள். ஏற்றங்கள். பாறைகள். சட்டென ஒரு திருப்பத்தில் தார்ச் சாலை தென்பட்டது. நிழலில் விளையாடிக்கொண்டிருந்த நாலைந்து குட்டி மான்கள் அவசரம்அவசரமாக ஒரு புதருக்குப் பின்னால் ஓடி ஒளிந்தன. மஞ்சுநாத் மான்குட்டியைப்போல அழகாக சத்தமெழுப்பினான்.

சிறிது தூரம் நடந்தோம். வேறொரு திசையிலிருந்து எதிர்ப் பக்கமாக வந்த ஒரு பாட்டியைப் பார்த்து நலம் விசாரித்தான் மஞ்சுநாத். அவர்களுடைய உரையாடலிலிருந்து அந்தப் பாட்டி தேஜஸ்வியின் வீட்டிலிருந்து வருவதைப் புரிந்துகொண்டேன். அவர் வீட்டில் இல்லையென்பதையும் முதல்நாள் பகல் பெங்களூருக்குக் கிளம்பிச் சென்றிருப்பதாகவும் அந்தப் பாட்டி சொன்னதும் கேட்டது.

"என்ன சார் இப்டி ஆயிடுச்சி." மஞ்சுநாத்தின் முகத்தில் ஏமாற்றம் படர்ந்திருந்தது. "பரவாயில்லை விடு மஞ்சுநாத். இன்னொருமுறை பார்க்கலாம். எனக்கு உன்னப் பாத்ததே தேஜஸ்விய பாத்தமாதிரி இருக்குது."

பாட்டியிடம் விடைபெற்றுக்கொண்டு திசைமாற்றி நடந்தோம். நாங்கள் கிளம்பி நான்கு மணிநேரத்துக்கும் மேலாகி விட்டதை உணர்ந்தோம். சுற்றிலும் தேக்கு மரங்களே நிற்க, அவற்றின் நடுவே நின்றுகொண்டிருந்த ஒரு பேரிக்காய் மரத்தை மஞ்சுநாத்தின் கண்கள் கண்டறிந்தன. "ஒரு நிமிஷம் சார்" என்றபடி மரத்தை நோக்கி நகர்ந்த மஞ்சுநாத் சரசரவென அதன்மீது ஏறி சாப்பிவடுவதற்கேற்ற வகையில் நாலைந்து பேரிக்காய்களைப் பறித்துக்கொண்டு இறங்கினான். தன் சட்டைப் பையிலிருந்து துணியொன்றை எடுத்துப் பழத்தை நன்றாகத் துடைத்துச் சாப்பிடும்படி கொடுத்தான்.

"ரொம்ப நேரமா நடக்கறிங்களே சார், பசியாற இது உதவும்."

சொல்லிக்கொண்டே அவனும் ஒரு பேரிக்காயை எடுத்துக் கடித்தான். சிறிது தொலைவு நடந்து மறுபடியும் காட்டுக்குள் குறுக்குவழியில் இறங்கினோம். நாலைந்து வளைவுகள் கடந்ததுமே எங்கள் வாகனம் நிற்குமிடத்தை அடைந்துவிட்டோம்.

பழுது பார்க்கும் வேலை முடிந்து எல்லாரும் எங்களுக்காகக் காத்திருந்தார்கள்.

"என்ன மஞ்சுநாத், சாருக்கு காட்டயே முழுக்க சுத்திக் காட்டிட்டியா?" எங்கள் வாகனஓட்டி சிரித்துக்கொண்டே கேட்டார்.

"காட்டை முழுசா யாராலயும் சுத்த முடியாது சார். அப்பப்ப கொஞ்சம் கொஞ்சம் பாத்துக்கலாம். அவ்வளவுதான்" மஞ்சுநாத்தின் புன்சிரிப்பில் அளவற்ற நிதானம் தென்பட்டது. மிகப் பெரிய உண்மையை மிகவும் எளிமையான முறையில் சொல்லிவிட்டு சம்பந்தமே இல்லாததுபோல நின்றுகொண் டிருந்தான் அவன்.

"உன் குருவி மடத்தை மறக்கவே முடியாது மஞ்சுநாத்."

"அட, நீங்க ஒன்னு சார், சும்மா வாய் தப்பி வெளையாட் டுக்கு சொன்னத பெரிசா எடுத்துக்கறிங்களே சார்."

அவன் வெட்கப்படுவதுகூட அழகாக இருந்தது. வாகன ஓட்டி வண்டியைக் கிளப்பி சிறிது நேரம் எஞ்சினை ஓடவிட்டு, பிறகு தயார் என்பதைப்போல என்னைப் பார்த்தார். மஞ்சுநாத் தின் தோளைத் தொட்டு விடைபெற்றுக்கொண்டு வண்டிக்குள் ஏறினேன். எங்கள் எல்லாருக்கும் கையசைத்து விடைகொடுத் தான் மஞ்சுநாத்.

விடை தெரியாத கேள்வி

ஐதராபாத்தில் தொண்டாற்றிவரும் ஒரு மனநல மருத்துவமனை நோயாளிகளிடையே புத்துணர்ச்சியை ஊட்டும் பொருட்டு ஒரு சின்ன கலை நிகழ்ச்சியை சமீபத்தில் ஏற்பாடு செய்திருந்தது. அதன் ஒரு பகுதியாக நோய்வாய்ப்பட்டிருந்த சிறுமிகளிடையே ஓட்டப் பந்தயம் நடத்தப்பட்டது. அப்பந்தயத்தில் எட்டுச் சிறுமிகள் கலந்து கொண்டார்கள்.

முதலில் பந்தய விதிகள் விளக்கமாகச் சொல்லப் பட்டன. சிறுமிகள் அனைவரும் தத்தம் இடத்தில் தயாராக நின்றார்கள். ஒன்று இரண்டு மூன்று எண்ணப் பட்டது. ஓடத் தொடங்கலாம் என்பதற்கு அடையாளமாக விளையாட்டுத் துப்பாக்கியிலிருந்து வெடிச்சத்தம் கிளம் பியது. அடுத்த கணமே இலக்குப்புள்ளியில் கட்டப்பட் டிருந்த வண்ண நாடாவை நோக்கி அனைவரும் ஓடத் தொடங்கினார்கள்.

பார்வையாளர்கள் சிறுமிகளைப் பார்த்துக் கை யசைத்து உற்சாகப்படுத்தினார்கள். எங்கெங்கும் ஆரவாரம், மகிழ்ச்சி. சிறிது தொலைவு கடந்த நிலையில் திடீரென அனைத்தும் ஒரே கணத்தில் நின்றது. ஓடிக்கொண்டிருந்த ஒரு சிறுமி கால் தடுக்கிக் கீழே விழுந்துவிட்டாள். பயமோ, வேதனையோ தெரியவில்லை, விழுந்த இடத்திலிருந்து எழுந்திருக்கத் தெரியாமல் ஓ . . . வென்று கதறி அழத் தொடங்கினாள் அச்சிறுமி.

ஏதோ கட்டளைக்கு அடிபணிந்ததைப்போல அவள் அழுகுரலைக் கேட்டதும் மற்ற ஏழு சிறுமிகளும் ஓடுவதை நிறுத்தித் தன்னிச்சையாக அவளை நோக்கி ஓடி வந்தார் கள். விழுந்து கிடந்த சிறுமியைத் தூக்கினாள் ஒரு சிறுமி. கூட்டத்திலேயே சற்றே வயது கூடிய சிறுமி அவளுடைய

கண்ணீரைத் துடைத்து தன் தோளோடு ஆதரவாகச் சாய்த்துக் கொண்டாள். அவள் உடைமீதும் உடல்மீதும் படிந்திருந்த புழுதியைத் தன் கைகளாலேயே தட்டினாள் இன்னொரு சிறுமி. "அழாதடி அழாதடி" என்று எல்லாச் சிறுமிகளும் அவளுக்கு ஆறுதல் சொன்னார்கள். அவள் அழுகையை நிறுத்திய தும் எல்லாச் சிறுமிகளும் ஒருவரோடு ஒருவர் கைகளைக் கோர்த்துக் கொண்டு இலக்குப் புள்ளியில் காணப்பட்ட வண்ண நாடா வரைக்கும் நடந்தே வந்தார்கள். குழுமியிருந்த கூட்டமே அக்காட்சியைக் கண்டு நெகிழ்ந்தது. பல நிமிடங்கள் விடாமல் கைத்தட்டித் தம் வாழ்த்துகளைத் தெரிவித்தது.

சில நாட்களுக்கு முன்பாக பத்திரிகையில்தான் இச்செய்தி யைப் படித்தேன். அக்கணத்தில் மனவளர்ச்சி என்பதை எப்படி வரையறுத்துக்கொள்வது என்னும் கேள்விதான் என் மனத்தில் உடனடியாக எழுந்தது. எத்தனையோ பந்தயங்களில் வெற்றி இலக்கை நோக்கி விசையூட்டப்பட்ட இயந்திரத்தைப் போல கவனம் பிசகாது ஓட்டமாக ஓடி வருகிறவர்களைப் பாத்திருக்கி றேன். ஒருவேளை, தன் வெற்றி வாய்ப்பு பறிபோகிற சூழல் நேர்ந்தால், அருகில் வருகிறவர்களைக் காலிடறவைத்து விழ வைப்பதையும் தோள்களால் இடித்துப் புறந்தள்ளிவிடுவதை யும் பார்த்திருக்கிறேன். (உலகக் கோப்பைக்கான கால்பந்தாட்ட இறுதிப் போட்டியில் வெற்றிக்கான ஆவேசத்தில் ஓர் அணியின் வீரர் எதிரணியின் வீரரை மோதிக் கீழே வீழ்த்தியதை எப்படி மறக்க முடியும்?) தன்னோடு ஓடி வருபவன் தடுக்கி விழுவதைக் கண்களால் காண நேரும் சூழலில்கூட வெற்றியையே இலக்காகக் கொண்டு ஓடுவதை யாரும் நிறுத்தியதில்லை. அருகில் தற்காப்புக் காக நிற்கிற மருத்துவக் குழுவிலிருந்து யாராவது ஒருவரோ அல்லது தன்னார்வத் தொண்டர் யாராவது ஒருவரோதான் ஓடி வந்து விழுந்தவர்களைத் தூக்கி நிறுத்துவார்கள். பந்தயத்தில் ஓடுகிறவர்களுக்கு அது தனது வேலை இல்லை என்கிற எண்ணம் அழுத்தமாக உண்டு. பந்தய வெற்றி என்னும் சுவை பல சமயங்களில் நம் இரக்க உணர்வை அழித்துவிடுகிறது. வெற்றி வேறு, இரக்கம் வேறு என்கிற வேறுபாடுகளை மன வளர்ச்சிதான் சொல்லித்தருகிறது.

அன்று மனவளர்ச்சி குறைந்த சிறுமிகளின் அன்பார்ந்த நடவடிக்கை மனத்தெளிவு கொண்டவர்கள் நாணமுறும் விதமாக அமைந்துவிட்டதாகப் பத்திரிகை குறிப்பெழுதியிருந்தது. வெற்றியைவிட இரக்கம் முக்கியம் என்பதைத் தன்னிச்சை யாக நடந்து நிறுவிக் காட்டியிருக்கிறார்கள் அவர்கள். உடனிருந்த சிறுமியின் கண்ணீரைப் பார்த்ததும் பதறிய பரிவுமிக்க அந்த நெஞ்சங்களை வளர்ச்சியடையாதவை என்று சொல்ல நமக்கு எந்தத் தகுதியும் இல்லை என்று தோன்றுகிறது.

ஜெயநகரில் உள்ள - எங்கள் புதிய அலுவலகத்துக்குச் செல்லும் பேருந்து வழித்தடத்தில்தான் கர்நாடக மாநிலத்திலேயே மிகப் பெரிய மனநல மருத்துவமனை உள்ளது. தினமும் மனவளர்ச்சி குறைந்த பத்துப் பன்னிரண்டு பிள்ளைகளை அல்லது பெரியவர்களைப் பார்க்க நேர்கிறது. மருத்துவமனை இயங்கத் தொடங்குவதற்கு முன்பாகவே வந்து புல்வெளி வளாகத்தில் பலரும் தம் பிள்ளைகளோடு காத்திருப்பார்கள். பெற்றோர்கள் ஒரு பக்கம் பெருமூச்சுவிட்டபடி பார்வையைப் பதித்திருக்கும்போது, அந்தப் பிள்ளைகள் செடிகளைப் பார்த்தும் பூக்களைப் பார்த்தும் காக்கைகளைப் பார்த்தும் கையசைத்துக் கொண்டும் சிரித்துக்கொண்டும் இருப்பார்கள். ஈறு தெரிய அவர்கள் சிரிக்கும் சிரிப்பு இந்த உலகத்துக்கும் தமக்கும் எவ்விதமான தொடர்பும் இல்லை என்பதுபோல இருக்கும். எப்போதாவது அவர்கள் சிரிப்பும் கையசைப்பும் கடந்துபோகும் வாகனங்களை நோக்கியதாக இருக்கும்.

எந்தச் சமயத்தில் வந்தாலும் நெருக்கடி மிகுந்த அந்தப் பாதையைக் கடக்க வாகனங்களுக்கு ஐந்து முதல் பத்து நிமிடங்கள் வரை பிடிக்கும். கன்னடம், தெலுங்கு, தமிழ், இந்தி என எல்லா மொழிகளிலும் அங்கே நடக்கிற உரையாடல்களை ஜன்னல்கள் வழியாகக் கேட்கலாம். ஏதோ ஒரு குரல் யாராவது ஒருவரிடம் தன் மனக்குறையை முன்வைத்தபடி இருக்கும். ஏதாவது ஒரு திசையிலிருந்து ஓடிவந்து நிற்கிற ஆட்டோக்களிலிருந்து புதியவர்கள் வந்து இறங்கியபடி இருப்பார்கள். மாநிலத்திலேயே முக்கியமான மருத்துவமனை என்பதால் பற்பல ஊர்களிலிருந்து ஏராளமானவர்கள் வருவதுண்டு. எந்தத் திசையில் எது இருக்கிறது என்பது புரியாமல் யாராவது விசாரித்துக் கொண்டே இருப்பார்கள். எல்லாருடைய முகங்களிலும் ஒருவிதமான தத்தளிப்பும் பரபரப்பும் எழுதியிருக்கும். சிலருடைய முகங்களில் காரணம் சொல்லி வகைப்படுத்த முடியாத எரிச்சலும் கோபமும் எழுதியிருக்கும்.

பொதுவாக உடல் உறுப்புகள் வளர்ச்சியடைவதைத்தான் ஒரு குழந்தையின் வளர்ச்சியென வரையறுத்துக்கொள்கிறோம். கண்ணுக்குத் தெரியாத மனமும் ஓர் உறுப்புப் போன்றது. மற்ற உறுப்புகளுக்கு இணையாக மனமும் வளர்வதுதான் சமச்சீரான வளர்ச்சி. இந்த வளர்ச்சி விகிதத்தில் ஏற்படும் சின்னச்சின்ன வேறுபாடுகள் சமநிலையைக் குலைத்துவிடுகின்றன. மனம் வளர்ந்து மற்ற உடல் உறுப்புகள் வளராதது என்பது ஒருவிதமான குறை. உடல் உறுப்புகள் வளர்ந்து மனம் வளர்ச்சியடையாமல் இருப்பது என்பது இன்னொருவிதமான குறை. இக்குறைகளை நீக்க மருத்துவத்தில் வழி இருக்கிறது. எந்த

நோயையும் குணமாக்குவதில் மருந்துக்குப் பாதிப் பங்கு மட்டுமே உண்டு. எஞ்சிய பங்கை நோயாளியைச் சுற்றி அமைந்துள்ள சூழல், உடனுறையும் மனிதர்கள் காட்டும் அக்கறை, அன்பு, கனிவான கவனிப்பு ஆகியவையே ஆற்றுகின்றன. மற்ற மருத்துவத்தைவிட, மனநல மருத்துவத்தில் இந்த இரண்டாவது பங்குக்கு முதல் பங்கைக்காட்டிலும் முக்கியமான இடமிருக்கிறது. இந்தக் கடமையை ஆற்றுவது அவ்வளவு எளிதான செயலல்ல. படுக்கையில் மலம் கழித்துவிடும் குழந்தையைச் சுத்தம் செய்வதையும் உடை மாற்றிவிடுவதையும் உள்ளன்போடும் இயல்பான முறையாலும் செய்துவிடலாம். அது பெரிய விஷயமல்ல. ஆனால், குழந்தைக்குரிய மனவளர்ச்சியோடு உடல் மட்டும் வளர்ந்தவர்கள் படுக்கையில் மலம் கழித்துவிட்டு செய்வதறியாமல் நிற்கும்போது சுத்தம் செய்வதையோ உடை மாற்றிவிடுவதையோ இயல்பாகச் செய்வதில் நிச்சயம் சிரமமிருக்கும். அச்சிரமங்களை மற்றவர்கள் எந்த அளவுக்கு ஏற்றுக்கொள்கிறார்கள் என்பதைப் பொறுத்துத்தான் நோயாளிகளின் மனநிலை தேறத் தொடங்கும்.

ஓட்டப் பந்தயச் செய்தி என் மனத்தையே தலைகீழாகப் புரட்டிக்கொண்டிருந்தது. நான்கு ஆண்டுகளுக்கு முன்பாக நடைபெற்ற ஒரு சம்பவத்தை நினைத்துக்கொண்டேன்.

அன்று வாகன நெரிசல் அளவுக்கதிகமாக இருந்தது. வழக்கம்போல ஊர்ந்துகொண்டிருந்த எங்கள் பேருந்து ஏதோ ஒரு இயந்திரக் கோளாறால் தொடர்ந்து செல்ல முடியாமல் நின்றுவிட்டது. வாகன ஓட்டி தன்னால் முடிந்த அளவு பல விதமாக முயற்சிகள் செய்து பார்த்து, எதுவும் பலிக்காமல் போகவே எல்லாரையும் இறங்கச் சொல்லிவிட்டார். காத்திருக்கும்படி அந்தத் தடத்தில் வருகிற வேறு எந்த வண்டியிலாவது ஏற்றிவிடுவதாகவும் திரும்பத் திரும்பச் சொன்னார் நடத்துநர். ஆனால், காத்திருப்பதில் எனக்கு விருப்பமில்லை. மெதுவாக நடந்து அடுத்த நிறுத்தம்வரை சென்றுவிட்டால் நாமாகவே வேறொரு வண்டியைப் பிடித்துச் சென்றுவிடலாம் என்கிற எண்ணத்தில் மெதுவாக நடக்கத் தொடங்கினேன். அப்போது, மருத்துவ வளாகத்தின் கல்மேடையில் உட்கார்ந்திருந்த ஒரு சிறுவனுக்குக் கையிலிருந்த பொட்டலத்திலிருந்து இட்லித் துண்டுகளை ஒவ்வொன்றாக எடுத்து ஊட்டிக்கொண்டிருந்த ஒருவர்மீது தற்செயலாக என் பார்வை பதிந்தது. வழக்கமாகப் பார்க்க நேர்கிற ஒரு காட்சியாகத்தான் முதலில் அக்காட்சியை என் மனம் உள்வாங்கியது. நாலைந்து அடிகள் கடந்து சென்ற கணத்தில் அம்முகம் என் மனத்துக்குள் முட்டி மோதுவதை உணர்ந்தேன். எங்கோ பார்த்த முகம். ஆனால்

எங்கே என்பதுதான் நினைவுக்கு வரவில்லை. குழப்பத்தோடு ஒரு கணம் நின்று அவரை மறுபடியும் நிதானமாகப் பார்த்தேன். ஏறுநெற்றியில் சின்ன திருமண் கோடு. மீசையில்லாத முகம். நான் நின்று பார்ப்பதை உணர்ந்து அவரும் என்னைப் பார்க்கத் தொடங்கினார். அருகில் சென்று பேச்சுக்கொடுக்கலாமா வேண்டாமா என்று முடிவெடுக்க முடியாமல் திண்டாட்டமாக இருந்தது. குழம்பித் தவித்தபடி இருந்த தருணத்தில் சட்டென ஆழ்மனத்திலிருந்து அருடைய அடையாளத் தகவல் கிடைத்து விட்டது.

"நீங்க விஜயராகவன் போஸ்ட்மேன்தானே?"

அவர் புருவங்களைச் சுருக்கி ஒருமுறை என்னை ஆழமாகப் பார்த்தார். முதலில் அவர் கண்களில் குழப்பம் மட்டுமே மிதந்தபடி இருந்தது. சட்டென நுட்பமான ஒரு வலியின் மின்னல் அப்பார்வையை வெட்டி மறைந்தது. வலி மறைந்த கணத்தில் அப்பார்வையில் தெளிவு பிறந்தது. அவர் மெதுவாகத் தலையை அசைத்துக் கொண்டார். பதில் சொல்லவில்லை. தொலைபேசித் துறைக்கு நான் வருவதற்கு முன்பாகச் சில மாதங்கள் மட்டுமே எழுத்தராகப் பணிபுரிந்த அஞ்சல் நிலையத்தில் என்னோடு பணிபுரிந்தவர்.

அருகில் சென்று அவருடைய தோளைத் தொட்டேன். குனிந்த தலையை நிமிர்த்தாமல் நிற்கிற அவரைப் பார்த்தபோது எனக்கு வேதனையாக இருந்தது.

"எங்க இருக்கிங்க? எப்படி இருக்கிங்க? இந்த ஊருல உங்கள பார்ப்பேன்னு நான் நினைச்சதுகூட கெடையாது."

ஒரு கணம் பதில் பேசாமல் அமைதியாகத் தரையைப் பார்த்தபடி இருந்தார் அவர்.

"நான் என்னங்க சார் உங்கள மாதிரி டிகிரி படிச்ச ஆளா? வேற வேலைய தேடிட்டு ஊரவிட்டுப் போவறதுக்கு? இன்னும் அதே ஊருலதான் இருக்கறேன். அதே மாதிரி முத்திரை குத்தி, அதே மாதிரி சைக்கிள்ள லெட்டர்ங்கள எடுத்தும்போயி குடுத்துட்டுதான் இருக்கறேன். சைக்கிளகூட மாத்தலை. அதே பழைய சைக்கிள்தான். முன்னால ஜூனியர் போஸ்ட்மேன். இப்ப சீனியர் போஸ்ட்மேன்."

அவர் விரக்தியாகப் பேசுவதைக் கேட்டு வருத்தமாக இருந்தது.

"குடும்பம்லாம் எப்படி இருக்குது?"

“எண்பத்தேழுல கல்யாணம். அக்கா பொண்ணயே கட்டி வச்சாங்க. தொடக்கத்துல எல்லாம் நல்லாதான் இருந்திச்சி. தலைச்சன் புள்ள பொண்ணா பொறந்திச்சி. லட்சுமின்னு பேர் வச்சி ஆச ஆசயா வளத்தோம். வளர வளரத்தான் தெரிஞ்சிது, அதுக்கு சரியான மூள வளர்ச்சி இல்லை. அங்கயே ஒரு டாக்டர்கிட்ட காட்டனோம். ஊட்டச்சத்து இல்லாததால கூட மூள இப்படி இருக்கலாம். நல்ல சத்துள்ள சாப்பாடா குடுத்துப் பாருங்கன்னு சொன்னாரு. ஒன்னும் பிரயோஜனம் இல்ல. உடம்பு வளந்ததே தவிர மூள வளரலை. ஒருநாள் யாரும் பாக்காத சமயத்தில தோட்டத்துல இருந்த தொட்டி தண்ணியில விழுந்து செத்துப் போயிடுச்சி.”

“ஐயோ கடவுளே” நான் மெதுவாகத் திரும்பி இட்லித் துண்டுகளைக் குதப்பிக்கொண்டிருந்த சிறுவனைப் பார்த்தேன்.

“அதுக்கப்புறம் குழந்தையே வேணாம்னுதான் இருந்தோம். எங்க அம்மாக்காரி நச்சரிப்புதான் தாங்க முடியலை. என்னமோ பேரப்புள்ள நெய்ப்பந்தம் புடிச்சி கூட வந்தாத்தான் சுடுகாட்டுக்கு வழி தெரியும்னு நெனைப்பு அவளுக்கு. எப்படியோ, எங்களயும் மீறி இன்னொன்னு நின்னுடுச்சி. அடுத்த வருஷம் பையன் பொறந்தான்.”

“அம்மாவுக்கு நிம்மதிதானே?” சிறுவனுடைய கடைவாயி லிருந்து இட்லி கரைந்த எச்சில் நூலாக வழிந்தது.

“அது எப்படி நிம்மதியா இருக்கமுடியும்? ரெண்டு வருஷத்தில அதுவும் பழைய கேஸ் மாதிரிதான்னு தெரிஞ்சி போச்சி. மனசு ஒடஞ்சி இந்த உலகத்த விட்டே போயி சேர்ந்துட்டாங்க அம்மா.”

“குழந்தை?”

“எப்படியாவது அவன நல்லபடி ஆக்கிடணும்னு மெட்ராஸ்ல கீழ்ப்பாக்கம் அழச்சிட்டுப் போயி காட்டனோம். ரெண்டு வருஷம் அவுங்ககிட்ட மருந்து வாங்கிக் குடுத்தோம். எங்க தகுதிக்கு மீறி எவ்வளவோ செலவு பண்ணினோம். ஒண்ணும் பிரயோஜனம் இல்லை. குளிர்க் காய்ச்சல் மாதிரி ஒரு தரம் காய்ச்சல் வந்து படுத்தான். அப்புறம் குழந்தை எழுந்துக்கலை. பத்துநாள் காய்ச்சல் அப்படியே படுக்கையில அவன் உயிரும் போயிடுச்சி.”

துணிப் பையில் வைத்திருந்த துணியை எடுத்து சிறுவனின் வாயைத் துடைத்துவிட்டு, பாட்டிலைத் திறந்து கொடுத்து தண்ணீர் பருகவைத்தார் விஜயராகவன். ஒவ்வொரு மிடறாக

அச்சிறுவன் விழுங்க விழுங்க, அவர் மெதுவாக அவனுடைய நெஞ்சைத் தடவித்தந்தார். ஏழெட்டு மிடறுகள் குடித்து முடித்த தும் அவனிடமிருந்து சில விசித்திரமான ஒலிகள் எழுந்தன. "இன்னும் ரெண்டு வாய் வாங்கிக்கடா" என்றபடி இன்னொரு இட்லித் துண்டை எடுத்தார். அவன் எழுப்பிய ஒலிகளில் அழுத்தம் பெருகத் தொடங்கியது. "சரி சரி, வேணாம்பா, உன் இஷ்டம், விட்டுடறேன்" என்றபடி பொட்டலத்தை மடித்து மூடிப் பைக்குள் வைத்தார் விஜயராகவன்.

"ரொம்ப வருஷம் கழிச்சி இவன் பொறந்தான். இவன் தலையெழுத்தும் இப்படியான்னு வீட்டுக்காரிக்கு கவலை. மருந்து மாத்திரைங்களை நம்பறதவிட கடவுள நம்பலாம்ன்னு கோயில் கோயிலா போவ ஆரம்பிச்சிட்டா. நெனச்சா நெனச்ச நேரத்துக்கு மைலம், மேல்மலையனூர், மேல்மருவத்தூர்னு போயிடுவா. எல்லா இடங்களுக்கும் நடந்தே போவா. எங்க போனாலும் எப்படி வேண்டுனாலும் இவன் நெலைமை மாறலை."

பேண்ட் பாக்கெட்டிலிருந்து விரல் நீளத்தில் இருந்த சீப்பை எடுத்து கலைந்திருந்த சிறுவனுடைய தலைமுடியை வாரிவிட்டார்.

"போன வருஷம் ரயில்ல ஒருத்தர பாத்தேன். அவர் குழந்தைக்கும் இப்படித்தான் முதல்ல இருந்து பெங்களூர்ல இந்த ஆஸ்பத்திரியில காட்டித்தான் நல்லா போச்சின்னு சொன்னாரு. அதக் கேட்டதும் சின்னதா ஒரு நம்பிக்கை. ரெண்டு மூணு மாசமா இங்கதான் வந்து காட்டி மருந்தெல்லாம் வாங்கிட்டு போறேன். ரொம்ப கனிவா பாத்துக்கறாங்க இங்க இருக்கற டாக்டருங்க. நம்ம ஊர் மாதிரி எந்த நேரம் பார்த்தாலும் எரிபுரின்னு உழலை. அக்கறையா காதுகுடுத்து கேக்கறாங்க. நான் இந்த உலகத்த விட்டுப் போவறதுக்குள்ள இவன நல்லாக்கிடணும், இல்லன்னா மத்த புள்ளைங்க போன வழியிலயே எங்களுக்கு முன்னாலயே இவனும் போயிடணும். கொள்ளி போடறதுக்குத்தான் இந்த பிறவியில எனக்கு குடுத்து வச்சிருக்குது, கொள்ளி வாங்கிக்கறதுக்கில்லைன்னு நெனச்சிக்கு வேன். கடவுள் கிட்ட நான் இதத்தான் வேண்டிக்கறேன்."

அவரால் தொடர்ந்து பேச முடியவில்லை. சட்டென்று உடைந்து அழத் தொடங்கிவிட்டார். கண்களிலிருந்து கண்ணீர்த் துளிகள் பொங்கிப்பெருகின. கைக்குட்டையைப் பந்துபோலச் சுருட்டி வாய்க்குள் வைத்து அழுகையை நிறுத்த மிகவும் சிரமப்பட்டார். எனக்கு என்ன செய்வதென்றே புரியவில்லை. "விஜயராகவன் ... விஜயராகவன்" என்றபடி அவர் தோளைத்

தட்டி ஆறுதல் சொல்ல மட்டுமே என்னால் முடிந்தது. எதிர் பாராத அக்கணத்தில் அருகில் உட்கார்ந்து அவரையே உற்றுப் பார்த்துக்கொண்டிருந்த சிறுவன் எழுந்து நெருங்கி வந்து கைகளை நீட்டி அவருடைய கண்களைத் துடைத்தான். கண்ணீரின் ஈரம் அவருடைய கன்னம் முழுக்கப் பரவியது. என்னால் செய்ய முடியாத ஒன்றை அச்சிறுவன் மிகவும் சகஜமாகவும் நெருக்கத்தோடும் செய்தான். எனக்குத் தடை யாக இருந்த ஒன்று அவனுக்கு ஒரு பொருட்டாகவே இல்லை. அக்கணத்தில் என்னைவிட பல மடங்கு உயர்ந்தவனாகத் தோன்றினான் அவன். அவன் முகத்தில் பொங்கிக்கொண்டிருந்த சிரிப்புக்குப் பற்பல பொருள்களைக் கற்பித்துக்கொண்டது என் மனம். அந்தச் சிறுவனை வாரியெடுத்து அணைத்துக் கொண்டார் விஜயராகவன். மெதுவாக அவனுடைய உச்சந் தலையில் உதடு பதித்து முத்தமிட்டார்.

என்னைப் பற்றியும் என் குடும்பத்தைப் பற்றியும் ஆவலோடு கேட்டுத் தெரிந்துகொண்டார் அவர். பெங்களூருக்கு நான் வந்து சேர்ந்த கதையையும் கேட்டார். எல்லாவற்றையும் சுருக்க மாகச் சொல்லி முடித்தேன். வேலைக்கு நேரமாகிக்கொண்டே இருந்ததால் நான் கிளம்பவேண்டி இருந்தது. என் சட்டைப் பையிலிருந்து முகவரி அட்டையொன்றை எடுத்து அவருடைய சட்டைப்பைக்குள் வைத்தேன்.

“இதுல என் அட்ரஸ், போன் நெம்பர் எல்லாம் இருக்குது. ஏதாவது உதவி வேணும்ன்னா தயங்காம என்னைக் கேக்கணும். புரியுதா விஜயராகவன்?” அவர் தலையசைத்தபடி என் கைகளை வாங்கிக் குலுக்கினார்.

இன்னும் என்னென்னமோ சொல்ல வேண்டும் என்றெல் லாம் தோன்றினாலும் எதையும் பேசாமல் விடைபெற்றுக் கொண்டு வந்துவிட்டேன். அதற்கப்புறம் அவரை ஒருமுறைகூட அந்த வளாகத்தில் என்னால் பார்க்க முடியவில்லை. அந்தச் சிறுவனுடைய உடல்நலம் தேறியிருக்கக்கூடும் என்று நானாகவே நினைத்துக்கொண்டேன்.

ஐதராபாத்தின் ஓட்டப் பந்தயச் சிறுமிகளைப்போலவே அவன் தன்னிச்சையாக எழுந்து விஜயராகவனை ஆறுதல்படுத் திய காட்சியை மீண்டும் மீண்டும் நினைத்துக்கொண்டேன் நான். அந்தப் பிஞ்சுக் கைகளால் செய்ய முடிந்த ஒரு செயலை வலுவான என் கைகளால் ஏன் செய்ய இயலாமல் போனது என்னும் கேள்வி மறுபடியும் மனத்தில் எழுந்தது. அக்கேள்வி எதைவைத்து மனநலத்தை அல்லது மன வளர்ச்சியை எடை போடுவது என்னும் இன்னொரு கேள்வியை நோக்கி என்னைத் தள்ளியது.

மறக்க முடியாத முகம்

அலுவலகத்துக்குச் செல்லாத ஒரு நாளிலும் தற்செயலாகப் பேருந்து நிறுத்தத்துக்குச் சென்றிருந்தேன். மனம் கடுமையான சஞ்சலத்தில் மூழ்கியிருக்கும் போதும் அலுப்பு கவிந்து என்னையே ஒரு சக்கையாக உணரும்போதும் இப்படி ஏதாவது ஒரு நிறுத்தத்தில் அமர்ந்து வேடிக்கை பார்ப்பது வழக்கம். இதற்கென்றே வாய்த்தவைபோல ஐந்து பேருந்து நிறுத்தங்கள் என் வீட்டுக்குப் பக்கத்தில் கிழக்கிலும் மேற்கிலுமாக அருகருகே உள்ளன. மனம்போன போக்கில் ஏதாவது ஒரு நிறுத்தத்துக் குச் சென்று உட்கார்ந்துகொள்வேன்.

பெருநகரத்துக்கே உரிய வகையில் வடிவமைக்கப் பட்ட நீண்ட நிறுத்தம் இது. இரும்புத் தண்டுகளுக்கு நடுவே ஒன்றரை அடி அகலத்தில் மழமழவெனப் பதிக்கப் பட்ட கடப்பைக்கல் இருக்கைகள். நிழல் தடுப்பின் உச்சியில் நிறுத்தமேடைக் கட்டுமானத்துக்கு நிதி உதவி செய்த மக்களவை உறுப்பினரின் விவரம் தாங்கிய பெயர்ப் பலகை. மூன்று பகுதிகளிலும் குழல் விளக்குகளால் ஒளிரவைக்கப்பட்ட ரிலையன்ஸ் விளம்பரப் பலகைகளில் புன்னகையைச் சிந்தும் விதம் விதமான முகங்கள். தினமும் வருகிற நிறுத்தமா இது என எனக்கே ஆச்சரியமாக இருந்தது. ரிலையன்ஸ் விளம்பரம் எப்போது மாறியது என்றே தெரியவில்லை. முதலில் ஜெட் ஏர்வேஸ் விளம்பரம் தான் வெகுகாலமாக இருந்ததாக ஞாபகம். அப்புறம் கொஞ்ச காலத்துக்கு முதலீடுகளை வரவேற்கிற இந்திய மாநில வங்கியின் விளம்பரமும் அதற்குப் பிறகு டெண்டுல்கர் சிரிக்கிற அலிவா ஆயுள் காப்பீட்டுக்கான விளம்பரத்தையும் பார்த்த ஞாபகம் இருக்கிறது. அவை யெல்லாம் மறைந்துபோக, செந்நிற ரிலையன்ஸ் எழுத்துகள்

தோன்றிய நாளை எப்படி மனம் கவனிக்கத் தவறியது என்று புரியவில்லை.

நான்கைந்து பள்ளி மாணவர்கள் புத்தகப் பைகளை இருக்கையின்மீது வைத்துவிட்டு, சற்றே தள்ளி கும்பலாக நின்றுகொண்டு யாரோ ஒரு மாணவன் வைத்திருந்த கைப்பேசியில் திரைப்படப் பாடல் காட்சியைக் கண்ணிமைக்காமல் பார்த்துக்கொண்டிருந்தார்கள். பாடல் மட்டும் நிறுத்தத்தில் நின்றிருக்கும் எல்லாருக்கும் கேட்கிற அளவுக்குச் சத்தமாக இருந்தது. அதன் இசை எல்லாரையுமே ஒரு கணம் மாணவர்கள் நின்றிருந்த திசையில் திரும்பவைத்தது. யாரோ ஒரு சிறுவன் மட்டும் "டேய், 132 போவுதுடா, 137 போவுதுடா" என்று பேருந்துகளின் எண்களைப் பார்த்து அறிவித்தபடி இருந்தான். "ப்ரேயர்க்கு டைமாயிடுச்சிடா" என்றான் இன்னொருவன். மற்றவர்கள் அதைப் பொருட்படுத்தவில்லை. "இன்னும் கொஞ்ச நேரம்டா பாலு, தோ கௌம்பிரலாம்" என்று முகத்தைத் திருப்பாமலேயே பதில் சொன்னபடி பாடலில் லயித்திருந்தார்கள். அப்போது வேகமாக நிறுத்தத்தை நோக்கி ஓடி வந்த ஒரு நாய் ஒருகணம் நின்று அவர்களுடைய புத்தகப் பைகளை முகர்ந்து பார்த்துவிட்டு மறு கணமே அடுத்த திசையை நோக்கிக் குறையாத வேகத்துடன் ஓடியது.

தோளில் தொங்குகிற சாக்குப் பைகளோடு வேறொரு குறுக்குத் தெருவொன்றிலிருந்து வந்த மூன்று சிறுவர்கள் நிறுத்தத்துக்கு அருகே நின்று, பக்கத்தில் இருந்த குப்பைத் தொட்டியைப் பார்வையாலேயே ஆராய்ந்தார்கள். அவர்கள் தலைமுடி கலைந்திருந்தது. அழுக்குப் படிந்த அவர்களுடைய ஆடைகள் தொளதொளவென ஏறுமாறாகத் தொங்கிக் கொண்டிருந்தன. வாயிலிருந்து எடுக்காத பீடி புகைந்தபடியே இருக்க, ஒரு சிறுவன் கையிலிருந்த குச்சியால் குப்பைத் தொட்டியைக் கிளறி, கண்களில் தென்பட்ட பிளாஸ்டிக் உறைகளையும் தாள்களையும் இரும்புத் துண்டுகளையும் தேடியெடுத்து சாக்குப் பைக்குள் போட்டான். இன்னொருவன் திடீரென ஆனந்தத்துடன் பாடத் தொடங்கினான். கைப்பேசியிலிருந்து எழுந்த அதே பாடல். அந்த வரிகள் அவனை இந்த உலகத்திலிருந்து வேறொரு உலகத்துக்கு அழைத்துச் சென்றுவிட்டதைப்போலத் தோன்றியது.

சிரித்தபோது அவர்கள் முகங்களில் ஒளிர்ந்த மந்தகாசமான உல்லாசத்தைக் காண ஆச்சரியமாக இருந்தது. பீடியைப் புகைத்துக்கொண்டிருந்த சிறுவன் பீடியைத் துப்பிவிட்டுக் கரகரப்பான குரலில் நண்பர்களின் பாடலுடன் இணைந்துகொண்டான். இது திட்டமிட்ட செயலா அல்லது தற்செயலா என்று எனக்குப் புரியவில்லை. நிறுத்தத்துக்கு உள்ளே நின்றிருந்த பள்ளிச் சிறுவர்

கள் சட்டென முகம் சுருங்கக் கைப்பேசியை நிறுத்திவிட்டுப் பகையுணர்ச்சியோடு பிளாஸ்டிக் தாள் எடுக்கும் சிறுவர்களைப் பார்த்தார்கள். மௌனமான வன்மம் அவர்கள் கண்களில் வெளிப்பட்டது. அந்த மௌனம் தொட்டிக்கு அருகே நின்றிருந்த சிறுவர்களுக்கு தைரியத்தை வழங்க, அவர்கள் குரல் மேன்மேலும் ஓங்கியொலிக்கத் தொடங்கியது. பள்ளிச் சிறுவர்கள் சைகை யாலேயே தமக்குள் ஏதோ பேசிவிட்டுச் சட்டெனப் புத்தகப் பைகளை எடுத்துக்கொண்டு வந்து நின்ற ஏதோ ஒரு பேருந்துக் குள் ஏறினார்கள். "டேய், தோத்தாங்குளிப் பசங்களா, நில்லுங்கடா, ஏன்டா ஓடறிங்க?" என்று சத்தம்போட்டு சிரித்தார் கள். வெகுநேரம் நீடித்தது அந்தச் சிரிப்பு. பிறகு, சாக்குப் பைகளை மறுபடியும் தோளில் சுமந்துகொண்டு வேறொரு தொட்டியைத் தேடி மெதுவாகச் சென்றார்கள் அவர்கள்.

"நம்ம கிட்ட எவனும் எதுவும் வச்சிக்கிட முடியாதுல்ல. மீறி வச்சிக்கணும்னு நெனைக்கறவனுகளுக்கு எவனா இருந்தா லும், இதான் நெலம. ஒவ்வொருத்தன் கதயும் கந்தலாயிடும்." உரத்த குரலில் சவால்விட்டபடி போனான் அந்தக் கும்பலில் வயதில் இளைய சிறுவன். ஏதோ செய்தித்தாளைப் படிப்பது போல வெகு சரளமாக கெட்ட வார்த்தைகளை மீண்டும் மீண்டும் பயன்படுத்தினான் அவன். வாயைத் திறந்தாலே அந்த வார்த்தைகள்தான் மாறிமாறி உதிர்ந்தன. அவற்றுக்கு முன்னொட்டும் பின்னொட்டுமாகத்தான் மற்ற வார்த்தைகள் பயன்படுத்தப்பட்டன.

தன் மகனை விரல் பிடித்து அழைத்து வந்த இளம் தாய் ஒருத்தி நிறுத்தத்தை நெருங்கியதும், துப்பட்டாவைச் சரிசெய்தபடி அவனுடைய காதருகே குனிந்து குரலைத் தாழ்த்தி "வாட் ஈஸ் த கேப்பிடல் ஆஃப் இந்தியா?", "வாட் ஆர் த மேஜர் ரிவர்ஸ் ஆஃப் இந்தியா?", "ஹூ ஈஸ் த ப்ரைம் மினிஸ்டர் ஆஃப் இந்தியா?" என்றெல்லாம் கேள்விகள் கேட்டு பதில்களைச் சொல்லவைத்து, அந்தப் பதில் சொல்லுக்கான எழுத்துகளையும் மனப்பாடமாகத் திருப்பிச் சொல்லவைத்து பயிற்சியளித்தாள். அந்தக் குழந்தையும் அழகாக ஒவ்வொன்றை யும் கிளிப்பிள்ளைபோல திருப்பிச் சொன்னது. ஆனாலும் அந்தப் பெண்ணின் முகத்தில் இனம்புரியாத பதற்றமும் கவலை யும் படிந்திருந்தன. "ரைட் எவ்வரி லெட்டர் கேர்ஃபுலி, ஓ.கே. மை டியர் சைல்ட்?" என ஆங்கிலத்தில் சொல்லிக்கொண்டே அக்குழந்தையின் கன்னத்தில் முத்தமிட்டுவிட்டு நிமிர்ந்தாள். அதற்குள் அக்குழந்தையை ஏற்றியனுப்ப வேண்டிய பேருந்து வந்து நின்றது. முதுகில் சுமந்த பையோடு தாயிடமிருந்து விடை பெற்றபடி ஓடோடி வாகனத்துக்குள் ஏறிக்கொண்டது குழந்தை.

வாகனப் பார்வையிலிருந்து மறையும்வரை கையசைத்தபடி வேடிக்கை பார்த்துவிட்டுத் திரும்பி நடந்தாள் அவள்.

"201 போயிடுச்சா சார்?" என்று கேட்டபடி அவசரமாக ஓடிவந்து நின்றார் ஒருவர். இல்லை என்பதற்கு அடையாள மாக உதட்டைப் பிதுக்கினார் மற்றவர். சற்றே நிம்மதியாக மூச்சு வாங்கியவராகக் கல் மேடையில் உட்கார்ந்தார் அவர். இரண்டு மூன்று நிமிடங்கள் கழிந்த பிறகு தன் தோள்பையி லிருந்து சின்ன டப்பாவைத் திறந்து மூன்று விதமான மாத்திரை களை எடுத்தார். பாட்டிலைத் திறந்து ஒவ்வொரு வாயாகத் தண்ணீர் அருந்தினார். ஒவ்வொரு முறையும் ஒரு மாத்திரையை விழுங்கினார். பதற்றத்தில் தண்ணீர் சிந்தி அவரது சட்டை நனைந்தது. உடனே கைக்குட்டையை எடுத்துத் துடைத்துக் கொண்டார். நரைமூடி அடர்ந்த மார்பைக் கட்டை விரலால் அழுத்தி நீவி விட்டுக்கொண்டார். அதற்குள் "சார், 201 வருது" என்று யாரோ சத்தம் கொடுக்க, சட்டென எழுந்தோடி வண்டிற்குள் இடம் பிடிப்பதற்காகப் பாய்ந்தார்.

கல்லூரிப் பெண்கள் கூட்டமொன்று சளசளவென்று பேசியபடி நிறுத்தத்துக்கு வந்து நின்றது. யாரோ ஒரு பெண்ணின் கையிலிருந்த நோட்டைப் பிடுங்கி அதைப் பறித்து நடுவில் எதையோ சுட்டிக்காட்டி பார்க்கும்படி மற்ற பெண்களிடம் சொன்னாள் ஒருத்தி. உடனே, எல்லோரும் குனிந்து பார்த்து விட்டு கலகலவென சிரித்தார்கள். சம்பந்தப்பட்ட பெண்ணின் தோளைத் தட்டி என்னமோ சொன்னார்கள். சிரிப்புச் சத்தம் இன்னும் கொஞ்சம் கூடியது. ஒருத்தியின் கையிலிருந்து கைப் பேசியை வாங்கிய இன்னொருத்தி எண்களை அழுத்திவிட்டு, இணைப்புக்காகக் காத்திருந்தாள். மறுமுனையில் இணைப்பு கிட்டியதும் சட்டென கும்பலிலிருந்து விலகி ஓரமாக ஒதுங்கி நின்று மெதுவாகப் பேசத் தொடங்கினாள். எதையோ வற்புறுத்திச் சொல்வதும் கெஞ்சுவதுமாக அவள் முகம் மாறிக்கொண்டே இருந்தது.

மூன்று அல்லது நான்கு பேர் கொண்ட சின்னச் சின்னக் குழுக்களாக மாணவர்களும் மாணவிகளும் அந்த நிறுத்தத்தையே நிறைத்துக் கொண்டார்கள். பேருந்து நிறுத்தத்தையே ஒரு கல்லூரி வாசலாக நினைத்துக்கொள்ளும் அளவுக்கு அவர்கள் எண்ணிக்கை அதிகமாக இருந்தது.

"அந்த புக்வொர்க் போட்டுப் பாத்தியாடி?"

"நேத்து கண்ணாடி மேடம் கொடுத்த ப்ராப்ளத்துக்கு எனக்கு ஆன்ஸரே வரலையே, உனக்கு வந்துதாடி?"

“இன்னைக்கு மந்திலி டெஸ்ட்ல என்ன பண்ணப் போறனோ தெரியலைடி, மூணே மூணு ப்ராப்ளம்ஸ்தான் போட்டு பாத்திருக்கேன், அதுவே வந்துடிச்சின்னா பொழச்சிக்கு வேன், இல்லன்னா அரியர்ஸ்தான்.”

சிலர் முகங்களில் எந்தவிதமான கவலையும் இல்லை. ஆனந்தமாக சிரித்துப் பேசியபடி இருந்தார்கள். தேர்வுகளை யெல்லாம் வெளுத்துவாங்கிவிடலாம் என்ற தைரியத்துடன் இருப்பதுபோலத் தெரிந்தது. எதற்கெடுத்தாலும் சிரித்தார்கள். சிரிப்போடுதான் பேச்சைத் தொடங்கினார்கள். அல்லது சிரிப்போடு முடித்தார்கள்.

“கடைசி நேரத்துல எதையும் போட்டுக் கொழப்பிக்காதடி. கொஸ்டின் பேப்பர வாங்கனதும் ரெண்டு நிமிஷம் கண்ண மூடி அமைதியா இருந்துட்டு படி, எல்லாம் தானா வரும்.”

“லலிதா, இங்க வந்து இவள என்னன்னு கேளுடி, என்னமோ எல்லாமே தானா வரும் தானா வரும்ன்னு சொல்லிட்டு நிக்கறா. என்ன வரும்ன்னு வந்து கேளு.”

“ரொம்பதான் வாய்க் கொழுப்புடி உனக்கு.” ஒருவர் தோளை ஒருவர் தட்டிக் கிண்டல் செய்தார்கள்.

மற்றவர்கள் இருப்பையே கவனிக்காத ஒருத்தி தனக்கருகே கட்டம் போட்ட சட்டையோடு நின்றிருந்தவனிடம் “அந்தக் கருப்பு பேனாவ குடுத்துடுடா” என்று கெஞ்சும் குரலில் கேட்டாள். அவன் புன்னகைத்தபடி தர மறுத்தான். “அது என் ராசி பேனாடா. அது இல்லன்னா ரொம்ப அப்செட்டாய்டு வேன். ப்ளீஸ். குடுத்துடுடா.” “நான் கேட்ட கேள்விக்குப் பதில் சொல்லு, அப்பதான் தருவேன்” “ஐயோ, அதயும் இதயும் ஏன்டா போட்டுக் கொழப்பற? எத்தனவாட்டி சொன்னாலும் புரிஞ்சிக்கமாட்டியா? இதுக்குத்தான் படிக்க வரமா? மொதல்ல பேனாவ குடுத்துடுடா.” அவளையே சிறிதுநேரம் வைத்தகண் வாங்காமல் பார்த்த இளைஞன் ரகசியமாக அந்தப் பேனாவின் மீது தன் உதடுகளைப் பதித்து முத்தமிட்டபிறகு அவளிடம் நீட்டினான். அதை வாங்கிய பிறகுதான் அவள் முகத்தில் நிம்மதிக் கோடுகள் படரத் தொடங்கின. “மண்டு மண்டு” முணுமுணுத்தபடி அவள் மெதுவாகப் புன்னகைத்தாள். ஏதோ ஒரு பேருந்து வந்ததும் ஒரே நொடியில் கல்லூரிக் கும்பல் கலைந்தது.

“எல்லாரும் ஆன்லைன் கேம்ப்ளிங் ஆடறானுங்க சார். அதான் தங்கம் விலை இப்படி கன்னாபின்னான்னு ராக்கெட் வேகத்துல ஏறுது. அடிச்சா லாட்டரிதான். இல்லன்னா கேர்

ஆப்ஃ ப்ளாட்பார்ம்தான். எல்லாமே பாம்பு ஏணி ஆட்டம்தான் சார். சித்திர மாசத்துக்கு அப்பறம் பாருங்க, போன வேகத்துல டப்புன்னு எல்லாமே எறங்கிடும். அப்ப தெரியப்போவுது பாருங்க மவனுங்க கத.”

கையில் மடித்து வைத்திருந்த செய்தித்தாளைத் தட்டித்தட்டி அருகில் உட்கார்ந்திருந்த வழுக்கைத் தலைக்காரர் ஒருவரிடம் தன் ஆக்ரோஷத்தையும் எரிச்சலையும் கொட்டினார் ஒருவர்.

“அப்படின்னா எல்லா ஷேர் வெலையும் கீழ போயிடுமா?”

“கண்டிப்பா போவும், பாருங்க.”

அழுத்தம் திருத்தமாக பதில் சொல்லும் அவரிடம் வழுக்கைத்தலைக்காரர் தொடர்ந்து சில சந்தேகங்களைக் கேட்டுத் தெளிவு பெற்றுக்கொண்டிருந்தார்.

“இந்த உலகம் ரொம்ப நாளைக்குத் தாங்காது சார். கூடிய சீக்கிரம் அழிஞ்சிடும் பாருங்கோ. மனுஷங்களே ஒருத்தர ஒருத்தர் அடிச்சிகிட்டு சாவப் போறாங்க. கலி ரொம்பத்தான் முத்திப் போச்சி...” ஏதோ ஒரு உரையாடலின் முடிவாகத் தீர்மானமான குரலில் முடிவை முன்வைத்தபடி இரண்டு பேர் நிறுத்தத்துக்கு வந்தார்கள். அவர்களுடைய பார்வை ஒரு முறை நிறுத்தத்தில் நின்றிருந்த ஆண்கள்மீதும் பெண்கள்மீதும் படிந்து மீண்டது. ஏதோ கணக்கெடுப்பதுபோல வட்டப் பாதை யில் அந்தப் பார்வை சுழன்று நின்றது.

வெகுவேகமாக நிறுத்தத்தை நோக்கி ஸ்கூட்டரை ஓட்டிவந்து நிறுத்திய ஒருவர் பின்னால் உட்கார்ந்திருந்த மனைவியை சீக்கிரமாக இறங்கிக்கொள்ளும்படி அவசரப்படுத்தினார்.

“சரி, நான் வரட்டுமா? பஸ் கெடச்சா பாரு. இல்லன்னா, ஏதாச்சிம் ஆட்டோ புடிச்சி போயிடு. இப்பவே நாழியாயிட்டுது. ஏதாவது சிக்னல்ல மாட்டினா இன்னைக்குத் தீந்தது என் கத” புலம்பிக்கொண்டே அவர் வாகனம் மறுபடியும் கிளம்பியது. “என்னங்க, ஆபீஸ் பக்கத்திலயே என் செல்லுக்கு ரீசார்ஜ் வாங்கி போட்டுடறிங்களா?” என கடைசி நிமிடத்தில் அவள் முன்வைத்த கோரிக்கை அவன் காதுகளை எட்டியிருக்க வாய்ப்பில்லை என்று தோன்றியது. நெற்றியில் விழுந்த தலை முடியைச் சரிசெய்தபடி, நிறுத்தத்தைக் கடக்க முனைந்த ஆட்டோவைக் கைகாட்டி நிறுத்தினாள்.

“ரிச்மன்ட்ஸ் சர்க்கிள்.”

த்ச் என்று நாக்கைச் சப்புக்கொட்டியபடி திரும்பிக்கூடப் பார்க்காமல் ஆட்டோ மறுபடியும் உறுமியபடி நகர்ந்தது. விடாமுயற்சியோடு அவள் நிறுத்திய நான்கு ஆட்டோக்களும் அவ்விதமாகவே நகர்ந்து சென்றன. அவளுக்கு என்ன செய்வது என்றே புரியவில்லை. கடிகாரத்தை நொடிக்கொருமுறை திருப்பித் திருப்பிப் பார்ப்பதும் உதட்டை இழுத்துக் கடித்து விடுவிப்பது மாகப் பதற்றத்துடன் காணப்பட்டாள். மூச்சை இழுத்து இழுத்து வாங்கினாள். கைப்பையைத் திறந்து ஏதோ இருக்கிறதா என்பது போல சோதித்துப் பார்த்தாள். பெங்களூரில் ஆட்டோ பிடிப்பது வரவர சிரமமான விஷயமாக மாறிவருகிறது. சும்மா போனாலும் போவார்களே தவிர யாரையும் ஏற்றிக்கொண்டு போக மாட்டார்கள். இரண்டு மூன்று கிலோமீட்டர் அளவுள்ள சாதாரண தொலைவு என்றாலும் சிரமம். பதினாறு, பதினேழு கிலோமீட்டர் அளவுள்ள அதிக தொலைவு என்றாலும் சிரமம் என்று எனக்கு நானே சொல்லிக்கொண்டேன். சற்றே காலம் தாழ்த்தி வந்த ஆட்டோ ஒன்று, அவள் சொன்ன இடத்தைக் கேட்டு எவ்வித எதிர்வினையும் இல்லாமல் அவளை ஏற்றிக் கொண்டு விர்ரென்று சிட்டுக்குருவிபோலப் பறந்தது. இந்த அளவுக்காவது சீக்கிரமாக அவளுக்கு வண்டி கிடைத்ததே என்று என் மனம் நிம்மதியாக உணர்ந்தது.

சட்டைப் பைக்குள் அதிர்ந்த கைப்பேசியை எடுத்து எண்ணைப் பார்த்து மிகவும் பணிவுடன் "குட் மார்னிங் சார்..." என்று பேச்சைத் தொடங்கினார் நீலச் சட்டை அணிந்த ஒருவர். அவரைப் பேசவே விடாமல் அடுத்த முனையிலிருந்து ஒரே இரைச்சல். வாய் பொத்தியபடி எல்லா கேள்விகளுக்கும் அவர் "எஸ் சார், எஸ் சார்" என்று சொல்லிக்கொண்டே இருந்தார். சில நிமிடங்களுக்குப் பிறகு, "நேத்து நான்தான் பில் போட்டு டெலிவரிக்கு அனுப்பிட்டு கௌம்பினேன். என்ன நடந்ததுன்னு தெரியலை சார். இப்பவே கூப்பிட்டு விசாரிக்கறேன் சார். இன்னும் அர மணிநேரத்துல டெலிவரி வந்துரும் சார். சாரி சார். ரொம்ப சாரி சார்" என்று தாழ்ந்த குரலில் கெஞ்சினார்.

அந்த உரையாடல் முடிந்ததும் அவரே இன்னொரு எண்ணை அழைத்தார். உரையாடல் கடுமையான ஒரு கெட்ட வார்த்தையுடன்தான் தொடங்கியது. பேருந்து நிறுத்தம் என்று கூடப் பார்க்காமல் சத்தமாக அந்த வார்த்தையைச் சொன்னார் அவர். மோசமான வசைகள். அப்புறம் கடுமையான கட்டளைகள். பிறகு செய்ய வேண்டிய வேலைகளின் பட்டியல். "நீ என்ன செய்வியோ எனக்குத் தெரியாது. ஆட்டோவயாவது புடி. ப்ளேனயாவது புடி. இல்ல, தலமேல தூக்கி வச்சிக்கினாவது

போ. இன்னும் கால் மணிநேரத்துல பத்து ரீம் அந்த கெழவன் முன்னால போய் விழணும், அதான் எனக்கு வேணும். புரிஞ்சிதா?” டக்கென்று பேசியை அணைத்துவிட்டு சில கணங் கள் வேடிக்கை பார்த்தார். வேகமாக ஒரு சிகரெட்டைப் பற்றவைத்து நாலு இழுப்புக்குப் பிறகு கீழே வீசி அணைத்தார். அதற்குள் அவருக்கு இன்னொரு அழைப்பு வந்துவிட்டது. மீண்டும் பதற்றத்துடன் பேசத் தொடங்கினார். “குட் மார்னிங் சார், உங்ககிட்டதான் வந்துகிட்டே இருக்கேன் சார். டிராபிக் ஜாம்ல மாட்டிகிட்டு நிக்கறன் சார். முன்னாலயும் போவ முடியலை, பின்னாலயும் வரமுடியலை. முன்னால நூறு வண்டி, பின்னால நூறு வண்டி நிக்குதுங்க சார். ஜான்சன் மார்க்கெட்ட தாண்டிட்டேன் சார். இன்னும் கொஞ்ச தூரம் தான் சார்.” கொஞ்சம்கூட யோசிக்காமல் அவர் சரளமாகப் பொய்சொன்ன வேகம் ஆச்சரியமாக இருந்தது. அவர் சொன்ன தகவலுக்கும் நின்றுகொண்டிருந்த நிறுத்தத்துக்கும் துளிகூடத் தொடர்பேயில்லை. அவர் அடுக்கிய பொய்கள் வளர்ந்து கொண்டே சென்றன. தற்செயலாக வந்து நின்ற ஆட்டோ ஒன்றுக்குள் ஏறியபடி உரையாடலைத் தொடர்ந்துகொண்டே போனார் அவர்.

அதே கணத்தில் கருப்பு பேண்ட், வெள்ளை ஷர்ட், கழுத்துப்பட்டை அணிந்த இளைஞர் ஒருவர் வேகமாக நடந்து வந்து நிழல் மேடைக்குள் ஒதுங்கினார். ஏதோ பேருந்து பிடிக்க வந்தவர் போலும் என்று நினைத்துக்கொண்டிருக்கும்போதே கையிலிருந்த சின்னப் பெட்டியைத் திறந்து வண்ணவண்ணக் காலுறைகளை எடுத்து, சீட்டுக்கட்டுபோல விரலிடுக்கில் பிடித்த படி முன்னும் பின்னுமாக எல்லாரிடமும் அசைத்துக் காட்டினார். “சீப்பஸ்ட் ரேட் சார். ஒண்ணு வாங்கினா பத்து ரூபாதான் சார். மூணா வாங்கினிங்கன்னா இருபத்தஞ்சி ரூபா சார். கம்பெனி டிஸ்கௌண்ட் சார்.” ஒவ்வொருவர் முகத்துக்கு எதிரேயும் அவர் அசைத்த காலுறைக் கொடி அசைந்து நகர்ந்தது. ஓரமாக நின்றிருந்த ஒரு பெரியவர் “அது என்ன இருபத்தஞ்சி, இருபதுக்குத்தான் குடேன், ஒன் கமிஷன் போயிடுமேன்னு பயப்படறியா?” என்று கேட்டார். இளைஞன் காலுறைகளின் விற்பனையைப் பற்றி விரிவாகச் சொல்லத் தொடங்கினான்.

நிறுத்தத்தை நெருங்கினாலும் சற்று விலகியே நின்றிருந்த இரண்டு பெண்கள்மீது என் கவனம் திரும்பியது. கத்தரிப்பூ நிறத்தில் சூடிதார் அணிந்த இளம்பெண் ஒருத்தியின் கண் களில் சற்று முன் அழுது முடித்த அடையாளம் தெரிந்தது. கட்டுப்பாட்டை மீறிக் கண்களில் தொடர்ந்து கசிந்த கண்ணீரைத்

துப்பட்டா நுனியால் துடைத்தபடி இருந்த அவளது தோளைப் பற்றி இன்னொருத்தி பொறுமையாக ஏதோ சொன்னாள். அதைக் காதுகொடுத்துக் கேட்டாலும் அவள் வறட்சியாகச் சிரித்தபடி "அந்த நம்பிக்கையெல்லாம் போயிடுச்சிக்கா" என்று வெறுமையாகச் சாலையைப் பார்த்தாள்.

"இனிமேல அந்தக் கருமாந்திரம் புடிச்சவனோட வாழறதுல எந்த அர்த்தமும் இல்லக்கா. எங்கயாவது உழுந்து சாவணும். அதுதான் பாக்கி."

"ஏன்டி இப்படியெல்லாம் பேசற? பணம்தானே, புடிங்கிகிட்டு போறான் போ. நாளைக்கு நான் கொண்டாந்து தரேன்டி. அதுக்காக மனச தளர உடாதடி தங்கம். என்னைக்காவது ஒரு நாள் திருந்தாமயா போவப்போறான்?"

"ஒரு நாளா, ரெண்டு நாளாக்கா? நாலு வருஷமா பாத்துட்டேன்க்கா. என் நம்பிக்கையே செத்துப்போயிடுச்சி. அம்மா அப்பா எல்லாரயும் பகச்சிகினு இந்த கமினாட்டிகூட வந்ததுக்கு எனக்கு இதுவும் வேணும், இன்னமும் வேணும். என்னமோ சாகறதுக்கு முன்னால உன்ன பாக்கணும்னு தோணிச்சி. அதான் போன் பண்ணேன்."

"அப்படிலாம் பேசாதடி தங்கம். உனக்காக இல்லன்னாலும் உன் கொழந்தைங்களுக்காவது வாழணும்டி நீ?"

"அட போக்கா, கொழந்தையாவது, மண்ணாங்கட்டியாவது? எனக்கு மட்டுமா அதுங்க கொழந்தைங்க? அவனுக்கும்தான கொழந்தைங்க. வச்சி காப்பாத்திக்குவான், உடுக்கா . . ."

"இங்க பாருடி, இந்த மாதிரி விதண்டாவாதம்லாம் பேசிட்டு கண்டபடி யோசன செஞ்சி உடம்ப கெடுத்துக்காத."

மௌனமாகத் தலையசைத்த அவள் தோளைப் பற்றி அழுத்தினாள் அவள். "வரட்டுமாடி, இப்பவே ரொம்ப லேட்டாயிடுச்சி. நா வேற ரெண்டு பஸ் புடிச்சி ஆபீஸ்க்கு போயாவணும். நான் சொல்ற பேச்ச கேளு. புரியுதா?" அவள் கன்னத்தைத் தொட்டு சொல்லிக்கொண்டிருக்கும்போதே அவளுடைய பேருந்து சீறிக்கொண்டு வந்து நின்றது. பிரிய மனமன்றியே அவள் ஓடிச் சென்று வாகனத்துக்குள் ஏறினாள். வண்டி புறப்பட்ட பின்னரும் சில நொடிகள் அதே திசையில் பார்த்தபடி நின்றாள் தங்கம்.

சற்றே வீங்கியிருந்த அவள் முகத்தில் படிந்திருந்த தெளிவு எனக்குள் சின்ன கலவரத்தை உருவாக்கியது. மரணத்தைப் பற்றி அவள் சொன்ன வார்த்தைகள் மறுபடியும் என் மனத்தில்

எதிரொலித்தன. அந்த மௌனமும் இறுக்கமும் அவள் மரணத்தைநோக்கி நடந்துவிடுவாளோ என்றொரு பீதியை எழுப்பியது. அமைதியாகத் திரும்பி நடந்த அந்தப் பெண்ணை ஒருவித இயலாமையோடு பார்த்தேன். தினந்தோறும் செய்தித்தாள் களில் படிக்க நேரும் தற்கொலைச் செய்திகளின் ஞாபகம் அக்கணத்தை இன்னும் பதற்றம் மிகுந்ததாக ஆக்கியது. அவளைப் பின்தொடரவும் வழியில்லாமல் எதையாவது சொல்லித் தடுக்க வும் வழியில்லாமல் ஒருவித தவிப்பு மனம் முழுக்கப் படர்ந்தது. "எங்கயாவது உழுந்து சாவணும். அதுதான் பாக்கி" என்ற அவளுடைய குரல் மீண்டும் மீண்டும் நெஞ்சில் ஒலிக்கத் தொடங்கியது. அதற்கும் மேல் ஒருகணம்கூட என்னால் அந்த நிறுத்தத்தில் உட்கார்ந்திருக்க முடியவில்லை. சட்டென எழுந்து நடக்கத் தொடங்கினேன்.

மறுநாள், வழக்கம்போல அலுவலகம் செல்வதற்காக அந்த நிறுத்தத்துக்கு வந்தபோது என்னை அறியாமல் அந்தப் பெண்ணின் முகத்தை நினைத்துக்கொண்டேன். நிறுத்தத்தில் அவள் முகம் எங்கேயாவது தென்படாதா என்று சுற்றிச் சுற்றிப் பார்த்தேன். காணவில்லை. என் வாகனம் வந்துசேரும் வரை பார்க்க முடியவில்லை. அதற்கப்புறமும் அவளை என்னால் பார்க்க முடியவில்லை. அவளுக்கு ஒன்றும் நேர்ந்திருக்கக் கூடாது கடவுளே! என்று சொல்லிக்கொள்கிறேன்.

வலசை போகாத பறவை

ஹாசன் பேருந்து நிலையத்துக்கு அருகே அழகான ஒரு பூங்கா இருக்கிறது. ஏராளமான மரங்கள் கொடிகள். பூஞ்செடிகள். ஒவ்வொரு நிறத்தில் மின்னும் பூக்கள். பரந்த நிழல். நிறைய இருக்கைகள். நடையாளர்கள் நடை பயில சதுரவடிவில் நீண்ட பாதை. அதையொட்டி அழகான புல்வெளி. நடுவில் செங்கல்லும் சிமெண்டும் சேர்ந்து உருவான சின்ன வட்டக்குளம். இடையில் தோள் மீது சுமந்த நீர்க்குடத்தைச் சற்றே சாய்ந்தவாக்கில் பிடித் திருக்கும் இளம்பெண்ணின் சிற்பம். மின் இணைப்பும் நீர் இணைப்பும் சேர்ந்து உருவான விந்தையாக அக்குடத் திலிருந்து நீர்த்தாரை விழுந்தபடி இருக்கும். எல்லா வற்றுக்கும் உச்சமாக பூங்காவின் நாலாபக்கங்களிலும் வைக்கப்பட்டிருந்த ஒலிபெருக்கிகள் வழியாக வானொலியி லிருந்து இசை பூங்கா முழுதும் பரவி மிதந்தபடி இருக்கும். அந்த இசையின் அற்புதம்தான் அந்தப் பூங்காவை எனக்கு மிகவும் பிடித்த இடமாக மாற்றியது. அதனாலேயே, ஹாசனுக்குச் செல்லும் ஒவ்வொரு முறையும் பூங்காவுக்கு அருகில் இருந்த விடுதியில்தான் அறைபோட்டுத் தங்கு வேன். வேலை முடித்த கையோடு ஓய்வெடுத்துக் கொள் வதற்கும் நடப்பதற்கும் பூங்காவைத் தேடி ஓடிவந்து விடுவேன்.

இசை ஞானம் எதுவும் இல்லாதவன் நான். ஆனால், அதைக் கேட்கும்போது மனத்தில் பெருகும் நெகிழ்ச்சிக் காகவே மீண்டும் மீண்டும் இசை கேட்கும் தருணங்களை உருவாக்கிக்கொள்கிறேன். பூங்காவிற்குள் நான் நுழையும் போதெல்லாம் பெரும்பாலும் புல்லாங்குழல் இசைதான் அலைபாய்ந்துகொண்டிருக்கும். அது தற்செயலா அல்லது அந்த வானொலி நிலையத்தில் எப்போதும் அதைத்தான் ஒலிபரப்புகிறார்களா என்பது தெரியாது. பெரும்பாலும்

பி.பி. ஸ்ரீநிவாஸ் பாடிய திரைப்பாடல்களின் இசை வடிவ மாகவே அவை இருக்கும்.

தொலைக்காட்சிப் பெட்டிகள் விடுதிகளுக்குள் அறிமுக மாகாத காலம் அது. அதிகாலை நடையின்போது, “உத்தர துருவதிந்த தஷிண வரெகு சும்பக காலி பீசுத்ததே . . .” என்ற த.ரா. பேந்த்ரேயின் வரிகளுக்கு வாகாக மிதந்துவரும் குழ லோசை உண்மையாகவே, பூங்காவுக்குள் வளையவரும் தென்றல் காற்றுக்கு நல்வரவு சொல்வதுபோல பொருத்தமாக இருக்கும். நம் உடலை வருடி மனத்தை வருடி மிதந்து செல்வது காற்றா அல்லது குழலிசையா என்று பிரித்தறிவது சிரமம். ‘காவேரி . . . கொடகின காவேரி’ என்று சற்றே உயர்ந்த சுரத்தில் குழலோசை தொடங்கும்போது கண்முன்னால் காவேரி நதி பொங்கிப் பாய்வதை உணர முடியும். அதன் பாய்ச்சல், வேகம், வளைவு, சுழல், அமைதி, ஆழம், சீற்றம், ஓங்காரம், ஈரம் எல்லாவற்றையும் உணரலாம். காலடியில் காவேரி நகர்வதைப்போலத் தோன்றும். ஒரே ஒரு கணம் விழி மூடியபடி நின்றால், அதன் பெருக்கைப் பார்த்து விடலாம். மெய் மறக்கவைக்கும் அந்த குழலிசையை நெஞ்சில் நிரப்பியபடி எத்தனை சுற்றுகள் சுற்றினாலும் அலுப்பே வராது. அப்போதெல்லாம் திருவாசகத்தைப் பற்றி எழுதப்பட்ட பாடலொன்றின் வரிகள் நினைவுக்கு வரும். “வான்கலந்த மாணிக்க வாசக, நின் வாசகத்தை நான்கலந்து பாடுங்கால் நற்கருப்பஞ்சாற்றினிலே தேன்கலந்து பால்கலந்து செழுங்கனித் தீஞ்சுவை கலந்து ஊன்கலந்து உயிர்கலந்து உடல்கலந்து உவப்பதுவே . . .” என்பதுதான் அந்தப் பாடல். உயிரிலும் உணர் விலும் கலந்து மனத்தைக் கரைக்கிற குழலிசைக்கும் அப்படி ஓர் ஆற்றல் இருப்பதை உணரமுடியும்.

ஒருமுறை, பூங்காவுக்குள் குழலிசை இல்லாமல் வெறுமை சூழ்ந்திருப்பதைப் பார்த்தேன். மின்சாரம் துண்டிக்கப்பட்டிருக்கக் கூடும் என்று நினைத்தபடி உட்கார்ந்து வேடிக்கை பார்த்தேன். கால்மணி நேரத்திலோ அல்லது அரைமணி நேரத்திலோ வந்துவிடக்கூடும் என்கிற எதிர்பார்ப்புதான் முதலில் என் மனத்தில் இருந்தது. தற்செயலாக என் பார்வை சிற்பப் பெண் ணின் தோளில் சுமந்துகொண்டிருந்த குடத்திலிருந்து விழும் நீர்த்தாரையின்மீது விழுந்தபோது மின்னியக்கத்தில் எந்தப் பிரச்சினையும் இல்லை என்று புரிந்துகொண்டேன். உண்மை யைத் தெரிந்துகொள்ளும் ஆவலில் வானொலிப்பெட்டி வைக்கப் பட்டிருந்த அறையின்பக்கம் சென்றேன். ஆனால் அது பூட்டப் பட்டிருந்தது. அருகில் காவலாளியின் அறைக் கதவிலும் பூட்டு தொங்கியது. குழப்பத்தோடு அங்கேயே நின்றிருந்த சமயத்தில்

பக்கத்தில் வந்த பெரியவர் ஒருவர், "என்ன விஷயம்?" என்று விசாரித்தார். வானொலிப் பெட்டி அறையைக் காட்டி நான் விஷயத்தைச் சொன்னேன்.

"இதுக்கு முன்னால இருந்த பையன் ரொம்ப சுறுசுறுப்பான ஆளு சார். எல்லா நேரமும் அந்தப் பாத்தி இந்தப் பாத்தின்னு சுத்தம் பண்ணிகிட்டே இருப்பான். ஒரு செடியைக்கூட காய விடமாட்டான். குப்பை கூளம் இல்லாம பூங்காவ ரொம்ப சுத்தமா வச்சிருந்தான். அவனுக்கும் கவுன்சிலருக்கும் ஏதோ உள்தகராறு போல. உடனே ஆள மாத்திட்டானுங்க. இப்ப உள்ளவன் முழு சோம்பேறி. பெரிய வாயாடி. சுத்தம்ன்னா என்ன விலைன்னு கேக்கற ஆளு. கரண்டு பில்லு அதிகமாவுதுன்னு சொல்லி மொதல்ல ரேடியோ ரூம பூட்டி வச்சான். என்ன ஏதுன்னு கேக்கப் போனவங்ககிட்ட ரிப்பேர்னு கத விட்டான். வாரத்துக்கு ஒருதரம் பெருக்கறதுகூட கெடையாது. எவ்வளவு குப்பை, நீங்களே பாருங்க. எந்த நேரமும் அந்த கவுன்சிலர் வீடே கதின்னு கெடக்கறான். நியாயத்த யாரு கேக்க முடியும் சொல்லுங்க?"

அன்று வருத்தமான மனநிலையோடு அறைக்குத் திரும்பி விட்டேன். அதற்குப் பிறகும் ஹாஸனில் தங்க நேர்ந்த ஒரு சில சந்தர்ப்பங்கள் எனக்கு பூங்காவின் தோற்றம் ஏமாற்றம் அளிப்பதாகவே இருந்தது. இசை இல்லாத அந்தப் பூங்கா குழந்தைகள் இல்லாத வீடுபோல வெறிச்சென்று தோன்றிது.

பூங்காவுக்குள் செல்ல மனமில்லாமல் மனம்போன போக்கில் ஏதோ ஒரு திசையை நோக்கி ஒருநாள் அதிகாலையில் நடக்கத் தொடங்கினேன். நான்கு சதுர கிலோமீட்டர் சுற்றளவுக்குள் அடங்கிவிடக்கூடிய சிறிய நகரம்தான் ஹாஸன். கொஞ்ச தொலைவு நடந்ததுமே ஒரு கிராமத்துக்குரிய தோற்றத்தைப் பார்க்கலாம். இன்னும் கொஞ்ச தொலைவு நடந்தால் வயல்வெளிகளையும் ஏதாவது ஒரு வாய்க்காலையோ ஆற்றையோகூடப் பார்க்கலாம்.

நகரத்தின் முடிவில் ஒரு அதிசயமான வீட்டைப் பார்த்தேன். சாலையோர அரச மரங்களுக்குப் பின்னால் திரைப்படத்துக்கு போட்ட செட் போல இருந்தது அந்த வீடு. அந்த வீட்டின் தோற்றமே ஏதோ ஒரு வாழ்த்தட்டைக்கு உரிய படம்போல இருந்தது. அவ்வளவு அழகு. அவ்வளவு பசுமை. ஏராளமான மரங்களுக்கு நடுவில் இருந்தது அந்த வீடு. நான்கு புறங்களிலும் நிறைய வெற்றிடங்கள் இருந்தன. கம்பி வலை போட்ட அறைகளும் அவற்றின்மீது ஏறி நிழல் தரும்படி படர்ந்த கொடிகளும் பார்த்த இடங்களிலெல்லாம் நிறைந்திருந்தன.

ஏகப்பட்ட பறவைகள் அங்குமிங்கும் தாவிச் சுதந்திரமாக விளையாடிக்கொண்டிருந்தன. "மரக்கிளையினை நீச்சல் குளத்தின் துள்ளும் பலகையாக மதித்து அங்கிருந்தும் தவ்விப்பறக்கிறது மரணமற்ற பெருவெளிக் கடலைநோக்கி . . ." என்னும் தேவதேவனின் கவிதை வரிகள் மனத்தில் நகர்ந்தன. ஒளியும் நிழலும் சருகுகளும் நிறைந்த அந்த வீட்டு வாசலில் நிற்கும்போது ஏதோ கடற்கரையின் முன் நிற்பதுபோன்ற உணர்வெழுந்தது.

வகைவகையான அந்தப் பறவைகளை ஓர் அதிசயத்தைப் போல பார்த்துக்கொண்டிருந்தேன். அவற்றின் நிறம், குரல், அசைவு, உரசல், தாவல், அழைப்பு, தயைசைப்பு ஒவ்வொன்றுமே அந்த காலைவேளையில் அதிசயமாக இருந்தன. அந்த வீட்டையும் வீட்டின் சுற்றுப்புறத்தையும் பறவைகளுக்காக யாரோ குத்தகை எடுத்துக்கொடுத்து வாழவைப்பதுபோல இருந்தது. அவை தாவியெழும் ஒவ்வொரு கணத்திலும் ஒரு மின்னல் பளீரென வீசித் தணிவதை ஆசையுடன் பார்த்தேன். மிருதுவான அவற்றின் உடல்களையும் வசீகரமான அவற்றின் நிறங்களையும் நெஞ்சில் நிறைத்துக்கொள்ள முயற்சி செய்தேன். விருட் விருட்டென்று அவை தாவுகிற விஷயம்தான் ஆச்சரியத்திலும் ஆச்சரியமாக இருந்தது. என்ன செய்வது என்று புரியாமல் வெகுநேரம் அந்த வீட்டையே வேடிக்கை பார்த்துக் கொண்டிருந்தேன்.

பகல் முழுக்க என் எண்ணங்கள் அந்த வீட்டின்மீதும் பறவைகள்மீதும் மட்டுமே படிந்திருந்தன. நாமெல்லாம் இந்த உலகத்துக்கு என்ன செய்துவிட்டோம். தான் வசிக்கிற வீட்டையே யாரோ ஒருவர் இந்தப் பறவைகளுக்காக வழங்கியிருக்கிறாரே, எவ்வளவு விரிந்த மனம் உள்ளவராக இருந்தால் அவர் இப்படிச் செய்திருப்பார். இயற்கையின் மீது உள்ள அன்பை இப்படிக் கூட ஒருவரால் வெளிப்படுத்த முடியுமா என்றெல்லாம் நினைத்து நினைத்து ஆச்சரியப்பட்டேன். மின்சாரச் செலவை காரணமாகக் காட்டி நகராட்சிப் பூங்கா வானொலியைப் பூட்டிவைக்கிறவர்களும் இந்த மண்ணில்தான் இருக்கிறார்கள். எதைப் பற்றியும் வருத்தமில்லாமல் தன் வசிப்பிடத்தையே பறவைகளுக்காக வழங்குகிறவர்களும் இந்த மண்ணில்தான் இருக்கிறார்கள்.

அன்று மாலையும் அந்த வீட்டின் பக்கமாகச் சென்றேன். எந்த இரைச்சலும் இல்லை. மௌனப் படத்தைப்போல பறவைகள் நடப்பதும் சிறகடிப்பதும் அமைதியாகவே இருந்தது. முறுக்கிப் புடைத்து நிற்கும் மரத்தடி வேர்களின் மேட்டில் ஒரு மைனா உட்கார்ந்திருந்தது. நான்கடி தொலைவில் மற்றொரு மைனா உட்கார்ந்திருந்தது. முதல் மைனா அதை நோக்கித் தாவித் தாவி நெருங்க, இரண்டாவது மைனா தாவித் தாவித் தள்ளிப்

போனது. அது நிற்கும்போது இதுவும் நின்றது. ஒன்றையொன்று பார்த்துக்கொண்டது. எல்லாமே நாடகக் காட்சிகள்போல இருந்தன. பல பறவைகளுக்கு வீட்டுக் கூரையை நோக்கித் தாழ்வாக நீட்டிக்கொண்டிருந்த மரக்கிளைகளில் கூடுகள் காணப்பட்டன. வீட்டு வாசலுக்கும் பின்தோட்டத்துக்கும் இடையே ஒரு பெரியவர் நடப்பது தெரிந்தது. அவர் வெளியே வந்தால் சிறிது நேரம் பேசலாம் என்று தோன்றியது.

இருட்டத் தொடங்கிய பிறகுதான் அறைக்குத் திரும்பினேன். அந்த ஊரிலேயே இருந்த நண்பரொருவருக்குத் தொலைபேசியில் இந்த விஷயத்தைச் சொன்னபோது "அப்படியா அப்படியா . . ." என்று ஆச்சரியத்தை வெளிப்படுத்தினார்.

"அந்தப் பக்கமெல்லாம் போவற வேலையே எனக்கு இல்லயே? அப்பறம் எப்படி பாக்கறது?"

இரவு முழுக்க அந்தப் பறவை வீட்டின் சிந்தனையிலேயே இருந்தேன். அடுத்த நாள் என் அதிகாலை நடையை அந்தத் திசையிலேயே அமைத்துக்கொண்டேன். வேகவேகமாக வந்து அந்த வீட்டின் வாசலில் நின்றேன். பறவைகளின் இரைச்சலும் ஆட்டமும் தொடங்கிவிட்டிருந்தன. பல வாத்தியங்களை ஒரே நேரத்தில் இசைக்கவிட்ட கச்சேரிபோல இருந்தது. அந்த வீடு, மரங்கள், படல்கள், செடிகள் எல்லாமே ஏதோ ஒரு கிராமத்துத் தோப்பு அல்லது பூங்காவை ஞாபகப்படுத்துவதாக இருந்தன. நீளமான ஒரு மூங்கில் தடியின் நுனியில் பட்டையாகப் பொருத்தப்பட்ட வாரியலால் தரையை சுத்தப்படுத்தி சருகுகளையெல்லாம் ஓரமாக ஒதுக்கியபடி பெரியவர் வாசல் பக்கமாக வந்தார்.

வாய்ப்பைத் தவறவிடக் கூடாது என்கிற எண்ணத்தில் அருகில் சென்று வணக்கம் சொன்னேன். ஒரு கணம் நிமிர்ந்து பார்த்து என் வணக்கத்தை ஏற்றுக்கொண்டதாகத் தன் தலையசைப்பால் வெளிப்படுத்திவிட்டு மறுபடியும் சருகுகளை ஒதுக்கத் தொடங்கினார். அதைப் பொருட்படுத்தாமல் "ஒரு கவர்மென்ட் செய்ய வேண்டிய வேல இது. ஒத்தையில செய்யறிங்க. பாக்க சந்தோஷமா இருக்குது. போவப்போவ காலம் இப்படித்தான் மாறிடும்போல இருக்குது சார். நமக்குத் தேவையான பறவைக் கூடம், நமக்குத் தேவையான குளம்ன்னு ஒவ்வொன்னயும் நாமே உருவாக்கிக்கணும்போல இருக்குது" என்று சொன்னேன்.

இதமான குளிர்க்காற்று முகத்தில் அடித்தது. மரத்திலிருந்து பிரிந்து விழுந்த சருகொன்று என் முன் தலையைத் தொட்டு விட்டுத் தரையில் விழுந்தது. ஒன்றிரண்டு அணில்கள் வேலிப் பக்கமாக எட்டிப் பார்த்துவிட்டு ஓடின. தொலைவில் இருந்த

ஒரு கல்மீது ஒரு ஜோடிக் குருவிகள் உட்கார்ந்திருந்தன. உண்மையில் ஒரு குருவி மட்டும்தான் உட்கார்ந்திருந்தது. மற்றொரு குருவி தரையில் ஒரு கணமும் கல்மீது ஒரு கணமுமாக மாறி மாறிப் பறந்து உட்கார்ந்தது. உட்கார்ந்திருந்த குருவிக்கு ஏதோ விளையாட்டு காட்டுவதைப்போல இருந்தது. எதையோ சொல்லித் தன் வழிக்குத் திருப்ப முயற்சி செய்கிறதோ என்று தோன்றியது. பார்ப்பதற்கு வழக்கமான குருவிகள்போலத் தெரியவில்லை. நல்ல குண்டான கோழிக்குஞ்சுகள்போல இருந்தன அவை. தூக்கிக் கையில் நிற்கவைத்துவிடலாம். வயிற்றுப் பகுதியில் மட்டும் வெள்ளையாய் புசுபுசுவென்று முடியடர்ந் திருந்தது. முதுகு பாசிபடர்ந்த தலைபோல இருந்தது. தலை மட்டும் உலர்ந்த திராட்சை நிறத்தில் காணப்பட்டது. வட்டமான கண்கள். மயிலுக்கு இருப்பதுபோன்ற நீண்ட அலகு. சாம்பலும் மஞ்சளும் படிந்த நிறம். ஆச்சரியம் தாங்காமல் என்னை மறந்து அவற்றையே பார்த்துக்கொண்டிருந்தேன்.

"இது என்ன குருவி சார்?" ஆவலுடன் பெரியவரைக் கேட்டேன்.

"தையற்காரக்குருவி" பெரியவர் என்னைப் பார்த்துப் புன்னகைத்தார். ஒருகணம் அது கிண்டலாக இருக்குமோ என்று தோன்றி பின்வாங்கினேன். மறுகணமே அவர் பேசத் தொடங்கியதைக் கேட்டு அமைதியானேன்.

"ஆமாம். சிங்கப்பூர் பக்கத்தில் இது முக்கியமான குருவி. நம்ம பக்கத்திலயும் உண்டு. நாம கூடு கட்டற குருவிகளத் தானே பார்த்திருக்கோம். இது தன்னுடைய கூடுகள இலையால தச்சிக்கும். அதனாலதான் இந்தப் பேரு."

"தச்சிக்குமா?" என்னால் ஆச்சரியத்தைக் கட்டுப்படுத்த முடியவில்லை.

"இங்க வாங்க, காட்டறேன்." அவர் பின்தோட்டத்தின் பக்கம் அழைத்துச் சென்றார். உயரமான ஒரு அரசமரம். ஒரு குறிப்பிட்ட கிளையைச் சுட்டிக் காட்டி பார்க்கும்படி சொன்னார். பார்சல் தோசைபோல அல்லது பாலம் கட்டக் கொண்டுவந்த போட்ட சின்ன சிமெண்ட் குழாயைப்போல அல்லது இருபுறங்களும் வாய்திறந்த ஒரு படியைப்போலச் சுருட்டப்பட்ட இலை தெரிந்தது.

"அதுதான் கூடு."

"யாரோ இலையை சுருட்டி வச்ச மாதிரி இருக்குதே, இதுவா கூடு?"

“இதான் கூடு. மழைக்கும் பனிக்கும் பாதுகாப்பு. அதுக்குத் தான் அப்படி ஒரு வளைவு.”

“எப்படி சுருட்டும்?”

“அதான் அதனுடைய திறமை. அது மட்டுமில்ல. காத்துல பிரிஞ்சிடாம இருக்கறதுக்காக அலகாலயே கொத்திக் கொத்தி அழகா ஓட்டை போட்டு, அலகாலயே மரப்பட்டையிலேருந்து உருவாக்கிய நாரால தச்சி வச்சிக்கும்.”

“அப்படியா?”

“இதுல ஒரு வேடிக்கை என்ன தெரியுமா? ஆண் குருவிக்குக் கூடு கட்டத் தெரியாது. பெண் குருவிதான் கூடுகட்டும்.”

நான் திரும்பி வேரடியில் விளையாடிக்கொண்டிருந்த குருவிகளைத் தேடினேன். தையற்காரக் குருவிகளைப் பற்றி நிறைய தகவல்களைச் சொல்லத் தொடங்கிவிட்டார் பெரியவர். ஆரம்பத்தில் இருந்த மனத்தடை உடைந்துவிட்டது. அடுத்த அரை மணிநேரத்தில் நீண்ட நாள் பழக்கம் உள்ள நண்பராக மாறிவிட்டார். அன்று மாலையை அவருடன் கழித்தபிறகு, ரத்த சொந்தம் உள்ள பெரியப்பாவாகவோ அல்லது சித்தப்பா வாகவோ நெருங்கிவிட்டார். தன்னிடம் இருந்த பறவைகளைப் பற்றிய பல வெளிநாட்டுப் புத்தகங்களைக் காட்டினார். ஒவ்வொரு பறவையைப் பற்றியும் ஒரு புத்தகம் எழுதக்கூடிய அளவுக்குத் தகவல்களை தெரிந்துவைத்திருந்தார். வலசை போகும் பறவைகள், ஒரே இடத்தில் தங்கியிருக்கக்கூடிய பறவைகள் என பறவைகளைப் பிரித்தறியும் விதங்களைப் பற்றியும் ஒவ்வொரு பறவைக்கும் உள்ள பிரத்யேகமான சிறப்புக் குணம் பற்றியுமான அவருடைய ஞானம் அதிசயிக்கத்தக்க அளவில் இருந்தது. ஓர் ஆய்வாளனுக்கே உரிய நுட்பத்தோடும் ஆர்வத்தோடும் ஒவ்வொன்றையும் அவர் தெரிந்துவைத்திருந்தார். அவரிடம் அழகான விலையுயர்ந்த தொலைநோக்கி ஒன்று இருந்தது. அதன் மூலம் பல மைல்கள் தள்ளியிருக்கிற வனப் பகுதியில் திரியும் பறவைகளைப் பார்க்க முடியும் என்று சொன்னார். தன் வீட்டு மொட்டை மாடிக்கு அழைத்துச் சென்று என்னையும் பார்க்க வைத்தார்.

கிளம்பும்போது தயங்கித் தயங்கித்தான் அவருடைய சொந்த வாழ்க்கையைப் பற்றி விசாரித்தேன். மனைவி இல்லை. தன்னுடைய ஐம்பதாவது வயதில் மனைவி விஷக் காய்ச்சலில் இறந்துவிட்டதாகச் சொன்னார். ஒரே மகன். நன்கு படித்து பட்டம் பெற்றதும் லண்டனில் வேலை கிடைத்துக் குடியேறி விட்டான். நல்ல பிள்ளைதான். அப்பாவைத் தன்னோடு

வைத்துக்கொள்ள வேண்டும் என்று பலமுறை அழைத்தும் அவர்தான் பிடிவாதமாகச் செல்ல மறுத்துவிட்டார். அவருக்கு வாழ்க்கைமீதோ பிள்ளைமீதோ எந்தப் புகாரும் இல்லை. வருத்தமும் இல்லை.

"வெப்ப மண்டலப் பறவை, குளிர் மண்டலப் பறவைன்னு இரண்டுவகை உண்டு. சில பறவைகள் வலசை போகும். சில பறவைகள் வலசை போகாது. வலசை போகாத பறவை நான்."

சிரித்துக்கொண்டே அவர் சொன்னபோது எனக்குள் ஏதோ இனம் புரியாத தத்தளிப்பை உணர்ந்தேன்.

அடுத்த நாள் காலை அவருடன் சிற்றுண்டியைப் பகிர்ந்து கொண்டேன். அன்று இரவு விடுதியிலிருந்து வெளியேறி அவரு டன் தங்கினேன். இரவு முழுதும் அவர் பறவைகளைப் பற்றிப் பேசிக்கொண்டே இருந்தார். தன் வீட்டையும் சுற்றுப் புறத்தையும் பறவைகள் வசிப்பதற்கேற்ற வகையில் பொருத்தமாக மாற்றி வைத்திருப்பதில் அவர் அடையும் நிம்மதியைப் பகிர்ந்து கொண்டார். அவர் கண்கள் ஆனந்தத்தில் நிறைந்திருப்பதைக் கண்டேன்.

அந்த ஆண்டிலும் அதற்கடுத்த ஆண்டிலும் நான் மூன்று முறைகள் ஹாசன் செல்ல நேர்ந்தது. மூன்று முறையும் அவரு டைய இல்லத்திலேயே தங்கிக்கொண்டேன். ஒருநாள் ஹேமாவதி ஆற்றின் பக்கமாக என்னை அழைத்துச் சென்றார். தீவுபோல சின்னதாக ஆற்றின் நடுவே காணப்பட்ட பச்சைப் பசேலென்ற திட்டில் வெள்ளைக் கொக்குகள் கூட்டமாக அணிவகுத்து நிற்பதைக் காட்டினார். ஏதோ சீருடையில் வந்து இறங்கிய சிப்பாய்க் கூட்டத்தைப் போன்ற அக்காட்சி மறக்க முடியாத பேரனுபவம்.

"நாமளும் ஒரு கொக்கா இருக்கக் கூடாதான்னு தோணுதா இல்லயா? எனக்கு அப்படியே கீழ உழுந்து கும்பிடணும்போல இருக்குது. இதவிட பெரிய சந்தோஷம் உலகத்துல உண்டா, சொல்லுங்க?"

பெரியவர் நெகிழ்ச்சியோடு சொன்ன வார்த்தைகளை உள்வாங்கியபடி அமைதியாக நின்றிருந்தேன்.

அடுத்த பயணம் சற்றே நீண்ட இடைவெளிக்குப் பிறகு தான் நிகழ்ந்தது. பெரியவரோடு சேர்ந்து தங்கும் எண்ணத்தோடு நேராகவே அவருடைய வீட்டுக்குச் சென்றேன். ஆனால் அவர் அங்கு இல்லை. அது மட்டுமல்ல, அந்த அரச மரங்கள், வீடு, கூடுகள், குடில்கள், நாவல் மரம், தென்னைகள், குருவிகள் எதுவுமே இல்லை. எல்லாமே தரைமட்டமாக்கப்பட்ட அந்த

இடத்தில் கட்டி முடிக்கப்படாத கட்டிடம் ஒன்று காணப் பட்டது. குழப்பத்துடன் அந்த இடத்திலேயே நின்று உற்றுப் பார்ப்பதால் சந்தேகம் கொண்ட கட்டிடக் காவலாளியின் மூலம்தான் சில தகவல்களைக் கேட்டுத் தெரிந்துகொண்டேன்.

“பெரியவர் செத்து ஒரு மூணு மாசமிருக்கும் சார். யாருக்குமே தெரியலை சார். திடீர்னு நடந்திருச்சி. வீட்டுக்கு வெளியே துர்நாத்தமா இருந்ததாலதான் ஊருக்காரங்களுக்கே தெரிஞ்சிருக்குது. அப்பறமா ஊர்க்காரங்கதான் அடக்கம் செஞ்சாங்க. லண்டன் புள்ள அப்பறமாத்தான் வந்தாருங்க. வீடு, சொத்து எல்லாத்தயும் வித்துப் பணமாக்கிட்டு போயிட் டாரு. மண்ணை வாங்கினவர் புதுசா கட்டறதுக்காக பழைய வீட்டை இடிச்சிட்டு மரங்களையெல்லாம் வெட்டினாரு. அன்னைக்கு ராத்திரி தங்கறதுக்கு இடமில்லாம இந்தப் பறவைங்க போட்ட சத்தம் மாதிரி நான் எப்பவும் கேட்டதில்லை சார். ஒரு நூறு கொழந்தைங்க ஒண்ணாச் சேர்ந்து அழுதா எப்படி இருக்கும்? அப்படி இருந்தது அனாதைங்களா அதுங்க போட்ட சத்தம். அதுக்கப்பறமும் ஒன்னு ரெண்டுங்க இந்தப் பக்கம் எப்பவாவது சுத்தி சுத்தி வரும். இப்ப எதுவும் வரதில்லைங்க.”

கனத்த இதயத்துடன் நான் விடுதியை நோக்கித் திரும் பினேன். மாலை நடை செல்ல மனமில்லை. உற்சாகமில்லா மல் விரைவாகவே படுக்கைக்குச் சென்றேன். முன்வழுக்கை விழுந்த கண்ணாடி அணிந்த அந்தப் பெரியவரின் முகம் இரவு முழுக்க மனத்தில் அலைமோதியபடி இருந்தது.

ஒரு சிற்பம், ஓர் ஓவியம், ஒரு கவிதை

சிற்பம், ஓவியம், கவிதை என்பவை அனைத்தும் கலையின் வெவ்வேறு வடிவங்கள். தோற்றத்தின் அடிப் படையில் சிற்பம் வடிவம் சார்ந்தும் ஓவியம் கற்பனை சார்ந்தும் கவிதை மொழி சார்ந்தும் இயங்குவதைப் போன்ற உணர்வை ஏற்படுத்தினாலும் உண்மையில், அனைத்துமே மனம் சார்ந்து இயங்கும் தன்மை உடையன வாகவே இருக்கின்றன. கலைஞனின் மனம் காட்சிகளால் நிறைந்த ஒரு மாபெரும் தொகுப்பு. நேருக்கு நேர் பார்க்கும் காட்சிகள், கனவுகளில் தென்படும் காட்சிகள் அத்தொகுப் பில் கொட்டிக் கிடக்கின்றன. படைப்பூக்கம் மிகுந்த தருணத்தில் கவிஞன் தன் மனத்தில் தற்செயலாக மிதந்து வெளிப்படத் துடிக்கும் காட்சியைத் தன் எழுத்து மொழி யில் கவிதையாக மாற்றுகிறான். ஓவியன் தன் நிறங்களின் மொழியில் அதே காட்சியை ஓவியமாகத் தீட்டுகிறான். சிற்பி தன் சிற்ப மொழியில் அதே காட்சியை சிற்பமாக்கி உயிரூட்டுகிறான்.

மனம் மொழி சார்ந்தும் மொழி பண்பாடு சார்ந்தும் இயங்கும் தன்மை உள்ளவை. ஒவ்வொரு சொல்லுக்குப் பின்னாலும் ஒரு நூறு காட்சிகள் பண்பாட்டில் அடங்கி யுள்ளன. எதார்த்தக் காட்சியைச் சித்தரிக்கிற ஒரு கலை வடிவம் நுட்பமான அளவில் சித்தரிக்க முற்படுகிற காட்சியையும் பண்பாட்டில் உறைந்திருக்கிற வேறொரு காட்சியையும் கண்ணுக்குப் புலப்படாத ஒரு நூலால் இணைத்து வைக்கிறது. அதை நாம் படிமம் என்று எளிய சொல்லால் அழைக்கிறோம். படிமம் என்பது ஒரு கலையாக்கத்துக்கு வரலாற்றுத் தன்மையை வழங்கு கிறது. மிகச் சிறந்த படிமங்களே மிகச் சிறந்த கவிதை யாகவும் ஓவியமாகவும் சிற்பமாகவும் இருக்கின்றன.

சாண உருண்டைகளைப் பிள்ளையாராக உருமாற்றி வணங்குகிற வாழ்க்கை நமக்கு உள்ளது. கால்வாய்த் தண்ணீரை கங்கை நதியாக எண்ணி ஏற்றுக்கொள்கிற மரபு நம்மிடம் உள்ளது. சாதாரணமாக, பாதையோரமாக உருண்டு கிடக்கிற கல்லை ஒரு நொடியில் நம் மனம் சிவனாக மாற்றிவிடும். தெரிந்தோ தெரியாமலோ நம்மைச் சுற்றி நிகழ்கிற எல்லாக் காட்சிகளிலும் நம்மைச் சுற்றி நிறைந்திருக்கும் அசைகிற, அசையாத பொருள்கள் அனைத்திலும் படிம அமைப்பு படிந்து விட்டிருக்கிறது. இந்திரப் பிரஸ்த அரண்மனை வாசலில் தடாகம் போல அலைநெளியும் நீர்ப்பரப்பாகக் காட்சியளித்த இடம் தரையாகவும் வழவழப்பான தரையாகக் காட்சியளித்த இடம் தடாகமாகவும் இருப்பதைக் கண்டு வியப்பில் உறைந்துபோன துரியோதனனை ஒருகணம் நினைத்துக்கொள்வோம். தரை தண்ணீராகவும் தண்ணீர் தரையாகவும் மாற்றம் கொள்கிற ஆச்சரியம்தான் கலை. கலைஞன் தன் உயிரையே வழங்கி இந்த உருமாற்றத்தைச் சாதிக்கிறான். ஒன்றைத் தொட்டு இன்னொன்றுக்குத் தாவிச் செல்லும் இணைப்பை வழங்குகிறான். இந்த விந்தைதான் கலையில் அடங்கியிருக்கும் ஈர்ப்புச் சக்தி. மனித குலத்தை ஒவ்வொரு காலத்திலும் ஈர்த்துவைக்கிற ஆற்றல் இதற்கு இருக்கிறது. தலைமுறைக்குத் தலைமுறை இந்த ஈர்ப்பின் அளவு பெருகிக்கொண்டே போகிறது. ஈர்ப்பு ஒரு வற்றாத ஜீவநதியாகக் காலம்காலமாக இந்த மண்ணில் பாய்ந்த படியே இருக்கிறது. ஓவியர் குழைக்கிற நிறங்களில் இந்த ஈர்ப்பும் இணைந்தே குழைக்கப்படுகிறது. சிற்பி வடித்தெடுக்கும் சிலை களிலும் இந்த ஈர்ப்பின் தடம் அடங்கியிருக்கிறது. கவிஞன் முன்வைக்கிற கவிதைகளிலும் ஈர்ப்பின் ஈரம் படிந்திருக்கிறது.

இருபத்தேழு ஆண்டுகளுக்கு முன்னால் ஒரு பயணத்தில் சிதைந்த நகரான ஹம்பியில் காண நேர்ந்த ஒரு சிற்பம் என் நெஞ்சில் ஆழமாகப் பதிந்துபோய்விட்டது. இதற்குப் பிறகு நூற்றுக்கணக்கான சிற்பங்களைப் பார்த்திருப்பேன். ஆனாலும் முதலிடம் இந்த சிற்பத்துக்குத்தான். ராமாயணக் காட்சிகளையே அதிக அளவில் கொண்ட சிற்ப வரிசையில் அந்தச் சிற்பம் தனித்துத் தெரிந்தது. சீதையின் மடியில் ராமன் தலை வைத்துப் படுத்திருக்கிற ஒரு சிற்பம். ஒரு மரத்தையும் குன்றின் வளைவை யும் பின்னணியாகக் கொண்ட புடைப்புச் சிற்பம் அது. பார்த்த கணத்திலேயே அது வனவாசத்தின்போது நிகழ்ந்திருக்க வாய்ப் புள்ள ஒரு சம்பவம் என்கிற எண்ணத்தை ஏற்படுத்தியது. ஒரு மனைவியின் மடியில் கணவன் தலைசாய்த்திருக்கிற காட்சி யில் புதுமையாகக் காண என்ன இருக்கிறது என்று தோன்றலாம்.

அந்தக் காட்சி நிகழ்ந்த கணம் மானைப் பிடித்து வர ராமனை அனுப்புவதற்கு முந்தைய கணம் என்கிற உணர்வோடு பார்த்தால் அக்காட்சியின் ஆழம் புரியும். சீதையின் மடியிலிருந்து எழுந்த கணத்திலிருந்து இருவருடைய வாழ்விலும் இருள் சூழ்ந்துவிடுகிறது. இராவணனால் அபகரிக்கப்பட்ட சீதை அசோகவனத்தில் அபலையாக நின்றுவிடுகிறாள். அவளைப் பிரிந்த துயரால் ராமன் நடைப்பிணமாகக் காட்டுக்குள் அலைந்து துயரத்தில் குமுறுகிறான். நிழலின் அருமை வெயிலில் தெரிவது போல, சேர்ந்திருப்பதால் உருவாகும் ஆனந்தத்தின் அருமை, அதை இழந்து நிற்கிற தருணத்தில்தான் தெரிகிறது. இழந்து போன ஆனந்த இல்லறத்தின் அடையாளம் அச்சிற்பம். இனி மேல், அந்த மடி இல்லை, ஆறுதலாக நெற்றியைத் தடவித் தரும் விரல்கள் இல்லை. தன்னை நோக்கி முறுவலிக்கும் இதழ்கள் இல்லை. குளிர்ச்சியான பார்வையை வழங்கும் கண்கள் இல்லை. அவை சொல்லாமல் சொல்கிற ஆயிர மாயிரம் கதைகள் இல்லவே இல்லை. எல்லாவற்றையும் ஒரே கணத்தில் தொலைத்து நிற்கிற துரதிருஷ்டத்தை நினைத்துப் பாருங்கள். அந்தக் கணம் அந்தச் சிற்பத்தில் தெரிந்தது.

ராமனின் வாழ்க்கை ஏராளமான தற்செயல்களால் நிறைந்தவை. அவன் காட்டுக்கு அழைத்துச் செல்லப்படுவதே ஒரு தற்செயல். சீதையை மணப்பது மற்றொரு தற்செயல். நாளை முடிசூட்டு விழா என்கிற தருணத்தில், அது நின்றுபோக வனவாசத்துக்கு அனுப்பப்படுவது மற்றொரு தற்செயல். அந்த வரிசையில் இழந்ததுகூட பெரிய இழப்பில்லை. அன்பும் ஆதரவும் மிகுந்த மனைவியின் நெருக்கத்தை இழந்தது மாபெரும் இழப்பு.

ஆணும் பெண்ணும் சேர்ந்து வாழ்கிற வாழ்வின் அழகு, அவர்களுடைய நெருக்கத்தில்தான் வெளிப்படுகிறது. காதல் நெருக்கம்தான் அன்பு. காற்றுகூட இடையில் புகுந்து செல்ல முடியாத நெருக்கமுள்ள காதலர்களைப் பற்றிய ஒரு சித்திரத்தைத் திருக்குறள் வழங்குகிறது. நெருக்கத்தின் வெவ்வேறு நிலைகள் பல கோயில்களில் சிற்பங்களாக்கப்பட்டுள்ளன. நெருக்கம் ஒரு படிமமாக மானுட மனத்தில் உறைந்திருக்கிறது. நெருக்கத்தின் அருமையை நேர்மறையாகச் சொல்வது ஒருவிதம். எதிர்மறையாகச் சொல்வது இன்னொருவிதம். இழப்பின் துக்கத்தை அறியாமல் ஆனந்தமாக உரையாடியபடி சீதையின் மடியில் படுத்திருக்கும் ராமனைப் பார்க்கும்போது, பார்க்கிற நமக்குத்தான் மனம் துக்கத்தில் பொங்குகிறது. ராமனின் கதையை ஏற்கனவே அறிந்திருப்பதால் அந்தத் துக்கம் பல மடங்காக

இருக்கிறது. அறிந்தோ அறியாமலோ அந்தத் துக்கம் யாருடைய வாழ்விலும் நேர்ந்துவிடக் கூடாது என்று நினைக்கிறோம். ஆனால், அந்த நினைவு மட்டுமே யாரையும் காப்பற்றிவிடுவதில்லை. ராமனின் வாழ்வில் நிகழ்ந்த தற்செயலைப் போல நம் வாழ்வில் நிகழும் ஏராளமான தற்செயல்களால் நாமும் சிற்சில சந்தர்ப்பங்களில் நம் நெருக்கத்தைத் தொலைத்துவிடுகிறோம். அனுபவ அறிவுக்கும் நடப்புக்கும் தொடர்பே இல்லாமல் நிகழ்காலம் எங்கோ அழைத்துச் செல்கிறது.

இச்சிற்பத்தைப் போலவே ஏதோ ஒரு ஓவியக் கண்காட்சியில் பார்க்க நேர்ந்த ஓவியமொன்றும் மனத்தில் நிரந்தரமான ஓரிடத்தைத் தக்கவைத்துக்கொண்டது. அது ஓர் எளிய வண்ண ஓவியம். இரண்டடிக்கு மூன்றடி அளவுள்ள ஒரு கித்தானில் தீட்டப்பட்ட ஓவியம் அது. கிருஷ்ணனும் ராதையும் ஊஞ்சலில் உல்லாசமாக தன்னை மறந்து ஆடிக்கொண்டிருக்கிற ஓவியம். மீண்டும் நெருக்கத்தின் அருமையை உணர்த்துகிற ஓவியம். கனவும் காதலும் தீட்டிய பளபளப்பு அவர்களுடைய கன்னங்களில் சுடர்விட்டபடி இருந்தது. அக்கண்களில் பொங்கிய காதல் அவர்களையே வசீகரம் நிறைந்தவர்களாக மாற்றியது. அந்த நெருக்கமும் மயக்கமும் பார்வையாளர்களை அகல விடாமல் நிறுத்தும்படி இருந்தன. இந்த நெருக்கத்தைப் பற்றிய ஓராயிரம் கதைகளையும் கருத்துகளையும் அறிந்திருந்தும் ஏதோ அற்பக் காரணங்களுக்காக நெருக்கத்தைத் தொலைத்து விட்டு துயரங்களில் மூழ்கியலைகிற மனித குலத்துக்கு, அவன் கற்கத் தவறிய பாடத்தை அமைதியாக நினைவூட்டியபடி இருக்கிறது அந்த ஓவியம். ‘காவேரிப்பூம்பட்டினமே எனக்குப் பரிசாகக் கிடைத்தாலும், மெலிந்த தோளும் நீண்ட கூந்தலும் உடைய என் மனத்துக்கு உகந்தவளைப் பிரிந்து வர மாட்டேன்’ என்று சொல்கிற ஆணின் வாசகம் பட்டினப்பாலையின் இறுதி வரிகளில் இடம்பெறுவது. தன் மனத்துக்கு இசைந்தவளின் நினைவுகளை அசைபோட்டபடி நடந்தாலே போதும், ‘நீர்நசை வேட்கையின் நார்மென்று தணியும் இன்னாக் கானமும் இனியது’ என்று உரைக்கிற ஆணைப் பற்றிய சித்திரமொன்றைக் குறுந்தொகை தருகிறது. தன் மனத்துக்கு இசைந்தவளின் நினைவுகளுக்குள்ள வலிமையைப் புரிந்துவைத்திருந்தும் ஓர் ஆண் இசைவானவளின் நெருக்கத்தை இழந்துபோவது ஏன் என்பது விடை சொல்லமுடியாத புதிர். இழந்துவிடக் கூடாது என்பதைச் சுட்டாமல் சுட்டுகின்றன ஓவியமும் சிற்பமும். இழந்துபோவது என்பது தவிர்க்க முடியாத துரதிருஷ்டமான எதார்த்தம்.

யூமா. வாசுகியின் 'நீர் விளையாட்டு' என்கிற கவிதை நெருக்கத்தைப் பற்றிய பதற்றத்தை ஊட்டுகிறது.

மலர்களின் கொடித்தண்டுகள்
காலில் சிக்கி மூழ்கடிக்கப் பார்க்கின்றன
படர்ந்த நீர்த்தாவரங்களை
விலக்கிவிலக்கி – உன்னைத்
தேடிக்கொண்டே நீந்துகிறேன்
நீயோ
தோன்றும் இடத்தை
மாற்றியபடியிருக்கிறாய்
நம் கவனத்திற்கும் அப்பால்
கரைகளில் உலர்த்தியிருந்த
வண்ணத் துணிகளை துவைத்தவர்கள்
எடுத்துப்போய்விட்டார்கள்
புல்மேய்ந்த பசுக்களும்
ஊருக்குள் திரும்பின
நான் தோற்றேன்
வெளியா வா
உன்னை இக்கணமே
தொடவேண்டும் போலிருக்கிறது
நீருக்குள் பதுங்கிப்பதுங்கி
நீயும்
களைத்திருப்பாய்தானே.

நீர்த்தாவரங்கள் மிகுதியாக மிதக்கிற குளம் அது. சற்றே ஏமாந்தாலும் கொடித்தண்டுகளில் கால்கள் சிக்கி மூழ்கிவிடுகிற அபாயத்தை உடைய அக்குளத்தில் ஆணும் பெண்ணும் நீந்திக் குளிக்கிறார்கள். மூழ்கிப் பிடிக்கிற நீர்விளையாட்டு நடக்கிறது. மூச்சுக்காக எழுந்து தோன்றுகிற இடங்கள் மாறியபடி உள்ளன. விளையாட்டின் உல்லாசம் உச்சத்துக்குச் சென்றுவிடுகிறது. பெண் இடம் மாறியபடி உள் நீச்சலிலேயே நீந்திச் செல்கிறாள். பிடிக்க முடியாத ஆண் தேடியபடி இருக்கிறான். அவள் வெளிப்படாத ஒவ்வொரு கணமும் பதற்றம் பெருகியபடி இருக்கிறது. நீருக்குள் பதுங்கிப் பதுங்கி நீயும் களைத்திருப்பாய் தானே, வந்துவிடு என்று மனத்துக்குள்ளேயே இறைஞ்சுகிறான். வேடிக்கையாகத் தொடங்கிய ஒரு விளையாட்டு, விபரீதத்தில் முடிந்துவிடுமோ என்கிற பதற்றத்தை நாமும் அடைகிறோம். உன்னை உடனேயே தொட வேண்டும்போல இருக்கிறது என்று நடுக்கத்தையும் கலவரத்தையும் வெளிப்படுத்தும் வரி நம்மைக் குலைக்கின்றது. குளம் என்பதை வெறும் நீர்நிலையாக மட்டுமே கவிதை காட்டவில்லை. அது வாழ்க்கை என்கிற குளம். சற்றே

கவனம் பிசகினாலும் மலர்களின் கொடித்தண்டுகள் காலில் சிக்கி மூழ்கடிக்கப் பார்க்கின்ற குளம். இக்குளத்தில்தான் நம் நெருக்கமென்னும் நீர்விளையாட்டு நிகழ்கிறது. குளத்தில் இறங்குகிற ஒவ்வொருவரும் ஆசையோடுதான் விளையாட்டைத் தொடங்குகிறார்கள். நீடித்திருக்க வேண்டிய இன்பம் நிலை பெறாமல் போய்விடுவது புரிந்துகொள்ள முடியாத பெரும் புதிர்.

கவிதையாகவும் ஓவியமாகவும் சிற்பமாகவும் புதிரின் தருணங்கள் மீண்டும் மீண்டும் மனிதகுலத்தின் முன் படைக்கப் படுகின்றன. புதிரின் தருணங்கள் எந்த அளவுக்குக் கலைப் படைப்பில் அழுத்தமாகத் தடம் பதிக்கின்றனவோ அந்த அளவுக்கு அவை உயிரோட்டம் மிகுந்ததாக அமைகின்றன. உயிரோட்டமான அந்தத் திரையை விலக்கிப் பார்க்கும் பயிற்சி யைப் பெற்றிருந்தோமென்றால், வாழ்வின்மீது படைப்பாளிக்கு உள்ள பற்றுதலையும் ஈடுபாட்டையும் அறிந்துகொள்ளலாம் வாழ முடியாத கணங்களைக் கண்ணுற நேரும்போதெல்லாம் படைப்பாளியின் மனம் அடைகிற தவிப்புகளையும் தத்தளிப்பு களையும் அறிந்துகொள்ளலாம். தோல்விகளும் துயரங்களும் எதிர்பாராதவிதமாக நம்மை வந்து அடைந்துவிட்டன என்பது போலவும், எப்படியோ சரிப்படுத்தி தோல்விகளோ துயரங்களோ அற்ற ஆனந்த நிலையை மறுபடியும் அடைந்துவிடலாம் என்பது போலவும் படைப்பாளியின் மனத்தில் ஊறுகிற நம்பிக்கை யின் அடையாளமும் படைப்புகளில் எஞ்சியிருப்பதையும் உணரலாம். ஆழ்மனத்தில் சுரந்துகொண்டிருக்கிற வற்றாத நம்பிக்கையைப் படைப்பாளிகள் ஒருபோதும் கைவிடுவதில்லை. சிறிய அளவிலாவது ஒளிர்ந்துகொண்டிருக்கிற சுடர் என்று அதைச் சொல்லலாம். இருளடர்ந்த திசைகளைத் துலங்கச் செய்து, தடமறிந்து, அவற்றினூடே பயணங்களை நிகழ்த்திவிட முடியும் என்ற எண்ணத்தோடு ஒளிர்கிறது அந்தச் சுடர். சூரியனாகவோ அல்லது எளிய எண்ணெய்த் திரியாகவோ, அந்தச் சுடர் இன்றுவரைக்கும் ஒளியை வழங்கி மனித வாழ்வை வெளிச்சம் நிரம்பியதாக்கி வைத்திருக்கிறது. அந்த நம்பிக்கை யின் உந்துதல்தான் சிற்பங்களிலும் ஓவியங்களிலும் கவிதை களிலும் வெளிப்பட்டபடி இருக்கிறது.

கலை வழங்குகிற அனுபவத்தை, வாழ்வை முன்னிறுத்தி நாம் உள்வாங்கி நமக்குள் எந்த அளவுக்குக் கரைத்துக்கொள் கிறோம் என்பது முக்கியமான கேள்வி. உலக வாழ்க்கையில் கடைப்பிடிக்கத்தக்க உயர்ந்த நெறிகளை எடுத்துரைக்கிற நீதிநூலாசிரியர்களாக நாம் படைப்பாளிகளை நினைத்துக் கொள்ளத் தேவையில்லை. சிற்பி, ஓவியன், கவிஞன் என

எல்லாப் பிரிவினரையும் தழுவி நிற்கிற ஒரு சொல்லாகத்தான் படைப்பாளி என்கிற சொல்லை நான் பயன்படுத்துகிறேன். இந்த உலகம் ஏற்றுக்கொள்வதைச் சொல்ல வேண்டும் அல்லது இந்த உலகத்தை ஒரே ஒரு அங்குலமாவது முன்னகர்த்தி வைக்க வேண்டும் என்கிற எண்ணங்களின் அடிப்படையில் எந்தப் படைப்பாளியும் இயங்குவதில்லை. தோல்வியின் தருணங் களையும் துக்கங்களின் தருணங்களையும் முன்வைக்கிற படைப்பு களின் பின்னணியில் உள்ள மன எழுச்சி, யாருக்கும் குற்ற உணர்ச்சியை ஊட்டுவதல்ல. இதுவும் இயற்கையே என்கிற எளிய உண்மையை உணர்த்துவதாகும். எல்லாவற்றையும் கடந்து வந்த உலகில் இதுவும் கடந்துபோகும் என்கிற வெளிச்சத்தை வழங்கும் தோழமை உணர்வை மட்டுமே அது வெளிப்படுத்துகிறது.

கிஷன் மோட்வாணி

தமிழ்ச்சங்க நூலகத்தில் புத்தகங்களை மாற்றிக் கொண்டு ஏரிக்கரையோரமாக வீட்டுக்குத் திரும்பிக் கொண்டிருந்தபோது, ஒரு திருப்பத்தில் பாதையோர மாகப் பலவிதமான மரப் பொம்மைகள் பரப்பி வைக்கப் பட்டிருந்ததைப் பார்த்துச் சில நிமிடங்கள் நிற்க நேர்ந்தது. ஒரு குளிர் சாதனப் பெட்டியின் உயரமிருந்த அர்த்த நாரீஸ்வரர் சிற்பத்திலிருந்து அலைபேசி உயரத்துக்குக் கைக்கடக்கமான நடனக்காரி சிற்பம்வரை ஏராளமாக அடுக்கப்பட்டிருந்தன. பெரும்பாலான சிற்பங்களுக்கு அரக்கு வண்ணம் பூசப்பட்டிருந்தது. ஒரு சில சிற்பங்களுக்கு வண்ணமே இல்லை.

அர்த்தநாரீஸ்வரர் சிற்பம் மிகப்பெரிய கூடமொன் றின் அல்லது வணிக வளாகமொன்றின் நடுவில் வைக்கப் பொருத்தமான ஒன்று. குழலூதும் கண்ணன் சிற்பத்தை வீட்டிலேயே பார்வையாளர் அறையில் நிறுத்தலாம். விதவிதமான நடன மங்கையர் சிற்பங்களை நீண்ட நடையுள்ள வீட்டில் தள்ளித்தள்ளி நிறுத்தலாம். ஈட்டி தாங்கிய காவல்காரன் சிற்பம் மாடிப்படியோரம் நிறுத்தப் பொருத்தமானது. பூ வேலைப்பாடும் மங்கையொருத்தி குளமொன்றில் தண்ணீரெடுத்துத் திரும்புவது போன்றது மான புடைச்சிற்பம் சுவரில் பதிக்கத்தக்க ஒன்று. காட்சித் தட்டுகளில் அடுக்கத்தக்க நாய்க்குட்டிகள், மான்கள், பூக்கள், தலைப்பாகை சுற்றிய மீசைக்கார இளைஞர்கள் என இன்னும் ஏராளமான சின்னச்சின்ன சிற்பங்கள் கண்களைக் கவர்ந்தன. இவை எல்லாவற்றையும்விட என்னைக் கவர்ந்தவை அழகான குடுவைச் சிற்பங்கள். பழச்சாறுப்புட்டி அளவுக்குக் குட்டையான குடுவைமுதல் மேசையின் உயரத்துக்கு இணையான குடுவைவரை

பலவிதமான அளவுகள். அவற்றின் பொது அம்சம் என்பது அடிப்பகுதியிலும் வாய்ப்பகுதிலும் சிறுத்து இடைப்பகுதி மட்டும் பருத்திருப்பது மட்டுமே. இடைப்பகுதி பருமனிலும் வாய்ப் பகுதியிலும் கலைஞர்கள் காட்டியிருந்த ஆச்சரியமான வேலைப் பாடுகளில் வெளிப்பட்ட கலைத்தன்மை வசீகரம் மிகுந்ததாக இருந்தது.

"பேக்கேன்றீ சாப்?" இந்திச் சாயலோடுகூடிய கன்னடக் கேள்வியோடு நடு வயதுள்ள ஒருவர் என்னை நெருங்கினார். நல்ல உயரம். பல மடிப்புகளைக் கொண்ட தலைப்பாகை அவரை மேலும் உயரமாகக் காட்டியது. பீடி ஒன்றை வேகமாக இழுத்துக்கொண்டிருந்தார்.

"பாக்கறதுக்கு ரொம்ப அழகா கண்காட்சியில பாக்கற மாதிரி இருக்குது. ஒவ்வொன்னயும் செய்ய எவ்வளவு நாளாவும் ஒங்களுக்கு?" என் பாராட்டுகளை நான் இந்தியிலேயே அவருக்குத் தெரியப்படுத்தினேன். அவர் அதைப் பெரிதாக எடுத்துக்கொள்ளவில்லை. "எது புடிக்குது சொல்லுங்க சாப். வெல கொறச்சி தரேன்" என்றார். "அழகா இருக்குதே பாக்க லாம்னுதான் நின்னேன். வாங்கற நிலைமை இப்ப இல்ல" என்று இழுத்தேன் நான். "பாருங்க, பாருங்க சாப், பத்து பேரு திருப்பித் திருப்பி பாத்தாதான ஒரு ஆளாவது வாங்குவாங்க" சொல்லிக்கொண்டே தோளில் இருந்த துணியை உதறி குனிந்து ஒவ்வொரு சிற்பமாக துடைக்கத் தொடங்கினார். "எத்தன தரம் தொடச்சாலும் தூசி படிஞ்சுகிட்டே இருக்குது சாப்"

வரிசையின் மற்றொரு பக்கத்தில் சற்றே சிறிய மரக்கட்டை மீது உட்கார்ந்தபடி வேறொரு மரக்கட்டையை சீவிக்கொண் டிருந்தார் இன்னொருவர். இரண்டு சிறுவர்களும் நாலைந்து இளைஞர்களும் பக்கத்தில் நிழலான இடத்தில் மரத்துண்டு களைச் சீவிக்கொண்டிருந்தார்கள். வெவ்வேறு அளவிலான சின்னச்சின்ன மரத்துண்டுகள் ஏராளமாகக் குவிந்திருந்தன. அக்குவியலுக்குப் பின்னால் இரண்டு கூடாரங்கள். ஒரு கூடாரத் தில் தயார் நிலையிலுள்ள புதிய சிற்பங்கள். இன்னொரு கூடாரத்தில் சுருட்டிவைக்கப்பட்டிருந்த அவர்களுடைய படுக்கை கள். இரண்டு கூடாரங்களையும் இணைத்துக் கட்டிய கயிற்றில் வேட்டி, சட்டைகள், பைஜாமா, துண்டுகள் உலர்ந்துகொண்டிருந் தன. காற்றில் பறந்துவிடாதபடி க்ளிப் மாட்டப்பட்டிருந்தது. "சாதாரணமா ஒரு நாளைக்கி எத்தன பொம்மைங்க செய்வாங்க?"

"இத்தனன்னு நிச்சயமா ஒண்ணும் கெடையாது சாப். மூணும் செய்யலாம். நாலும் செய்யலாம். எதுவுமே செய்யாமலும் உக்காந்திருக்கலாம். செய்யறதெல்லாம் விக்கணும் சாப். வித்து

பணம் கெடைக்கறதை பாத்தாதான் உற்சாகம் வரும் சாப்...” விரக்தி படிந்த குரலில் குனிந்தபடி பதில் சொன்னார்.

“இந்த மான் ரொம்ப அழகா தத்ரூபமா இருக்குது. உண்மை யாவே பக்கத்துல வந்து நிக்கறதப்போல தோணுது” பக்கத்தில் இருந்த மானைக் காட்டிச் சொன்னேன்.

“அது நான் செஞ்சது. அறநூறு ரூபாதான். எல்லாரும் வெல கேட்டு போறாங்களே தவிர யாரும் வாங்க மாட்டறாங்க. யாராவது நானூறு குடுத்தாகூட போதும், இன்னிக்கு குடுத்துரு வேன். ஒங்களுக்கு வேணுமா?”

விற்பனையை ஒட்டியே அவர் மனம் ஓடிக்கொண்டிருந்தது. அதிக நேரம் பேச விருப்பமில்லாதவராகவே தன்னைக் காட்டிக் கொண்டார். பெயரைக்கூட அப்போது அவர் சொல்லவில்லை.

தற்செயலாக, அதற்கடுத்த வாரத்தில் புதுவீடு கட்டிக் குடித்தனம் போன நண்பரொருவர் வீட்டு முகப்பறையில் உள்ள காட்சி அடுக்குகளில் வைக்கப் பொருத்தமான பொம்மை களை வாங்குவதற்குப் பொருத்தமான கடைக்குச் செல்ல வேண்டும் என்றார். எனக்கு உடனே, அந்த ஏரிக்கரை பாதை யோரக் கடைதான் நினைவுக்கு வந்தது. சொன்னேன். ஆனால், நண்பருடைய முகத்தில் ஒருவிதத் தயக்கம் தென்பட்டது. “அவுங்ககிட்டல்லாம் பேரம் பேசித்தானே வாங்க முடியும். ஆன வில குதிர வில சொல்வாங்களே. ஃபினிஷிங் எப்படி இருக்குமோ தெரியாது. நல்ல கடையையே தேடிப் போலாமே” என்றார் நண்பர். நேரில் பார்த்தால் அவருடைய எண்ணத்தை மாற்றிக்கொள்ள நேரிடும் என்றும் அந்த அளவுக்கு அழகழகான பொம்மைகள் அங்கே உண்டு என்றும் சொல்லி ஏற்றுக்கொள்ள வைத்தேன். அன்று சாயங்காலமே அவரை அங்கே அழைத்துச் சென்றேன்.

எங்கள் தேவையைச் சொன்னதும் பெரியவர் உற்சாகமாக மரச் சிற்பங்களையும் பொம்மைகளையும் எடுத்துக்காட்டத் தொடங்கினார். பக்கத்தில் நின்றிருந்த பையனிடம் சொல்லி கூடாரத்துக்குள் வைக்கப்பட்டிருந்த பெட்டியொன்றை எடுத்து வரச் சொன்னார். அதற்குள் இன்னும் வெவ்வேறு வகையான கண்ணைப் பறிக்கும் பொம்மைகள் இருந்தன. பொருத்தமான நிறக்கலவையைக்கொண்ட பெண் பொம்மைகள், ஆண் பொம்மைகள், விலங்கு பொம்மைகள், கிளி, குருவி பொம்மைகள், நண்பருக்கு சொல்ல முடியாத அளவுக்கு மகிழ்ச்சி. “இதுங்கள கொண்டும்போயி வச்சாலே ஷோகேஸ் கள கட்டிரும்” என்றார். குழலூதும் கிருஷ்ணனும் கண் மயங்கிய ராதையும் சேர்ந்திருந்த சிற்பத்தைக் காட்டி முகம் மலர்ந்தார். மீராவின் சிற்பத்தை எடுத்து நெடுநேரம் பார்த்துவிட்டு வைத்தார். எல்லா வகைகளி

லும் ஒவ்வொன்றை எடுத்து தனியே வைத்துவிட்டு பிறகு அக்குவியலிலிருந்து தனக்கு மிகவும் பிடித்தமானவற்றைப் பிரித்தெடுத்தார். மொத்தமாக நாலாயிரம் ரூபாய் கேட்டார் பெரியவர். நண்பரும் அவரும் பேசிக்கொண்டார்கள். நண்பர் புதுவீட்டைப் பற்றியும் மனைவியும் பிள்ளைகளும் ஆசைப் படுவதைப் பற்றியும் சொன்னார். "படா ஐட்டம் செய்லாம் சாப். சோட்டா ஐட்டம் கஷ்டம் சாப். இதுலதான் நெறயா காம் சாப்..." என்று பொம்மையை உருவாக்குவதில் உள்ள சிரமங்களை எடுத்துச் சொன்னார் பெரியவர். பேச்சுவார்த்தை இறுதியாக மூவாயிரம் ரூபாயில் முடிந்தது. பணத்தை வாங்கிக் கொண்டதும் அவருடைய ஆட்கள் பொம்மைகளை அட்டைப் பெட்டிக்குள் அடுக்கினார்கள். பாதுகாப்புக்காக பெட்டியின் அடியிலும் மேற்புறத்திலும் வைக்கோலைப் பரப்பினார்கள். நான்கு அட்டைப் பெட்டிகள் நிரம்பின. பெட்டிகளையும் நண்பரையும் ஒரு ஆட்டோவில் ஏற்றிவிட்டு வீட்டுக்கு நான் நடக்கத் தொடங்கினேன்.

இப்படி இரண்டு மூன்று சந்தர்ப்பங்களில் தொடர்ந்து பார்த்துப் பழகிய பிறகுதான் சற்றே கலகலப்பாகப் பேசத் தொடங்கினார் பெரியவர். அதன்பிறகுதான் அவர் பெயர் கிஷன் மோட்வாணி என்றும் ஆஜ்மிர் பக்கத்தைச் சேர்ந்தவர் என்றும் சொன்னார். அடுத்தடுத்த சந்திப்புகளில் பல விவரங் களைத் தெரிந்துகொண்டேன்.

கிஷன் மோட்வாணிக்கு பெங்களூரே பிடிக்கவில்லை. அல்சூர் ஏரியை சுத்தமாகப் பிடிக்கவில்லை. ஏரியைப் பாதுகாக் கும் விருப்பம் மக்களுக்கும் இல்லை, அரசாங்கத்துக்கும் இல்லை என்று வருத்தமாகச் சொன்னார். தன் ராஜஸ்தானில் உள்ள புஷ்கார் ஏரிக்கு நிகரான ஒரு ஏரி இந்தியாவிலேயே இல்லை என்று மார்தட்டிக்கொண்டார். நைனிடால் ஏரிக்கு அழகு இருக்கலாமே தவிர, புஷ்கார் ஏரிக்கு உள்ள பெருமை இல்லை என்று வாதிட்டார். நான் அந்த ஏரியைப் பார்த்திருக்கிறேன் என்பது அவருக்கு ஆச்சரியமாகவும் சந்தோஷமாகவும் இருந்தது.

"பிரம்மாவே நேரா வந்து உக்காந்து பூச செஞ்ச ஏரி அது. விஸ்வாமித்திரர்கூட அங்கதான் தவம் செஞ்சாரு. ஊர விட்டு வந்ததுல எங்களுக்கு கஷ்டமில்ல சாப். எங்க புஷ்கார்ல முழுக்கு போடறதுக்கு முடியாம போனதுதான் ரொம்பக் கஷ்டம். உலகத்தயே சுத்தினாலும் கார்த்திக் மாசம் ஊருக்கு போயிடுவம் சாப். ஒரு ரெண்டு மாசம் குடும்பத்தோட தங்கி யிருந்து சாமி பாத்து திருவிழாவுல கலந்துகிட்டு ஏரில தெனமும் முழுக்கு போட்டு சந்தோஷமா இருந்துட்டு வருவம். புஷ்கார்ல குளிச்சா எல்லா பாவத்துக்கும் பரிகாரம் செடச்சிரும் சாப்."

ஏரியைப் பற்றிப் பேசச் சொன்னால் நாள் முழுக்க சலிக்காமல் பேசக்கூடியவராகக் காணப்பட்டார் மோட்வாணி. பெருமை மிகுந்த ஏரிக்கரையோரம் வசிக்கிற நல்வாய்ப்பைத் தனது தலைமுறை இழந்துவிட்டதில் மிகுந்த வருத்தம் அவரிடம் தென்பட்டது. மோட்வாணிக்குச் சிற்பம் செய்வது குடும்பத் தொழில். அவருக்குச் சொந்தமாக நாலைந்து ஏக்கர் வயலுண்டு. கோதுமை விளையும் வயல்கள். தொடர்ந்து ஐந்து ஆண்டுகளாகச் சாகுபடி சரியாக அமையவில்லை. ஒருமுறை, பயிர்கள் அளவற்ற வெயிலில் வாடிக் கரிந்துபோயின. இன்னொரு முறை பழுதான பண்ணை விதைகளை விதைத்து வளர்ந்த பயிரில் பூவே விடாமல் சாவியாகப் போய்விட்டது. மற்றொருமுறை தண்ணீர் பாய்ச்ச முடியவில்லை. அதற்கடுத்தமுறை அதீதமான பனியில் வீணாகி அரையும் காலுமாகத்தான் அறுவடை செய்ய முடிந்தது. ஒவ்வொரு முறையும் ஏராளமான தொகை நஷ்டம். வங்கியில் வாங்கிய கடனுக்கு பாதி வயல்வெளியை எழுதிவைக்க வேண்டிய தாயிற்று. மோட்வாணியைப்போல பாதிக்கப்பட்ட குடும்பங்கள் ஏராளம். பிழைக்க வழியில்லாத நிலையில் ஊரைவிட்டு வெளி யேறினார்கள் அவர்கள். கொஞ்சம் பேர் வடக்குப் பக்கம் போனார்கள். இன்னும் கொஞ்சம்பேர் நாக்பூர் பக்கம் சென்றார்கள்.

கிஷண் மோட்வாணியின் குடும்பம் மிகப் பெரியது. அவர் தான் பெரியவர். நான்கு தம்பிகள், இரண்டு தங்கைகள். கூட்டுக் குடும்பம். “எங்க ஊடு கல்யாண மண்டபம்போல இருக்கும் சாப்” என்று சொன்னபோது மோட்வாணியின் குரல் உடைந்துவிட்டது. பல நொடிகள் பேச்சே வராமல் தலையையே பார்த்தார். சிறிது காலம் பசுக்களின் பாலை விற்று சாப்பாட்டுச் செலவை ஈடுகட்டினார்கள். தீவனத்துக்கு வழியில்லாதபோது பசுக்களையே விற்கும்படி ஆயிற்று. பிறகு, தோட்டத்தில் நின்ற மரங்களை வெட்டி விற்றார்கள். வெட்டப் பட்ட ஒரு மரத்துண்டில் நேரம் கழிவதற்காகத் தற்செயலாக ஒரு பொம்மையைச் செய்தார், மோட்வாணி. செய்து முடித்த பிறகுதான் அதையும் விற்றுப் பணமாக்கும் எண்ணம் உதித்தது. எப்போதோ நிறுத்திவைக்கப்பட்ட குடும்பத் தொழில் மறுபடியும் தொடர்ந்தது. உறுப்பினர்கள் அனைவரும் உட்கார்ந்து பத்துப் பதினைந்து நாட்களில் ஏராளமான சிற்பங்களைச் செய்து முடித்தார்கள். ஆஜ்மீருக்கும் புஷ்கார் ஏரிக்கும் சென்று சுற்றுலாப் பிரயாணிகளிடம் விற்றார்கள். அந்தப் பணத்தில் சிறிது காலம் கடந்தது. எண்ணிக்கையில் ஏராளமான ஆட்களைக் கொண்ட குடும்பத்துக்காகக் கடுமையான உழைப்பு தேவைப்பட்டது. வீட்டுப் பெண்களுக்குக் காவலாக கடைசித் திசையில் சென்றார் கள். ஜெய்ப்பூர், உதய்ப்பூர் என ராஜஸ்தான் எல்லைக்குள்

ளேயே ஒரு கூட்டம் சுற்றியது. பூனா, மும்பை பக்கம் இன்னொரு கூட்டம் சென்றது. பேல்காம் பக்கத்தில் ஒரு கூட்டம் இறங்கிக்கொண்டது. கிஷண் மோட்வாணி பெங்களூர் வந்து விட்டார். கார்த்திகை மாதத்துக்கு முன்னும் பின்னுமாக இருண்டு மாதங்கள் எல்லாருமே வியாபாரத்தை நிறுத்திவிட்டு ஊருக்குத் திரும்பிவிடுவார்கள். ஓர் ஆண்டில் இரண்டு மாதங்கள் மட்டுமே ஊர் வாசம். திருவிழா பார்ப்பார்கள். புஷ்கார் ஏரியில் குளித்துப் பூசை செய்வார்கள். மனைவி பிள்ளை களோடு ஆனந்தமாக இருப்பார்கள். பிறகு, வீட்டுப் பெண்கள் ஆண்டு முழுதும் செய்து வைத்திருந்த மண் பொம்மைகளையும் மரச் சிற்பங்களையும் பெட்டிகளில் அடுக்கியெடுத்துக் கொண்டு புறப்பட்டுவிடுவார்கள்.

மீரா பொம்மை செய்வதில் தன் மகள் திறமைசாலி என்பதில் மோட்வாணிக்குப் பெருமை. அவளுக்கு விரைவில் திருமணம் செய்துவைக்க வேண்டும் என்பது அவர் ஆசை. ஒரு திருமணம் என்பது மூன்று நாட்கள் நீளும் சடங்கு. செலவுக்கு ஏராளமாகப் பணம் வேண்டும். கடுமையான சிரமங் கள் இருந்தபோதும் கல்யாணச் செலவில் கஞ்சத்தனம் காட்டக் கூடாது. இனத்துக்கே அது பெரிய கேவலமாகிவிடும். ஊர் கௌரவமே அந்தக் கல்யாணத்தில்தான் இருக்கிறது. இந்த ஆண்டுக்குள் அல்லது அடுத்த ஆண்டுக்குள் அவளைக் கரை யேற்றிவிட்டால் முக்கியமான கடமையொன்று முடிந்துவிடும் என்றார் மோட்வாணி.

கிறிஸ்துமஸை ஒட்டி நண்பரொருவர், தேவாலயத்துக்கு வருகிற பிள்ளைகளுக்கு அன்பளிப்பாக வழங்குவதற்கான பொம்மைகளை எங்கே வாங்கலாம் என்று ஆலோசனை கேட்டார். அவரை மோட்வாணியிடம் அழைத்துச் சென்றேன். வெள்ளையுடுத்திய தேவதைப் பொம்மைகளும் ஏசு பொம்மை களும் விலங்கு, பறவை பொம்மைகளும் ஏராளமாக இருந்தன. நண்பர் தேர்ந்தெடுத்து வாங்கிக்கொண்டார். பணியிலிருந்து ஓய்வுபெற்றுச் செல்லும் எங்கள் உயர் அதிகாரிக்காக நினைவுப் பரிசொன்றைத் தேர்ந்தெடுத்து வாங்கும் பொறுப்பு என்னிடம் ஒப்படைக்கப்பட்டதை ஒட்டி அதே மாதத்திலேயே இன்னொரு முறை சென்றேன். ஒரு தாய், தன் மடியில் குழந்தையோடு உட்கார்ந்திருக்கும் பொம்மையொன்றை வாங்கிவந்தேன்.

ஒரு சந்திப்பில் மோட்வாணியின் முகம் மிகவும் வாட்ட மடைந்திருந்தது. மிகவும் வற்புறுத்திக் கேட்டபிறகுதான் மெதுவாகச் சொல்லத் தொடங்கினார். போலீஸ்காரர்கள் தொல்லை நாளுக்கு நாள் அதிகமாகிவிட்டதாகச் சொன்னார். பத்மாஷ் லோக், பேஇமான் லோக் என்று திட்டித் திட்டி

ஆத்திரத்தை வெளிப்படுத்தினார். அந்த மாதத்தில் நான்கு முறை வந்துவிட்டார்களாம். ஒவ்வொரு முறையும் கையில் இருக்கிற பணத்தைப் பிடுங்கிக்கொண்டு போய்விட்டார்களாம். கொடுத்த நூறு ரூபாய் நோட்டை வாங்கிக் கசக்கி அவன் முகத்திலேயே வீசி எறிந்துவிட்டு "எங்கள என்ன பிச்சைக்காரங் கன்னு நெனச்சிட்டியா?" என்று கேட்டுவிட்டு அறைந்தார் களாம். "நாங்க மட்டும் என்ன பிச்சைக்காரங்களா, இப்படி தொல்ல குடுக்கறிங்களே?" என்று பதிலுக்குக் கேட்டாராம் மோட்வாணி. அந்தக் கேள்வி வந்தவனை எங்கோ தைத்துவிட்டது போலும். கையிலிருந்த லத்தித் தடியால் தொடையிலேயெ ஐந்தாறு அடிகள் அடித்துவிட்டானாம். மற்ற வேலைக்காரர்கள் ஓடிவந்து கெஞ்சிப் பேசி தடுத்து காப்பாற்றினார்களாம். "ஸ்டேஷனுக்கு நடங்கடா" என்று எல்லாரையும் நெட்டித் தள்ளினாராம் காவலர். "கம்பி எண்ணனாத்தான்டா ஒங்களுக்கு புத்தி வரும். ஊருவிட்டு ஊரு வந்து பொழைக்கற நாய்க்கே இவ்வளவு கொழுப்பு இருந்தா இதே ஊரு தண்ணி குடிச்சிட்டு வளர்ர எனக்கு எவ்வளவு இருக்கும்?" என்று மறுபடியும் அடித்தாராம். அதிகார மிடுக்கு குறையாமலேயே ஐந்நூறு ரூபாயை வாங்கிக்கொண்டு போனாராம். ஒரே மாதத்தில் நான்கு முறை வந்து பிடுங்கிக்கொண்டு போனால் பிழைப்பது எப்படி என்று வருத்தத்துடன் கேட்டார்.

இந்தியா முழுக்க போலீஸ்காரர்கள் ஒரே மாதிரியான சுபாவத்தோடுதான் இருக்கிறார்கள் என்றார் மோட்வாணி. ஆஜ்மீரில் பார்த்த சம்பவமொன்றைச் சொன்னார். ஒருநாள் வியாபாரத்தை முடிக்கிற நேரத்தில் மழை பொழியத் தொடங்கி விட்டதால் அன்று கிராமத்துக்குத் திரும்பாமல் மற்ற விற்பனையாளர்கள் தங்கியிருந்த பாதையோரக் கூடாரங்களுக்கு அருகில் இருந்த கடைத் திண்ணையொன்றில் படுத்துக்கொண் டார். நள்ளிரவை நெருங்கும் நேரத்தில் ஏதோ கூச்சல் கேட்டு எழுந்தார். ஒரு போலீஸ் வாகனம் நின்றிருந்தது. இரண்டு போலீஸ்காரர்கள் ஒரு கூடாரத்தின் வாசலில் சத்தமாகப் பேசிக்கொண்டிருந்தார்கள். ஸ்டேஷனுக்கு இரண்டு பெண் களை அனுப்பச் சொல்லிக் கட்டாயப்படுத்தினார்கள். அவர் களைத் தடுக்கவே முடியவில்லை. நினைத்தபடி பெண்களை அழைத்துச் சென்று வாகனத்தில் ஏற்றிக்கொண்டு பறந்துவிட்டார் கள். அதிகாலை இருள் பிரிவதற்கு முன்பாக மறுபடியும் வாகனம் வந்து பெண்களை இறக்கிவிட்டுச் சென்றது. முக்காடு போட்டு முகத்தை மூடியபடி வேகவேகமாக ஓடிவந்த பெண்கள் கூடாரத்துக்குள் புகுந்த காட்சி ஆழமாக மனத்தில் பதிந்து விட்டது என்றார். எந்தக் காரணத்தை முன்னிட்டும் தன் வீட்டுப் பெண்களை கடைத்தெருப் பக்கமாக அழைத்துவருவ

தில்லை என்னும் முடிவை அப்போதுதான் எடுத்ததாகச் சொன்னார். "பணத்துக்கும் பொம்பளைக்கும் நாயவிட கேவலமா அலையறாங்க சாப்."

அன்பளிப்புப் பொம்மைகளையும் சிற்பங்களையும் சகாய விலையில் மோட்வாணி கொடுக்கிற செய்தி அலுவலக நண்பர்களிடையே பரவலாகப் பரவிவிட்டது. புது வீடு குடித்தனம் போகிறவர்கள், நவராத்திரி கொண்டாடுகிறவர்கள், திருமணம், ஆண்டு விழா, வெற்றிவிழா, விளையாட்டுவிழா, மனமகிழ் மன்ற விழா ஏற்பாடு செய்கிறவர்கள் என பொம்மைகள் தேவைப்படும் கூட்டம் அதிகரிக்கத் தொடங்கியது. ஓர் ஆண்டில் குறைந்தது ஐந்தாறு சந்தர்ப்பங்களில் அப்படிப்பட்ட வியாபாரம் அமையும்.

ஒருமுறை, இலையில் சுருட்டிய மாவைக் கொடுத்துச் சாப்பிடச் சொன்னார். கோதுமை மாவை வறுத்துச் சலித்து ஏராளமான இனிப்புப் பொருட்களை திட்டமிட்டு கலந்து செய்யப்பட்ட ஒருவகையான எளிய இனிப்பு. கிட்டத்தட்ட பொறிவிளங்காய் உருண்டை சாப்பிடுவதைப்போல, இருந்தது. இனிப்பில் என் கண்கள் மலர்ந்ததைக் கண்டு மோட்வாணி இன்னும் கொஞ்சம் அள்ளிவைத்து "சாப்டு சாப்" என்றார். சொல்லிக்கொண்டே இரண்டு கை அள்ளி வைத்துவிட்டார். முடித்ததும் சூடான பாலில்லாத தேநீர் தந்தார். உரையாடலை முடித்துக்கொண்டு கிளம்பும்போதுதான் "என் பொண்ணுக்கு பொறந்தநாளு சார் இன்னிக்கு" என்றார். "இருபத்தி ஒன்னு முடிஞ்சி இருபத்திரெண்டு தொடக்கம் சாப். இந்த வருஷத்திலாவது கல்யாணத்த முடிச்சிரணும் சாப்" என்றார். எனக்கு என்ன சொல்வதென்று புரியவில்லை. மனம் குழைந்தது. "ஒரு கவலயும் வேணாம் மோட்வாணி. எல்லாம் நல்லபடியா நடக்கும்" என்று தோளைத் தொட்டுச் சொன்னேன். அவர் மனம் குவிந்த புள்ளியிலிருந்து சற்றே விலகி வருவதற்காக, "பையன முடிவுபண்ணிட்டீங்களா மோட்வாணி?" என்று கேட்டேன். "தயாராயிருக்கான் சாப். ஜெய்ப்பூர் பக்கம் சொந்தமா கட வச்சிருக்கான் கட்டிக்குடுத்துட்டா நம்ம பாரம் எறங்கும்" என்றார். பிறகு நகைகள், பாத்திரங்கள், துணிமணிகள், வரதட்சணை சடங்குகள், செலவு என எங்கெங்கோ சென்று இறுதியாகப் பேச்சு ஒரு முடிவுக்கு வந்தது.

"எல்லாருக்கும் வாங்கித் தரீங்களே சாப். நீங்க ஏன் வாங்க மாட்டறிங்க?" ஆச்சரியமாக ஒருமுறை கேட்டார் மோட்வாணி. அன்பளிப்புகளைப் பெரும்பாலும் புத்தகங்களாக நான் கொடுத்து விடுவதாகச் சொன்னேன்.

"வீட்டுக்கு?"

ஒருகணம் அவரை நிமிர்ந்து பார்த்தேன். "என் பையனுக்கு யான பொம்மதான் ரொம்பப் புடிக்கும். உங்ககிட்ட அது இல்லயே"

அவருக்கே அது ஆச்சரியமாக இருந்தது. "மான், புலி, சிங்கம்லாம் இருக்குது. யான இல்லயே. யாராச்சிம் இப்படி சொன்னாத்தானே தெரியும் . . ." இயலாமை தொனிக்கும் பார்வை யோடு அவர் என்னைப் பார்த்தார். சட்டென குனிந்து ஒரு வினாயகர் பொம்மையை எடுத்து "இத வச்சிக்க சாப். இவரும் ஒருவகையில பாதி யானதான?" என்று சிரித்தார். நான் புன்னகை யோடு மறுத்தேன். "அடுத்த தரம் ஊருலேருந்து திரும்பும் போது உங்களுக்கு ஒரு யானயோடு வரேன் சாப்" என்றார். பிறகு, "பையனுக்கு என்ன வயசு" என்று கேட்டார்.

"இருபத்தி ஒண்ணு."

"அட, கிட்டத்தட்ட நம்ம பொண்ணு வயசுதான். ஒரு நாளைக்கி இந்தப் பக்கமா கூட்டி வா சாப்."

"நிச்சயமா."

சொல்லிவிட்டு வந்தேனே தவிர அவனை அழைத்துச் செல்வது அவ்வளவு எளிய செயலாக இல்லை. ஒவ்வொரு ஞாயிறு அன்றும் நூலகத்துக்குக் கிளம்பும் வேளையில் அவனுக்கு வேறு ஏதாவது வேலை இருந்தது. பாடத்தில் ஏதோ சந்தேகம் என்று நண்பர்கள் யாராவது அவனைத் தேடி வந்துவிடுவார் கள். அல்லது இவனே மற்றவர்களைத் தேடிச் சென்றுவிடுவான். ஸ்பெஷல் க்ளாஸ் என்று கல்லூரிக்குச் சென்றுவிட்டான் ஒருமுறை. "பி.வி.ஆர்.ல சக் தே இந்தியா போட்டிருக்கான்பா. நாங்க பத்து பேரு செட்டா போறோம். இன்னிக்கு பாத்து கூப்புட்டா எப்படிப்பா?" என்றான் இன்னொரு முறை. ஒவ்வொரு முறையும் மோட்வாணிக்கு அவன் சொன்ன காரணத்தையே விரிவாக்கிச் சொல்ல வேண்டியதாக இருந்தது. அவர் நம்பினாரா நம்பவில்லையா என்பது எனக்குத் தெரிய வில்லை. நாலைந்து வாரங்களுக்குப் பிறகு கேட்பதையே நிறுத்தி விட்டார். பேச்சோடு பேச்சாக நான்தான் சொல்லிக்கொண் டிருந்தேன். "இருக்கட்டும் இருக்கட்டும்" என்று அவரும் தலை யாட்டிக்கொண்டார். எனக்குள் பெருகிய குற்ற உணர்ச்சியை எப்படிச் சொல்லிப் புரியவைப்பது என்றே தெரியவில்லை.

அவருடைய அக்டோபர் பயணம் நெருங்கி வந்தது. ஊருக்குக் கிளம்புவதற்கான எல்லா ஏற்பாடுகளையும் செய்து முடித்துவிட்டார். "இந்த தரம் உங்களுக்கு யான பொம்ம கட்டாயமா எடுத்தாரேன் சாப்" என்று சிரித்தார். "பொண்ணு

கல்யாணத்த மொதல்ல நடத்துங்க மோட்வாணி. யானை அப்பறமா பாத்துக்கலாம்" என்றேன். அந்த வார இறுதியில் கூடாரங்களைக் காலி செய்துவிட்டு அவர்கள் கிளம்பிச் சென்றார்கள்.

அவர் இல்லாத இரண்டு மாதங்களிலும் நூலகத்திலிருந்து திரும்பும்போது கூடாரங்கள் இருந்ததற்கான அடையாளங் களாக தனித்துத் தெரியும் செவ்வகப் பரப்புகளைப் பார்த்ததுமே மோட்வாணியின் முகம் நினைவில் வந்துபோனது. அவர் மகள் திருமணம் முடிந்திருக்கும் என்று தோன்றியது.

டிசம்பர் கடந்தும்கூட அவர் வரவில்லை. வாரங்கள் நகர்ந்தன.

பொங்கலைக் கொண்டாடுவதற்காக விடுப்பெடுத்துக் கொண்டு ஊருக்குச் சென்று திரும்பிய பிறகு இரண்டு வாரங் கள் நூலகம் செல்லவே நேரமில்லாமல் போய்விட்டது. பிறகு வந்த ஒரு விடுப்பு நாளில் அந்தப் பக்கம் சென்றேன். நூலகத்தி லிருந்து படியிறங்கும்போதே தொலைவில் கூடாரங்கள் தென் பட்டன. நிம்மதி மனத்தில் படர்ந்தது. மோட்வாணியைச் சந்தித்ததும் கேட்கப்போகும் செய்திகளைப் பட்டியலிட்டபடி வேகவேகமாக நடந்தேன். பொம்மை வரிசைகள் பார்வைக்கு நன்றாகத் தெரிந்தன. வெள்ளைச் சட்டையணிந்த முதுகுப் பக்கம்தான் எனக்குத் தெரிந்தது. "மோட்வாணிஜி . . ." என்று வேகமாக அழைத்தபடி அருகில் சென்று நின்றேன். திரும்பியவர் மோட்வாணி அல்ல. வேறு யாரோ. அதிர்ச்சியில் ஒருகணம் தடுமாறினேன். அப்போதுதான் பக்கத்தில் நின்றிருந்த உதவி யாட்களும் புதியவர்களாக இருப்பதைக் கவனித்தேன் அதற்குள் அவர் "க்யா . . . க்யா? என்று மூன்று முறைகள் கேட்டுவிட்டார்.

"மோட்வாணின்னு பொம்ம விற்கறவரு இதுக்கு முன்னால இங்க இருந்தாரு. அவரோன்னு நெனச்சிட்டேன்" என்று இழுத்தது என் குரல். அவர் என்னை மேலும் கீழும் பார்த்தார். மோட்வாணியைப்பற்றி எனக்குத் தெரிந்ததைச் சொன்னேன். அவருக்கு எந்தத் தகவலும் தெரியவில்லை. உதட்டைப் பிதுக்கினார். பிறகு "பாருங் சாப். புதுப் பொம்மைங்க தான். வெல கொறச்சித் தரேன். எதுவேணும் கேளு சாப்" என்று என் முகத்தைப் பார்த்தார். நான் தலையசைத்துவிட்டு ஏரிக்கரையோரமாக நடக்கத் தொடங்கினேன். ஒருகணம் அல்சூர் ஏரி, புஷ்கார் ஏரியைப் போலவே என் கண்களுக்குத் தெரிந்தது.

குழந்தையும் தெய்வமும்

இந்திரா நகர் ஆர்.டி.ஓ. அலுவலகத்தின் அருகி லிருந்து புறப்பட்டு, சாந்தி சாகர் உணவு விடுதியைக் கடந்து, காவேரி பாடசாலையை நோக்கி அறுபது வயது மதிக்கத்தக்க ஒரு பாட்டி, சீருடை அணிந்த பத்துப் பதினைந்து பிள்ளைகளை ஒரு பட்டாளமாக அழைத்துக் கொண்டு தினமும் வருவார். ரயில் விளையாட்டுபோல ஒரு சிறுவனின் இடுப்புப் பட்டையை அல்லது தோளை இன்னொரு சிறுவன் அல்லது சிறுமி பிடித்தபடி சொல்வார்கள். சில சிறுவர்கள் குதித்துக் குதித்து உண்மை யிலேயே சிக்கு புக்கு சிக்கு புக்கு என்று சொல்வது கேட்கும். மானசீகமாக அவர்களே ஒரு ரயிலாக மாறி அந்த சாலையைக் கடப்பார்கள். போக்குவரத்தை ஒழுங்கு செய்யும் காவலர் அந்த வரிசையைப் பார்த்ததுமே வாகனங் களை நிறுத்தி உதவி செய்வார்.

ரயிலின் எஞ்சினைப் போல பாட்டி எல்லாரையும் வழிநடத்தியபடி முன்னால் செல்வார். அவர் தோள் களிலும் கழுத்திலும் கைகளிலும் எல்லாப் பிள்ளை களுடைய புத்தகப் பைகளும் சாப்பாட்டுப் பைகளும் தொங்கிக்கொண்டிருக்கும். “பாத்து கண்ணுங்களா, பாத்து கண்ணுங்களா” என்று நொடிக்கொருமுறை சொன்னபடி மெதுவாகச் செல்வார். ஒரு சின்ன சைக்கிள் எதிரே வேகமாகக் கடந்து சென்றாலும்கூட பாட்டி உடனே வழிவிட்டு நின்றுவிடுவார். அது கடந்துபோன பிறகுதான் அடுத்த அடியை வைப்பார். அதற்குள் ரயில்பெட்டிகள் ஒன்றுடன்ஒன்று மோதி ஒரு கணம் குலுங்கிவிட்டு நிற்கும். பிறகு தொடரும். “என்ன பாட்டி நீ?” என்று பிள்ளைகள் அலுத்துக்கொள்வார்கள். “ஸ்கூலுக்கு நேர மாவுது பாட்டி, போய் சேர வேணாமா?” என்று ஒரு

சிறுமி சொல்லும். "இருடி என் தங்கம். எந்தக் கடன்கார னாச்சிம் இடிச்சி தொலச்சிட்டான்னா உன்ன பெத்தவங் களுக்கு யாருடி பதில் சொல்றது? என்ன நம்பித்தான உங்கள யெல்லாம் அனுப்பிருக்காங்க. ஜாக்கரதயா இருக்கணும்டி" என்று வெற்றிலைக் கறையேறிய பற்களைக் காட்டிச் சிரிப்பார் பாட்டி.

பள்ளிக்கூடம் வந்ததும் பாட்டி தன் தோள்களில் உள்ள பைகளை எல்லாம் இறக்கி நீட்டுவார். ஒவ்வொரு பிள்ளையும் தன்னுடைய புத்தகப் பையையும் சாப்பாட்டுப் பையையும் வாங்கிக்கொண்டு ஓடும். "பாக்கலாம் பாட்டி" "டாட்டா பாட்டி" "ஹோகிபர்த்தனி ஹஜ்ஜி" "வெள்ளொஸ்தானவ்வா" எல்லாரும் உள்ளே செல்லும்வரை சிரித்துக்கொண்டே கையை அசைப்பார் பாட்டி. "உஷாரா போங்க கண்ணுங்களா" என்று பொருளில் அவர் சொல்லும் சொற்கள் யாருடைய காதிலும் விழுவதில்லை.

காவேரி பாடசாலையை அடுத்துள்ள பேருந்து நிறுத்தத்தை நோக்கிச் செல்லும்போது பெரும்பாலும் இந்தக் காட்சியைப் பார்ப்பேன். வட்டமான கருத்த முகமும் திருநீறு அணிந்த நெற்றியுமாக அவரைப் பார்க்கும்போது யாரோ சொந்தக்காரர் ஒருவரைப் போலவே தோன்றும். பஞ்சுபோல தலைமுடி வெளுத்திருப்பதால்தான் பாட்டி என்று குறிப்பிட வேண்டியிருக்கிறது. இல்லையென்றால் நடுவயதுள்ள ஒரு பெண்மணி என்றுதான் சொல்ல வேண்டும்.

"ஸ் . . . அப்பாடா" என்று மூச்சு வாங்கியபடி ஒருநாள் பேருந்து நிறுத்தத்தின் பக்கம் வந்து நின்றார் பாட்டி. எனக்குப் பக்கத்தில் இருந்த இருக்கையில் "சித்த உக்காந்துக்கட்டா தம்பி" என்று கேட்டார். "உக்காருங்கம்மா" என்று நான் கூறியதும் உட்கார்ந்து மறுபடியும் "ஸ் . . . அப்பாடா" என்று மறுபடியும் மூச்சு வாங்கினார். புடவைத் தலைப்பை உதறியெடுத்து நெற்றி யிலும் கழுத்திலும் படிந்திருந்த வேர்வையைத் துடைத்தார். "காலங்கார்த்தாலயே வெயிலு இந்தக் கொளுத்து கொளுத்துது, சாயங்காலமா மழ வந்தாலும் வரும் போல" என்றார். "பள்ளிக் கூடம் விடற நேரமா பாத்து வராம இருந்தா போதும். எல்லார யும் ஊட்டுல சேத்த பிறகு வந்து பேயட்டும். யாரு வேணாம்னு சொன்னா" என்று தனக்குத்தானே சொல்லிக்கொண்டார். நாக்கை நீட்டி உலர்ந்திருந்த உதடுகளை ஈரப்படுத்திக்கொண்டார்.

இருக்கையில் பின்பக்கமாகச் சற்றே சாய்ந்தபடி இடுப்பு முந்தானையில் முடிச்சுப்போட்டு வைத்திருந்த வெற்றிலைப் பையைப் பிரித்தார். துவண்டு மடிப்பு விழுந்த ஒரு வெற்றிலை

யைப் பிரித்தெடுத்துத் தொடையில் வைத்துத் தேய்த்துத் தேய்த்து நேராக்கினார். காம்பைக் கிள்ளிவிட்டு, அதன்மீது ஒரு சின்ன மிளகாய் நீளத்துக்குப் புகையிலைத் துண்டையும் பட்டாணி அளவுக்கு ஒரு பாக்குத் துணுக்கையும் வைத்து மடித்து வாய்க்குள் அதக்கி மெதுவாகக் கண்களை மூடி மெல்லத் தொடங்கினார். சாறின் முதல் துளி தொண்டைக்குள் இறங்கியதும் அவர் முகம் மெல்ல மெல்லத் தெளிவடையத் தொடங்கியது. சில கணங்களுக்குப் பிறகு, உறக்கத்திலிருந்து விழிப்பதுபோல கண்களைத் திறந்து வாகனங்கள் பறக்கும் சாலையைப் புதுசாகப் பார்ப்பதுபோலப் பார்க்கத் தொடங்கினார். அவரையே நான் பார்ப்பதைக் கவனித்ததும் "என்ன பாக்கற தம்பி? ஒரு காலத்துல இந்த வெயிலுலாம் நெலாவுல காயற மாரி இருந்திச்சி. இப்ப இன்னாடான்னா புண்ணுல மொளகா சாந்த அப்பனாப்புல இருக்குது. ஒடம்புல சத்து கொறஞ்சதுமே, செல்லு புடிச்ச சொவுரு மாரி ஒண்ணொண்ணும் இத்து இத்து உழும் போலக்குது" என்றார். வெற்றிலைச் சாறு படிந்த நாக்கால் உதட்டை நனைத்து ஒருமுறை ஆழ்ந்து சுவைத்தார்.

"ஒடம்புக்கு எதாச்சிம் சொகமில்லயா?" மெதுவாக நான் பேச்சைத் தொடங்கினேன்.

"ஒடம்பு என்ன மகாராஜா கட்டன கோட்டயா காலம் பூரா நிக்கறதுக்கு? ஆத்தா சீட்ட கிழிச்சிப் போடற வரிக்கும் நல்லபடியா நடமாடிட்டு போயி சேர வேண்டியதுதான். சனியன் புடிச்ச வெயிலு பட்டாலே இப்பல்லாம் தலய வலிக்குது. சுத்தியால செங்கல்ல தட்டற மாரி எப்ப பாத்தாலும் ஒரே வலி. விண்ணு விண்ணுன்னு நரம்பு இழுக்குது. தாங்க முடியலை. அதான் கஷ்டம்."

"கஷ்டத்தோடயா புள்ளைங்கள ஸ்கூலுக்கு அழச்சிட்டு வந்திங்க? லீவு சொல்லிட்டு ஊட்டோட இருக்க வேண்டிதுதான?"

"நம்ம கஷ்டம் நம்மோட போயிரணும். நம்மால மத்தவங் களுக்கு எதுக்கு கஷ்டம்? மாசம் பொறந்தா சொளயா எரநூறு ரூபா குடுக்கறாங்க. அவுங்க மனசு கோணலாமா? எல்லாரும் வேலமேல போறவங்க. ஆயிரத்தெட்டு அரிபுரி இருக்கும். அதுங்கூட இதுவும் சேந்தா, நாள பின்ன நம்மள பாத்தாலே அவுங்க மனசுக்கு வெறுப்பா இருக்காதா?"

"சொகமில்லாத நெலமையில இப்படி அலஞ்சா இன்னும் கொஞ்சம் அதிகமாத்தானே ஆவும்?"

"அதிகமாயி போயி சேந்தாலும் சந்தோஷம்தான் போ. நா நல்லா இருக்கணும்னு நெனைக்க யாரு இருக்கறா?" சலிப்

போடு சிரித்துக்கொண்டார். நெற்றியில் வந்து விழுந்த முடிக் கற்றையை காதுப்பக்கமாக ஒதுக்கினார். "இந்தப் புள்ளைங்க மூஞ்சிய ஒரு நாளு பாக்கலைன்னாலும் எனக்கு தூக்கம் வராது தம்பி. பாசமான புள்ளைங்க. அஜ்ஜி அஜ்ஜின்னு ஒன்னொன்னும் உயிரயே வச்சிருக்குதுங்க. இந்த உலகத்துல எனக்கு ஒரே ஒரு ஆசதான். இப்பிடி கொழந்தைங்க கைய புடிச்சி நடந்துக்னு இருக்கும்போதே உயிர் பொட்டுனு போயிட ணும். அவ்ளோதான். என்னப் படச்ச ஆத்தா இத ஒன்ன மட்டும் நடத்திக்குடுத்தா போதும். நிம்மதியா போயி சேந்துரு வன்" எழுந்து போய் வெற்றிலைச் சக்கையை ஓரமாகத் துப்பி விட்டு வந்து மறுபடியும் உட்கார்ந்தார்..

"அவ்ளோ பாசமா அடுத்தவங்க புள்ளமேல?"

"அது என்ன தம்பி சட்டுனு அப்படி கேட்டுட்ட? நம்ம புள்ள அடுத்துவங்க புள்ளன்னு பாத்துட்டா பாசம் வரும்? தோ பாரு, பாத்ததும் பழகனதும் இந்த நெஞ்சு அடியிலேருந்து ஊத்தெடுத்து பொங்கி வரணும், தெரிஞ்சிதா? அதுக்குப் பேரு தான் பாசம். அது நம்ம புள்ளயா இருந்தா என்னா? அடுத்தவங்க புள்ளயா இருந்தா இன்னா? எல்லாருமே மேல உள்ளவ புடிச்சி உருட்டிவிட்டதுதான? ஆசயா, ஆயா ஆயான்னு சொல்லுதுங்க. கேக்கக் கேக்க அங்கமெல்லாம் குளுந்து போவுது. ஒவ்வொன்னும் அழவா பேசறத கேக்கறதுக்கு இந்த ஒரு பொறப்பு போதாது தெரிஞ்சிக்கோ."

நிறுத்தத்தை நெருங்கி ஒண்டுவதற்கு இடம் பார்க்கும் ஒரு குட்டி நாயைச் சிறிது நேரம் உற்றுப் பார்த்தார். பிறகு, மெதுவாக என்னைப் பார்த்து "ஆசயா என்னப் பாத்து கத சொல்லுன்னு கேக்குது ஒன்னு. தொட்டுத் தொட்டு பேசுது இன்னொன்னு. சண்ட போட்டுகிட்டா என்கிட்ட பஞ்சாயத்துக்கு சொல்லுது. இதுக்கு மேல என்னா ஒணும் சொல்லு. கேக்க கேக்க என் மனசும் ஒடம்பும் அப்படியே பூரிச்சிடுது தெரிமா?" என்றார்.

"ஒங்க பேரப் புள்ளைங்க இங்க இல்லையா?"

"புள்ளைங்களே எங்க இருக்குதுங்களோ எப்படி இருக்குதுங் களோ தெரியலை. பேரப் புள்ளைங்கள பத்தி நான் என்னான்னு சொல்றது?" கசப்பான புன்னகை அவரிடமிருந்து வெளிப்பட்டது. வெள்ளைத் தலைமுடியை ஒருமுறை நன்றாகப் பின்புறமாக உதறிவிட்டுக் கொண்டையாகச் சுருட்டி முடிந்தார்.

"எங்க போயிட்டாங்க?" அதிர்ச்சியை புலப்படுத்தாமல் மெதுவாகக் கேட்டேன்.

"யாருக்குப்பா தெரியும். றெக்க மொளச்சிடுச்சின்னா கூட்ட விட்டு போவ வேண்டிதுதான?" வெற்றிலைப் பையை மூடிச் சுருக்குப் போட்டு முந்தானையோடு சேர்த்துக் கட்டினார். "மூணு புள்ளைங்கள பெத்தன். ஒரு ஆணு. ரெண்டு பொண்ணு. இந்த பூமிமேல என்னென்ன வேல உண்டோ எல்லாத்தயும் செஞ்சி வளத்தன். ஒன்னு பாக்கியில்ல. சித்தாளா இருந்தன். கல்லு ஒடச்சன். ரோட்டு வேல பாத்தன். மண்ணு வெட்டனன். ஊட்டு வேல செஞ்சன். கல்யாண மண்டபத்துல குப்ப வாரனன். எச்சிலு எலைங்ககூட எடுத்துப்போட்டன். ஆனா, எந்தக் கஷ்டத்தையும் எந்தப் புள்ளைக்கும் குடுக்காமத் தான் கிளி மாரி வளத்தன். ஒவ்வொன்னும் ஒரோரு திசையில போயிடுச்சிங்க. பெரியவன் ஒரு கன்னடக்கார பொண்ண கட்டிக்கினு இரியூரு பக்கம் போயிட்டான். மொதப் பொண்ணு ஒரு மெக்கானிக் பையன்கூட சேந்து இங்கதான் யஷ்வந்தபுரம் பக்கம் வாழுது. கடைசி பொண்ணு ஒரு தெலுங்குக்கார னோட போயி வருஷம் ரெண்டாவப் போவுது. ஒவ்வொன்னும் போனதோட சரி, அதுக்கப்புறம் யாரும் வந்து எட்டிப் பாக்கலை."

"ஊட்டுக்காரு?"

"அவரு மண்ணோட மண்ணா போனதாலதான இப்படி ஒரு பொழப்பு பொழைக்கறன் நானு? பொம்பளயா பொறந்தா புருசன்காரனுக்கு முன்னாலயே பூவோடயும் பொட்டோடயும் போயி சேந்துரணும்பா. இருந்து என்ன மாரி இம்சப்படக் கூடாது. ஒரு தாய்க்காரி இருக்காளா செத்தாளான்னுகூட எட்டிப் பாக்காத புள்ளைங்கள நெனச்சிகிட்டு எதுக்கு உயிர் வாழணும் சொல்லு?" சிறிது நேரம் பேச்சை நிறுத்தினார் பாட்டி. பிறகு "ஆரங்கி தெரிமா?" என்ற கேள்வியோடு மீண்டும் பேச்சைத் தொடங்கினார். முதலில் தெரியாது என்று சொல்லி விட்டேன். அப்புறம் அவர் சொன்ன தகவலைக்கொண்டு அவர் குறிப்பிட்டது காவேரியின் கிளைநதியான ஹாரங்கி என்பது புரிந்தது.

"அந்தக் காலத்துல அங்க ஒரு டேம் கட்டனாங்க. சீனிவாசன்னு எங்க ஊருக்காரரு ஒருத்தர்தான் அப்ப மேஸ்திரியா இருந்தாரு. எங்க ஊட்டுக்காருக்கும் அவருக்கும் நல்லா பழக்கம். திர்ணாமலயில இருக்கற சமயத்துல ரெண்டு பேரும் ஒன்னாதான் கொலுத்து வேல செஞ்சாங்க. தெகிரியமும் ஆள் பலமும் அவருக்கு அதிகம். அதனால இங்க வந்து மேஸ்திரியாயிட்டாரு. வாரம் பூரா வேல, சனிக்கெழமயானா சொளயா நூறு ரூபா கூலி, அது இதுன்னு சொல்லி அவருதான் எங்கள திர்ணாமலயிலேருந்து கூட்டியாந்தாரு. அவருக்கு கொலுத்து வேல. சாரம் கட்டி மேல ஏறி வேல செய்யணும்.

எனக்கு சட்டி தூக்கற சித்தாள் வேல. எங்களுக்கு என்ன தோப்பா, தொரவா? உட்டு வரணுமேன்னு யோசிச்சி கஷ்டப் படறதுக்கு? எங்க இருந்தாலும் ஆண்டவன் குடுத்த இந்த கையயும் காலயும் வச்சித்தான் பொழைக்கணும்னு வந்துட்டம்."

திடீரென அவர் பேச்சில் வேகம் கூடியது.

"ஒரு பத்து வருஷ காலம் அங்க இருந்தம். அங்கதான் புள்ளைங்கள்ளாம் பொறந்துதுங்க. வேல முடிஞ்சதுக்கப்பறமா தான் பிரச்சன. என்ன செய்யறதுன்னு தெரியாம ஒரு கூட்டம் பெங்களூரு பக்கமா கௌம்பிச்சி. நாங்களும் அவுங்க கூடவே வந்துட்டம். கன்டோன்மென்ட் பக்கத்துல கொஞ்ச காலம் பைப்பனஹள்ளி பக்கத்துல கொஞ்ச காலம், கெங்கணஹள்ளி யில கொஞ்ச காலம்னு கெடச்ச எடத்துல ஒட்டிகினு காலத்த ஓட்டினோம். லாரில மண்ணு லோடு அடிக்கறப்போ தூக்கக் கலக்கத்துல கீழ உழுந்துட்டாரு. பின்னால வந்த கமினாட்டி அடிச்சிட்டு ஓடிட்டான். அதுக்கப்புறம் நாலு ஊடுங்கள்ள வாசல் தெளிச்சி கோலம் போடறது, பாத்திரம் கழுவி துணி தொவச்சி குடுக்கறதுன்னு இதோ இந்த வயசு வரிக்கும் வாழ்ந் தாச்சி. போதும்டி ஆத்தா, என்ன கூப்ட்டுக்கக்கூடாதான்னு தெனமும் ராத்திரில ஒரு கும்புடு போட்டுதான் படுக்கப் போவேன். என் கொரலு அவளுக்கும் கேக்க மாட்டுது. இன்னம் என்ன கண்காட்சிய பாக்கணும்ன்னு என்ன விட்டு வச்சிருக்காளோ?"

தொடர்ந்து பாட்டி பேசிக்கொண்டே இருந்தார். ஓர் உழைக்கும் பெண்ணின் வாழ்வில் என்னென்ன சரிவுகளும் துக்கங்களும் இருக்குமோ, அத்தனையும் அவர் வாழ்வில் நிகழ்ந்திருந்தன. அத்தனை துயரங்களுக்கு நடுவிலும் பள்ளிச் சிறுவர்கள் மீது அவருக்கிருந்த ஆழ்ந்த உண்மையான பிரியம் என்னை ஆச்சரியப்படுத்தியது. சம்பளத்துக்காக செய்கிற வேலை என்கிற எண்ணம் துளிக்கூட அவருக்கு இல்லை. தன் நெஞ்சில் வற்றாமல் சுரந்துகொண்டிருக்கிற பிரியத்தை வாரி வழங்க தெய்வம் வகுத்தளித்த வழியாக அதை எண்ணியிருப்பது போலத் தோன்றியது.

"தேருமேல சாமிய வச்சி கோயில் வாசல்லேருந்து தெருத் தெருவா இழுத்தாந்துட்டு மறுபடியும் கோயில் வாசலுக்கே கொண்டும்போயி உடற மாரி இந்த கொழந்தைங்கள ஊட்டு லேருந்து இஸ்கோலுக்கும் இஸ்கோல்லேருந்து ஊட்டுக்கும் அழச்சிட்டும் போயி உடறேன். கொழந்தைங்க வேற தெய்வம் வேறயா? நீங்கள்ளாம் நல்லா படிச்சவங்க. நீங்களே சொல்லுங்க. இதவிட பெரிய குடுப்பன என்னா வேணும் எனக்கு?" அவர்

முகமும் குரலும் கனிவில் குழைந்திருந்தன. நான் செல்ல வேண்டிய பேருந்து, நிறுத்தத்தைக் கடந்து செல்வதைப் பார்த்தேன். எனக்கு அவருடைய உரையாடலைத் துண்டிக்க மனமில்லை. அடுத்த வண்டியைப் பிடித்துக்கொள்ளலாம் என அவர் பேச்சுக்கு தலையசைத்துக் கொண்டிருந்தேன்.

“கொழந்தைங்கமேல நீங்க பிரியமா இருக்கலாம் பாட்டி. ஆனா, கொழந்தைங்களும் அந்த மாரி பிரியமா இருப்பாங்களா?”

“ஏன் இருக்க மாட்டாங்க? ஒருதரம் ஒரு ஊட்டுல கொழந்தைக்கி ஒடம்பு முடியாம போயிடுச்சி. தெனமும் போயி நிக்கற மாதிரி நின்னு கொரல் குடுத்தா அம்மாக்காரி வந்து இப்பிடி இப்பிடின்னு சொன்னா. எனக்கு மனசு தாங்கல. பாப்பாவுக்கு என்னா பண்ணுதுன்னு கிடுகிடுன்னு படியேறி உள்ள போயிட்டன். சோபாவுல படுத்துக் கெடந்த கொழந்த என் கொரல கேட்டதும் டக்குனு எழுந்து ஒக்காந்துட்டுது. கைகால மெதுவா புடிச்சி உட்டுனே என்னாச்சி என் செல்லத்துக்கு, குட்டிப்பொண்ணுக்கு ஏன் காய்ச்சல் வந்துதுனு அதயும் இதயும் சும்மா பத்து நிமிஷம் பேசி சிரிக்கவச்சேன். என்னமோ ஒரு சக்தி வந்த மாரி புள்ள ஒரு துள்ளு துள்ளி லீவு போட்டா மிஸ் திட்டுவாங்கம்மா. நா இஸ்கோலுக்கு கௌம்பறேன்னு சட்டய மாத்திகிட்டு என் பின்னாலயே ஓடியாந்திட்டுது. அவுங்க அம்மாகாரிக்கே ஒன்னும் புரியலை. இன்னாடி அதிசயம் இதுன்னு ஆச்சரியமா பாக்குது. நம்ம மேல பிரியம் இல்லாமயா ஒரு கொழந்த இப்படி நடக்கும்?”

பதில் சொல்லாமல் புன்னகையோடு அவரையே பார்த்துக் கொண்டிருந்தேன் நான்.

“கண்ணும் மனசும் குளுரக் குளுர வாழ்க்கையில ரெண்டே ரெண்டு எடங்கள்ளதான் திருப்தியா நின்னு பேச முடியும்பா. ஒன்னு கொழந்தைங்க முன்னால. இன்னொன்னு தெய்வத்து முன்னால. ரெண்டு எடத்துலயும் கள்ளம் கெடையாது தம்பி. வெள்ள மனசு. இந்த உலகமே கள்ளமில்லாம இருக்கணுமின்னுதான் கொழந்தைங்கள உற்பத்தி பண்ணிகிட்டே இருக்கறா மேல இருக்கற ஆத்தா. அவ கருண இல்லன்னா இந்த உலகமே ஓடாது. எங்க ஊட்டு பக்கத்துல ஒரு அம்மன் கோயில் இருக்குது. வாசல்ல ஒக்காந்து ராத்திரியெல்லாம் அவ முன்னால மனசுக்குள்ள பேசிக்கினே இருப்பன். அதுல ஒரு ஆறுதல்.”

நான் அவர் முகத்தையே உற்றுப் பார்த்தேன். தற்செயலாக ஊத்துக்காடின் ஒரு பாடல் வரி மனத்தில் ஓடியது. “பால் வடியும் முகம் நினைந்து நினைந்து மனம் பரவசம் மிகவாகுதே.” அந்த வரியைப் பாடும்போது மகாராஜபுரம் சந்தானத்தின்

குரலில் பொங்கி வழியும் பரவசம் ஒருபோதும் மறக்கவே முடியாத ஒன்று. பாட்டியின் முகத்திலும் சொற்களிலும் அத் தகைய பரவசத்தைப் பார்த்தேன்.

“என்ன தம்பி பாக்கற? பைத்தியமாட்டம் ஒளறுதுன்னு நெனைக்கறியா? எல்லாத்தயும் தொலச்சிட்டு நிக்கற நான் வேற எத நம்ப முடியும் நீயே சொல்லு. கொழந்தயயும் தெய்வத்த யும் தவுர வேற எதும்மேலயும் எனக்கு புடிப்பு கெடையாது. இந்த ரெண்டுல ஒண்ணு கை உட்டாலும் என் உசுரு இந்த ஒடம்புல தங்காது. அது மட்டும் சத்தியம்” ஆழ்ந்து பெருமூச்சோடு அருகிலிருந்த மரத்தின் மீது பார்வையைப் பதித்தார். அவர் உதடுகள் துடிப்பது தெரிந்தது. சிறிது நேரத்துக்குப் பிறகு முந்தானையில் முடிந்திருந்த சுருக்குப் பையை அவிழ்த்து மறு படியும் வெற்றிலையை எடுத்தார். “தூப்பனஹள்ளி பஸ் வந்தா சொல்லு தம்பி. துணி தொவச்சி குடுக்கற ஊட்டுக்கு நேரத் தோட போவணும்” என்று என்னிடம் சொன்னபடி புகையிலைத் துணுக்கையும் பாக்கையும் வெற்றிலைக்குள் வைத்து மடித்தார்.

வாழ்வைத் தேடி

பிதுக்கித் தள்ளப்பட்ட வேப்பங்கொட்டையைப் போல நிரம்பி வழிந்த பேருந்திலிருந்து இறங்கத் தொடங்கிய கூட்டம் என்னையும் வெளியே தள்ளியது. ஆனால், புத்தகங்களும் சாப்பாட்டுப் பெட்டியும் தண்ணீர்ப் புட்டியும் கொண்ட என் தோள்பை, மீட்டெடுக்க முடியாதபடி படிக்கட்டில் நின்றிருந்த இருவருடைய இடுப்புக்கு நடுவில் அகப்பட்டுக்கொண்டதால் நிம்மதியாக மூச்சுவிட முடியவில்லை. "பை . . . பை . . ." என்று நான் போட்ட சத்தத்தை அந்தச் சந்தடியில் யாரும் பொருட்படுத்தவில்லை. அதற்குள் புதிய பிரயாணிகள் ஏறத் தொடங்கிவிட்டார்கள். "பள்ளிக்கூடப் பையன் மாதிரி ஏன்யா பையத் தூக்கிகிட்டு வந்து உயிர வாங்கறிங்க? என்று மேல் படிக்கட்டில் நின்றிருந்தவர் என்னைப் பார்த்து சத்தம் போட்டார். ஆனாலும் எனக்காக மெனக்கெட்டு இருவருடைய இடுப்புகளையும் சற்றே விலக்கி என்னுடைய பையை உருவிக்கொள்ள உதவி செய்தார். கிளம்பிவிட்ட வண்டியில் அவருடைய முகத்தைப் பார்த்து அவசரமாக "ரொம்ப தேங்க்ஸ்" என்றேன். "ஒன் தேங்ஸ கொண்டுப்போயி ஓடப்புல போடு போ" என்று சலித்தபடி முகத்தைத் திருப்பிக்கொண்டார் அவர். அந்த நடவடிக்கை எனக்கு அதிர்ச்சியாகவும் வருத்தமாகவும் இருந்தது.

இப்படியுமா ஆட்கள் இருப்பார்கள் என்று மனத்துக்குள் நினைத்தபடி சோர்வாக நடக்கத் தொடங்கிய நேரத்தில் யாரோ பக்கத்தில் வந்து "ஆப்கோ ஹிந்தி மாலும் சார்?" என்று கேட்பதை உணர்ந்தேன். சோர்வின் காரணமாக அச்சொற்களை அவ்வளவாகப் பொருட்படுத்தவில்லை என் மனம். பேருந்து நிறுத்தத்திலிருந்து உணவுக் கடைவரைக்கும் சிறிது தொலைவு நடந்த பிறகு

தான் அந்தக் கேள்வியை முழு அளவில் உள்வாங்கியது மனம். திரும்பிப் பார்த்தேன். இலைகள் உதிர்ந்த ஒரு குச்சி மரத்தைப் போல அவர் இன்னும் அங்கேயே நின்றிருந்தார். கிட்டத்தட்ட நாற்பது வயது மதிக்கத்தக்க தோற்றம். என்னிடம் கேட்ட அதே கேள்வியை தன்னைக் கடந்து செல்லும் அனைவரிடமும் அவர் கேட்டுக்கொண்டிருந்தார். பக்கத்தில் எலும்பும் தோலு மான தோற்றத்தில் ஒரு பெண்ணும் அவளது கையைப் பிடித்த படி தலை கலைந்த மூன்று சிறுமிகளும் ஒடுங்கி நின்றிருந்தார் கள். ஒருகணம், வான்கோ வரைந்த உருளைக்கிழங்கை உண்ணும் சுரங்கத் தொழிலாளிகள் ஓவியம் நினைவில் வந்துபோனது.

மீண்டும் அவரருகே சென்று "என்ன கேட்டிங்க?" என்று இந்தியில் கேட்டேன். என்னுடைய இந்தி உரையாடலால் அவர் முகத்தில் ஒருவித நிம்மதி படர்வதை அருகில் வைக்கப் பட்டிருந்த விளம்பரப் பேழைக் குழல் விளக்கின் வெளிச்சத் தில் பார்க்க முடிந்தது. "உங்களுக்கு இந்தி தெரியுமான்னு கேட்டேன் சார்" என்றார். "சொல்லுங்க, என்ன விஷயம்?" என்று நேரிடையாகவே விஷயத்துக்கு வந்தேன். எதுவும் பேசாமல் ஒரு கணம் தலைகுனிந்து நின்றார் அவர். விரலை உயர்த்திக் கண்களைத் துடைத்துக்கொண்டார். மூக்கை உறிஞ்சியபடி மீண்டும் என் முகத்தைப் பார்த்தார்.

"மும்பையிலேருந்து காலையிலதான் வந்தோம் சார். தெரிஞ்ச வங்கன்னு சொல்லிக்க யாரும் இல்ல. பாவம் புள்ளைங்க, நேத்திலேருந்து பட்டினி. உங்களால முடிஞ்ச உதவி செஞ்சா புண்ணியமா இருக்கும்."

இறைஞ்சும் அந்தக் குரலில் தொனித்த வருத்தத்தை என்னால் தாங்கிக்கொள்ளவே முடியவில்லை. அவருக்கருகே நின்றிருந்த சிறுமிகளின் முகங்களில் பசி தெரிந்தது. என் குறிப்பேட்டுக்குள் மடித்து வைத்திருந்த இருபது ரூபாய்த் தாள் ஒன்றை எடுத்து அவரிடம் தந்தேன். "ரொம்ப நன்றி சார்" என்றபடி அவர் அதை வாங்கித் தன் மனைவியிடம் தந்தார் அவர். மனைவி அந்தப் பணத்துடன் அருகில் இருந்த உணவுக் கடைக்குள் குழந்தைகளை அவசரமாக அழைத்துச் சென்றார். கீழே இருந்த மூட்டை முடிச்சுகளுக்குக் காவலாக அவர் அங்கேயே நின்றார்.

"தெரிஞ்சவங்க யாருமே இல்லன்னு சொல்றிங்க. அப்பறம் ஏன் பெங்களூருக்கு வந்திங்க?"

"நானாக எந்த முடிவும் எடுக்கலை சார். எல்லாம் விதி விட்ட வழி" அவர் கண்கள் சிறிது நேரம் இருண்ட வானை நோக்கி நிமிர்ந்தன. பிறகு பெருமூச்சு வாங்கியபடி பிறகு என்னைப் பார்த்தார்.

"எங்களுக்கு சொந்த ஊரு பிகார் பக்கத்துல சார். அங்க பொழைக்கறதுக்கு எந்த வழியும் கெடையாது சார். வாரத்துக்கு ஒரு நாளு ரெண்டு நாளுதான் கூலிவேல கெடைக்கும். அத வச்சிகிட்டு என்ன செய்ய முடியும் சொல்லுங்க? அம்மா, அப்பா, பொண்டாட்டி, புள்ளைங்கன்னு எல்லாரயும் எப்படி பாத்துக்க முடியும்? பாதி நாள் பட்டினி. பாதி நாள் அர வயிறு, கால் வயிறு. இப்பிடியே காலத்த ஓட்டினோம். அம்மா அப்பா ரொம்ப வயசானவங்க சார். அவுங்கள கூட்டிகிட்டு எங்கயும் வெளியூர் போவ முடியாது. அவுங்களுக்காகத்தான் அங்கயே ஓட்டிக்கிட்டு இருந்தோம். ஒரு வழியா கடவுள்கிட்ட ரெண்டு வருஷத்துக்கு முன்னால அவுங்களும் போய்ச் சேந்தாங்க. நாங்களும் மூட்ட முடிச்சோட மும்பை பக்கம் போனோம். ஏற்கனவே, எங்க பக்கத்து ஆளுங்க கொஞ்சம் பேரு அங்க கட்டட வேல செஞ்சி பொழைச்சிக்கிட்டிருந்தாங்க. எப்படியோ அவுங்களோட சேர்ந்து நாங்களும் ஓட்டிக்கிட்டோம். ரெண்டு வருஷமா எந்த பிரச்சனையும் இல்லாம வாழ்க்கை ஓடிச்சி."

தொடர்ந்து அவரால் பேசமுடியவில்லை. கண்களைத் திருப்பி உணவு விடுதிக்குள் சாப்பிட்டுக்கொண்டிருந்த பிள்ளைகளைப் பார்த்தார். ஒரு தட்டில் இருந்த உணவை மூன்று சிறுமிகளும் சேர்ந்து சாப்பிட்டுக்கொண்டிருந்தனர். அந்த அம்மா பக்கத்தில் நின்றுகொண்டிருந்தார். பசி வேகத்தில் அந்தச் சிறுமிகள் நிமிர்ந்துகூடப் பார்க்கவில்லை. எனக்கு அப்போதுதான் உறைத்தது. நான் கொடுத்த பணத்தில் அந்த ஒரு சாப்பாடு மட்டுமே அவரால் வாங்க முடிந்திருக்கும். உடனே, அந்த அம்மாவை நெருங்கி இன்னுமொரு இருபது ரூபாய் நோட்டைக் கொடுத்தேன். அதை எடுத்துச் சென்று இன்னுமொரு தட்டில் சாப்பாடு வாங்கி வந்தாள் அந்த அம்மா. சிறுமிகள் காலியான தட்டை நகர்த்திவிட்டு அந்தத் தட்டிலிருந்து உணவை எடுத்துச் சாப்பிடத் தொடங்கினார்கள்.

"உங்க பேரு?" மறுபடியும் அந்த பீகார்க்காரரை நெருங்கிக் கேட்டேன்.

"ரகுவீர் சார்."

"எதுக்காக மும்பைய விட்டு வந்திங்க?"

"பீகார்க்காரன கண்டா அங்க யாருக்குமே புடிக்கலை சார். வேண்டா வெறுப்பா ஏதோ தெரு நாய பாக்கற மாதிரி பாக்க ஆரம்பிச்சிட்டாங்க சார். பீகாரும் இந்தியாவுலதான இருக்குது சார்? அப்பறம் ஏன் சார் எதிரிய பாக்கற மாதிரி பாக்கறாங்க? அசாம்ல பொழைக்கப் போன ஆளுங்கள கும்பல் கும்பலா சுட்டு தள்ளறாங்க. காஷ்மீர்ல உயிரோடயே வச்சி

கொளுத்திட்டாங்க. தில்லியில வேற மாதிரி கத. வேல நடக்கற வரைக்கும் எல்லாருக்கும் பீகார்க்காரன் வேணும். வேல முடிஞ்சிடுச்சின்னா, ஓடுடா பிகாரி ஒங்க ஊருக்குன்னு விரட்ட றாங்க. நாய வெரட்டற மாதிரி வெரட்டிட்டே இருக்காங்க. மும்பையில புதுசா மகாராஷ்டிர நவ நிர்மாண் சபான்னு புதுசா ஒண்ணு கௌம்பியிருக்குது சார். தேடித் தேடி அடிச்சி வெரட்டறாங்க. மும்பை செல்வத்த பிகார்க்காரன் சுரண்டி எடுத்துக்கினு போயிடறானாம். இப்பிடி பேசிப் பேசியே எல்லார் மூளையும் கெடுத்து வச்சிட்டாங்க சார். அஞ்சிக்கும் பத்துக்கும் கூலி வேல செய்யறவனப்போயி சுரண்டல்காரன்னு நாக்கு கூசாம சொல்றாங்க. மேடையில பேசறாங்க. பத்திரிகையில எழுதறாங்க. அத நம்பறதுக்கு ஆயிரம் பேரு காத்திருக்காங்க சார் அந்த ஊர்ல. அதான் சார் கொடுமை."

"அதனாலதான் ஊரவிட்டு வந்திட்டிங்களா?"

"வேற என்ன சார் செய்ய முடியும்? கூலிக்காரங்களுக்கு கை கால்தானே சார் மூலதனம். அடிக்க வர்ர ஆளுங்க கைய கால முரிச்சிட்டான்னா காலம் பூரா ஊனமா அல யணுமே சார். கை கால் நல்லா இருந்தாதானே உலகத்துல ஏதாவது ஒரு மூலையில எந்த வேலையையாவது செஞ்சி பொழைச்சிக்கலாம். பத்து நாளா எல்லாரும் கும்பல்கும்பலா ஊரைவிட்டு போயிட்டே இருக்காங்க."

"பீகாருக்கேவா?"

"அங்க என்ன சார் இருக்குது பொழைக்கறதுக்கு? மாடு கன்னு மேய்க்கலாம். அவ்வளவுதான். அத விட்டா வேற எந்த வழியும் இல்ல. மழ இல்ல, பயிர் பச்ச இல்லன்னா அதகூட எங்க கொண்டுபோயி மேய்க்கறது? அதனால அப் படியே போபால், அகமதாபாத், ஜெய்ப்பூர்னு ரயில் கெடைச்ச ஊருக்கு போறாங்க. நாங்களும் அப்படித்தான். வந்து நின்ன நேரத்துக்கு இந்த ஊரு வண்டிதான் கௌம்பத் தயாரா இருந்திச்சி. எங்க போவுதுங்க இந்த ரயில்னு பக்கத்துல இருந்தவருகிட்ட கேட்டன். பெங்களூர்னு சொன்னாரு. சரின்னு ஏறி உக்காந்துட் டோம். அப்ப கையில கொஞ்சம் பணம் வச்சிருந்தேன் சார். இங்க வந்த பிறகு, எறங்கற சமயத்துல போலீஸ்காரங்க மடக்கி புடுங்கிகிட்டாங்க. எல்லா ஊருலயும் போலீஸ்காரங்க ஒரே மாதிரிதான் சார் இருக்கறாங்க. இரக்கமே இல்லாத பாறைங்க சார். இன்னும் ஏழு ஜென்மம் எடுத்தாலும் இவுங்க செய்ற பாவம் தீராது சார்."

ரகுவீரின் மனைவியும் சிறுமிகளும் உணவுக் கடையிலிருந்து வெளியே வந்தார்கள். துணி மூட்டையிலிருந்து ஒரு பெரிய

பாட்டிலை எடுத்துக்கொண்டு மறுபடியும் கடைக்குள் சென்ற ரகுவீரின் மனைவி அதை நிரப்பிக்கொண்டு வந்தாள்.

"நீங்க ரெண்டு பேரும் எதுவுமே சாப்பிடலையே?" இன்னும் கொஞ்சம் பணம் தரலாம் எனப் பைக்குள் கையை விட்டேன். ரகுவீர் அவசரமாக என்னைத் தடுத்துவிட்டார்.

"வேணாம் சார். கொழந்தைங்க பசியால சுருண்டு சுருண்டு படுக்கறத பாக்க முடியாம இருந்திச்சி. அந்த நெருப்ப அணச்சிங்களே, அதுவே போதும் சார். எங்களப் பத்தி கவல இல்ல சார். இதெல்லாம் ஓரளவுக்கு எங்களுக்குப் பழகினதுதான் சார்."

"அதுக்காக வேணுமின்னே பட்டினி கெடக்கணுமா? சும்மா அரவயித்துக்காவது சாப்புடுங்க. இன்னொரு சாப்பாடு வாங்கிக் குடுக்கறதால எனக்கு ஒன்னும் நஷ்டம் வராது."

"பரவாயில்லை சார். இதுவே நீங்க செஞ்ச பெரிய உபகாரம்."

"இங்க பக்கத்துலதான் எங்க வீடு. அப்படி வந்தாலும் பரவாயில்லை."

"இருக்கட்டும் சார், உங்களுக்கு பெரிய மனசு. இங்க பக்கத்துல கட்டட வேல எங்கயாவது நடக்குதுங்களா? உங்களுக்குத் தெரிஞ்சா அத மட்டும் சொல்லுங்களேன்."

நான் சிறிது நேரம் யோசித்தேன். இந்திரா நகரின் தெருக்களும் வீடுகளும் என் மனத்துக்குள் நகர்ந்தன. எந்த இடத்திலும் புதிய கட்டுமானப் பணிகளைப் பார்த்த நினைவில்லை.

"அந்த மாதிரி வேலைங்களெல்லாம் இங்க எப்பவோ முடிஞ்சிபோச்சி ரகுவீர். பெங்களூரு இதத் தாண்டி இருபது கிலோமீட்டர் தூரம் வளந்துடிச்சி. இப்ப வேகவேகமா வளர்ந்துகிட்டு வர்ர இடம் மாரதஹள்ளி, காகதாஸபுர, ஓயிட்பீல்டு அந்தப் பக்கம்தான். அங்க போனிங்கன்னா எதாவது கெடைக்கலாம்."

"மாரதஹள்ளி எந்த பக்கம் இருக்குது?"

"கிழக்குப் பக்கம்தான். ஆனா நடந்துலாம் போக முடியாது ரகுவீர். ரொம்ப தூரம் போவணும். பஸ்தான் சரி. இப்படியே நேரா போனிங்கன்னா ட்ரினிடி சர்ச்னு ஒரு சர்ச் தெரியும். அந்த சர்க்கிள் பக்கத்துல நில்லுங்க. 333ன்னு ஒரு சர்வீஸ் வரும். அதுல போனா சீக்கிரமா போயி சேர்ந்துரலாம். அங்க யாராவது தெரிஞ்சவங்க இருக்காங்களா?"

“யாராச்சிம் ஒருத்தவங்க ரெண்டு பேருங்க இருந்தாலும் இருப்பாங்க. கண்டுபுடிச்சிட்டா அப்படியே அவுங்ககூட சேர்ந்துக்கலாம். பசியார்றதுக்கு ஏதோ ஒரு வழி, என்ன சொல்றிங்க?”

பேசிக்கொண்டே நிறுத்தத்தை ஒட்டியிருந்த மரத்தடியில் இருட்டில் மூட்டை முடிச்சுகளைக் கொண்டுபோய் வைத்தான் ரகுவீர். ரகுவீரின் மனைவி மூட்டையைப் பிரித்து ஒரு சாக்கை எடுத்துத் தரையில் விரித்தார். குழந்தைகள் அவர் தலையில் விரித்த சாக்கில் மெதுவாகப் படுத்தார்கள். ரகுவீரிடமிருந்து விடைபெற்றுக்கொண்டு வீட்டை நோக்கி நடக்கத் தொடங்கி னேன். அவர் உரையாடலை மனம் மறுபடியும் அசைபோட்டது.

வீட்டுக்குள் அடியெடுத்து வைத்ததுமே ரகுவீரைப் பற்றிய தகவலை அமுதாவிடம் சொன்னேன். அமுதாவுக்கும் அது துயரம் தரும் செய்தியாக இருந்தது. ஆனால், பீகார் மக்கள் மும்பையை விட்டு வெளியேற்றப்படும் செய்தி அமுதாவுக்குத் தெரிந்ததாக இருந்தது. “தாக்கரேவோ போக்கரேவோ யாரோ ஒரு ஆளுதான் எல்லாரயும் மும்பைய விட்டு கௌம்பிப் போங்கன்னு கட்சி கட்டறாராமே. ஒரு வாரமா டிவியில இதத்தானே செய்தியா காட்டறாங்க. அவுங்கவுங்க ஊருல அந்தந்த ஊருக்காரங்கதான் இருக்கணும்னு மும்பைக்காரனப் போல ஒவ்வொருத்தவங்களும் ஆரம்பிச்சாங்கன்னா, உலகத்த ஒரு ரெண்டாயிரம் மூவாயிரம் வருஷம் பின்னாலதான் உருட்டிஉடணும்.”

மறுநாள் காலை அலுவலகம் செல்லப் பேருந்து நிறுத்தத்தை அடைந்ததும் ரகுவீரின் நினைவுதான் முதலில் வந்தது. ரகுவீரின் மனைவியும் சிறுமிகளும் மட்டுமே காணப்பட்டார்கள். அவ்வள வாக வெயில் இல்லையென்றாலும் முந்தானையால் தலையை முழுதாக மூடியிருந்தார் ரகுவீரின் மனைவி.

“ரகுவீர எங்க காணோம்?” நேற்று பேசிய உரிமையில் அவரிடம் நேரிடையாகவே கேட்டேன். அவருக்கும் என்னை அடையாளம் தெரிந்தது.

“இதோ வரேன்னு சொல்லிட்டு போயிருக்காங்க.”

“மாரதஹள்ளிக்கா?”

“அங்கதான்னு நெனைக்கறேன்.”

“புள்ளைங்க எதாச்சிம் சாப்பிட்டாங்களா?” சிறுமிகள் என் பக்கமாகத் திரும்பிப் பார்த்தார்கள். அவர் பதில் எதையும் சொல்லவில்லை. ஆனால், அவருடைய மௌனமே பெரிய

பதிலாக இருந்தது. இருப்பவர்களிலேயே மூத்தவளாகக் காணப்பட்ட சிறுமியை அழைத்துக்கொண்டு பக்கத்தில் இருந்த உணவுக் கடைக்குச் சென்றேன். நான்கு பேருக்கும் இட்லிகளைப் பொட்டலங்களாகக் கட்டி வாங்கி அவளிடம் தந்தேன். அதற்குள் என்னுடைய பேருந்து வந்துவிட்டது. அவசரமாக ஓடிப் பேருந்துக் குள் ஏறிக்கொண்டேன்.

மும்பை காவல் துறையைச் சேர்ந்த ஒரு அதிகாரி கூறிய தாகப் படித்த செய்தியை நினைத்துக்கொண்டேன். பீகார்க் காரர்களை வெளியேறிச் செல்லுமாறு அச்சுறுத்தும் சக்திகளைத் தனக்கு அடையாளம் தெரியுமென்றும் அவர்கள் தொடர்ந்து கண்காணிக்கப்பட்டு வருகிறார்கள் என்றும் ஒரு பத்திரிகை யாளர் சந்திப்பில் அவர் சொன்னார். உடனே ஒரு பத்திரிகைக் காரர் "அப்படியென்றால் அவர்களை நீங்கள் ஏன் கைது செய்யக்கூடாது?" என்று அவசரமாகக் கேட்கிறார். "அதன் மூலம் அவர்கள் உடனடியாகப் பிரபலமடையக்கூடும். அந்தப் பிரபலம் வேண்டித்தானே அவர்கள் அதைச் செய்கிறார்கள். நம் கைது நடவடிக்கை அவர்கள் கேட்பதை நாமாகவே வலியச் சென்று வழங்குவதைப் போல மாறிவிடும்" என்று பதில் சொன்னார் அதிகாரி. "பலர் அடிபட்டுள்ளார்கள், பலருடைய இருப்பிடங்கள் சூறையாடப்பட்டுவிட்டன. பலர் மருத்துவமனை யில் உள்ளார்கள். இன்னும் பலர் நம் கண்முன்னாலேயே மூட்டைமுடிச்சுகளோடு வெளியேறிக்கொண்டுள்ளார்கள். இவ்வளவு நடக்கும்போதுகூட கைது செய்யாமல் தர்க்கம் பேசிக்கொண்டிருப்பது நியாயமா சார்?" என்று விடாமல் பத்திரிகைக்காரரும் கேட்டார். "காவல் துறை தன்னுடைய கடமையைக் கட்டாயம் செய்யும். மக்களுக்கு அச்சம் வேண்டாம்" என்று சொல்லிவிட்டு நேர்காணலை முடித்துக் கொண்டு சென்றுவிட்டார்.

மும்பையில் இந்த வெளியேற்றம் நடப்பதால் பத்திரிகை களில் இது தலைப்புச் செய்தியில் இடம்பெற்றுள்ளது. செய்தி யில் இடம்பெறாத வெளியேற்றங்கள் இன்னும் ஏராளமாக உள்ளன. ஒவ்வொரு மாநிலத்திலும் இப்படிப்பட்ட செயல்கள் நடைபெறுகின்றன. வெளிமாநில உழைப்பாளிகளை எதிரிகளாக உருவகித்துக் கட்டமைக்கிற உள்ளூர் அரசியல்காரர்களை யாராலும் தடுக்க முடியவில்லை. எப்படியோ அவர்களும் தன்னைச் சுற்றி ஆயிரம் பேரைத் திரட்டி வைத்துக்கொண் டுள்ளார்கள். அவர்களுடைய தன்னல நோக்கங்களையும் விரோதப் போக்கையும் அம்பலப்படுத்தி மக்களை சகோதர உணர்வுடன் வாழத் தூண்டும் சக்திகளை சமூகத்தில் காண்பது மிகவும் அபூர்வமாக உள்ளது. தம் குரலே அடிமட்டத்து

மக்களைப் பிரதிநிதித்துவப்படுத்தும் குரல் என்று சொல்லி ஊடகங்களை நம்பவைக்க அவர்கள் முயற்சி செய்யும்போது, அதைத் தவறு என்று முளையிலேயே சுட்டிக்காட்ட எந்த ஊடகமும் தயாராக இல்லை. மீண்டும் மீண்டும் அவர்களை மையப்படுத்தி மையப்படுத்தி ஊடகங்களே அவர்களை வளர்க் கின்றன. இந்தியாவின் எல்லாப் பெருநகரங்களிலும் இப்படிப் பட்ட அதிகார சக்திகள் வளர்த்தெடுக்கப்பட்டுவருவது மிகப் பெரிய ஆபத்தின் அடையாளம்.

பகல் முழுதும் இப்படிப்பட்ட செய்திகளைத் துண்டு துண்டாக மனத்தில் அசைபோட்டபடி இருந்தேன். சகோதர உணர்வை நாம் இழக்கும்போது இப்படிப்பட்ட வெறுப்புக்கான விதை மனத்தில் ஆழமாக விழுந்துவிடுகிறது. தன்னைவிடத் தன் சகோதரனுக்கு இறைவன் நெருக்கமாக இருக்கிறான் என்ற சீற்றத்தில் சகோதரனைக் கல்லால் தாக்குகிறவனைப் பற்றிய சித்திரம் இடம்பெறும் பைபிள் கதையை மனம் நினைத்துக் கொண்டது. தன்னலம் என்னும் நச்சு மரம் வேரூன்றி வளர்வதற் கான இடமாக மனித மனம் மாறும்போது விரும்பத்தகாத விளைவுகளே காலமெல்லாம் நிகழ்கின்றன.

வீட்டுக்குத் திரும்பும்போது ஏழரையைத் தாண்டிவிட்டது நேரம். அந்த நேரத்திலும் பேருந்தில் ஏகப்பட்ட கூட்டம் நிரம்பி வழிந்தது. வழக்கம்போலப் பிதுக்கப்பட்ட நிலையிலேயே நிறுத்தத்தில் இறங்கினேன். ஒரு கணம் ஆடைகளையும் காலணி களையும் சரிப்படுத்திக்கொண்டு நிமிர்ந்தபோது ரகுவீரின் நினைவு வந்தது. காலையில் ரகுவீரின் மனைவியும் குழந்தைகளும் உட்கார்ந்திருந்த இடத்தைப் பார்த்தேன். காணவில்லை. அந்த இடத்தில் யாரோ ஒரு வயசாளி நின்று புகைபிடித்துக்கொண் டிருந்தார். எங்கே போயிருக்கக்கூடும் என்று என்னை நானே கேட்டுக்கொண்டேன். பசியால் துவண்டிருந்த அந்தச் சிறுமி களின் முகங்கள் ஒரு கணம் நினைவிலெழுந்தன. சிறிது நேரச் சிந்தனைக்குப் பிறகு எப்படியாவது அவர்களாகவே மாரத ஹள்ளியைக் கண்டுபிடித்துப் போயிருப்பார்கள் என்றும் யாராவது அவர்களுடைய ஊர்க்காரர்களே அங்கே தென் பட்டு, அவர்களுக்கு ஆதரவு வழங்கியிருக்கவேண்டும் என்றும் நானே பதிலும் சொல்லிக்கொண்டேன். அந்தப் பதில்தான் மனத்துக்குச் சற்றே ஆறுதலாக இருந்தது.

ஏரியின் அமைதி

ஐப்பசி மாதத்தில் தீபாவளிக்கு முன்பாகவோ அல்லது பிறகோ பொழிகிற அடைமழையில் எங்கள் ஊர் ஏரியில் நீர் நிரம்பத் தொடங்கி, அடுத்த பத்து நாட்களில் நிறைந்து வழிவது வழக்கம். நாற்பது ஆண்டு களுக்கு முன்பாக நான் கண்ட எங்கள் கிராமத்து ஏரியின் சித்திரம் நிறம் மாறாமல் என் மனத்துக்குள் தொங்கிக்கொண்டிருக்கிறது. "ஆத்தாடி, சமுத்திரமாட்டம் பொங்கிக் கெடக்குது", "புள்ளகுட்டிங்கள பத்தரமா பாத்துக்குங்கடி, கர பக்கமா போயிடப் போவுதுங்க", "ஐனாரப்பனுக்கு கெடாவெட்டி பொங்கல் வைக்கணும்டி. அவுரே இல்லன்னா இந்த ஏரிய காபந்து பண்றதுக்கு யாரு இருக்கா?" குடிப்பதற்கான தண்ணீரை அடி குழாயில் அடித்துப் பாத்திரங்களில் நிரப்பியெடுக்கிற நேரங்களில் கூடியிருக்கிற பெண்கள் தமக்குள் மாறி மாறிப் பேசிக்கொண்டதெல்லாம் இன்னும் நெஞ்சில் எதிரொலித்தபடி உள்ளது. சின்ன வயதில் நாம் கண்ட ஒவ்வொன்றும் ஆழ்மனம் வரை சென்று அப்படியே புதைந்துவிடுகிறது. கிணற்றுக்குள் விழுந்துவிடும் மரப்பாச்சிப் பொம்மைபோல. நினைவுகளோடும் ரத்தத் தோடும் இரண்டறக் கலந்துவிடுகிறது; நிலத்தில் தூவப் பட்ட எருவைப் போல. அதனாலேயே நினைக்கும் நேரத்திலெல்லாம் அந்தச் சித்திரத்தை ஒரு பழைய புகைப்படத் தொகுப்பைப் பிரித்துப் பார்ப்பதுபோல நெஞ்சின் ஆழத்திலிருந்து பிரித்தெடுத்துப் பார்த்து மகிழ் கிறோம். தற்செயலாக, வேறொரு கிராமத்து ஏரியைப் பார்க்க நேர்கிற தருணங்களில்கூட அதன் உருவில் நம் மனம் நம் ஊர் ஏரியைத்தான் பார்க்கிறது.

தென்பண்ணை ஆறு நிரம்பிதும் எங்கள் ஏரிக்கு நீர் வரத் தொடங்கும். ஏற்கனவே பொழிந்த மழையில்

அங்கங்கே சின்னச் சின்ன குட்டைகளாகத் தேங்கி நின்ற பகுதிகளெல்லாம் ஒன்றோடு ஒன்று கலந்துபோகும். ஆற்றுக்கும் ஏரிக்கும் இடையே நீண்ட கால்வாய் இணைப் புண்டு. சின்னச்சின்னதாக நான்கு கிராமங்களின் ஏரிகளைக் கடந்து அது எங்கள் கிராமத்து ஏரிக்கு வந்து சேரும். இதுதான் அந்த வட்டாரத்திலேயே அளவில் பெரிய ஏரி. ஆழங்கால் இணைப்பில் உள்ள கடைசி ஏரி. நான்கு திசைகளிலும் நான்கு மதகுகள் உண்டு. சுற்றியும் உள்ள பத்துப் பன்னிரண்டு பாளையங் களில் உள்ள நிலங்களின் பாசனத்துக்கு இங்கிருந்துதான் தண்ணீர் போக வேண்டும். ஒருமுறை நிரம்பினால் ஆறு மாத காலம் ஏரி தளும்பியபடியே இருக்கும். ஒரே கொண்டாட்டம்தான். காலாண்டுத் தேர்வு சமயத்தில் நிரம்பத் தொடங்குகிற ஏரி, முழு ஆண்டுத் தேர்வு சமயத்தில்தான் வற்றத் தொடங்கும் என்பது எங்கள் விளையாட்டுக் கணக்கு.

ஏரி நிரம்பிப் பொங்குவதைப் பார்ப்பது எங்களுக் கெல்லாம் ஒரு திருவிழாபோல. வயது வித்தியாசம் இல்லாமல் பெருங்கூட்டமே அப்போது கரையில் நின்று வேடிக்கை பார்க்கும். நாக்கை நீட்டியபடி வேகவேகமாக ஊர்ந்து வரும் ஒரு விலங்குபோல, நுரை பொங்கத் தரைமீது புது வெள்ளம் பரவிவரும். கலங்கலாகப் புரளும் புது வெள்ளத்தைக் கண்டு ஓவென்று இரைச்சலெழுப்புவோம். தைரியமான சில சிறுவர்கள் சட்டென்று உள்ளே இறங்கி, “வாடி கண்ணு வா, வந்து என்ன புடி பாப்பம்” என்று நுரைத்தபடி முன்னகரும் தண்ணீரலை களின் முன்னால் நின்று நடனமாடுவார்கள். அலை தாவி எழுந்து காலை நனைத்ததும், இன்னும் பின்னால் நகர்ந்து “வாடி வாடி என் பின்னாலயே வா” என்று நாய்க்குட்டியை அழைப்பதுபோல விரல்களைத் தட்டி அழைத்துவிட்டு குதிப்பார் கள். “மொளச்சி மூணு எல உடல. அதுக்குள்ள என்னா திமிரு பாத்தியா அதுக்கு?” என்று முணுமுணுப்பார்கள் கரை யில் நிற்கும் பெரியவர்கள். சாரல் காற்றில் குளிரும் மார்பின் குறுக்காகக் கைகளைக் கட்டிச் சூடேற்றியபடி பரவசமும் அச்சமுமாகப் பார்த்துக்கொண்டு நிற்போம். அப்படியே படுத்து ஆசை தீரத் தண்ணீருடன் சேர்ந்து புரளவேண்டும் என்று மனம் துடிக்கும். ஆசையையும் வேகத்தையும் கட்டுப் படுத்த முடியாமல், சட்டென்று ஓட்டமாக ஓடிப்போய் வெள்ளத் தில் இறங்கிவிடுவோமோ என்கிற கலவரத்தில் எங்கள் தோள் களை இறுக்கமாகப் பிடித்துக்கொண்டிருப்பார்கள் அம்மா மார்கள். சிறுகச் சிறுக உயரும் நீர் மட்டம் முதலில் கரைச் சரிவில் பதிக்கப்பட்டிருக்கும் கல் அடுக்குகளைத் தொட்டு, வேலிக்காத்தான் முட்செடியின் வேரை நனைத்து, பிறகு பனை மரங்களைத் தீண்டிவிட்டுத் தளும்பும். கத்தாழைகள் நனைந்து

விட, கீற்றின் விளிம்புகளோடு பூக்கள் மட்டும் தண்ணீருக்கு வெளியே காற்றில் அசையும்.

தண்ணீர் நிரம்பிய ஏரியின் சித்திரம் நெருக்கமான ஒரு நண்பனுடைய முகத்தைப்போல எங்கள் கனவுகளில் தினமும் வரும். தனிமையில் உட்கார்ந்திருக்கும்போது அக்காட்சிக்குத் தகுந்த விதமாக ஒரு இசையை நம் அக மனம் மீட்டி மீட்டி இணைத்துவிடும். ஏதோ சொல்ல வருவதுபோல. எதையோ தயங்கித் தயங்கிக் கேட்பதுபோல. அந்த இசை எல்லாத் தருணங் களிலும் நெஞ்சில் ஒலித்தபடி இருக்கும். பக்கத்திலிருப்பவர்கள் ஏரியைப்பற்றி பேசத் தொடங்கினாலோ, பழைய அனுபவங் களைப் பகிர்ந்துகொள்ளத் தொடங்கினாலோ, உடனே அந்த இசையின் வேகம் அதிகரிக்கும். மனம் அதிரும்போது ஈரத் துணியைப் போல உடல் நடுங்கி அடங்குவதை உணர முடியும். கனவும் மயக்கமும் கலந்த நிலையில் அந்த இசையில் திளைத்த படி உறங்கும் இரவு வேளைகளில், கரையை உடைத்தபடி பொங்கி வருகிற வெள்ளம் சாலைகளையும் வாசல்களையும் கடந்து நுரைத்துக்கொண்டு ஓடும். அடிஅடியாக முழுகும் வீடுகளையும் மரங்களையும் ஆசையும் அச்சமும் கலந்த மனநிலை யில் நம் அகவிழி திறந்து கவனித்தபடி இருக்கும்.

ஏரியின் பக்கத்திலேயே இருக்கும் தெரு என்பதால், எங்கள் மீது பெரியவர்களின் கண்காணிப்பு எப்போதும் இரண்டு மடங்காகவே இருக்கும். தனிமையில் ஏரிப்பக்கம் செல்ல எங்களுக்கு எப்போதும் அனுமதியில்லை. அம்மாவோ அல்லது அப்பாவோதான் விரலைப் பிடித்து அழைத்துச் சென்று காட்டுவார்கள். தண்ணீரைக் கண்டு குளிக்கிற வேகத்தில் ஆடைகளைக் கழற்றுகிற பிள்ளைகளைப் பார்த்ததுமே, தெரிந்தவர் தெரியாதவர் வித்தியாசம் இல்லாமல் “வேணாம்டா, சொன்னா கேளுங்கடா” என்று கெஞ்சித் தடுக்காத குரலே இருக்க முடியாது. எல்லாத் திசைகளிலிருந்தும் இந்த மன்றாடுதல் ஒலிக்கும். இளமையின் வேகமும் முரட்டுத் தைரியமும் கட்டுப்பாட்டின் கோட்டைத் தாண்டும் இச்சையும் நிறைந்த இளம் பட்டாளத்தின் காதுகளில் இந்த வார்த்தைகள் விழவே விழாது. ஒவ்வொருவரும் ஒரு அம்புபோலப் பாய்வார்கள். கலங்கலான நீரில் நீந்திக் களிப்பது ஒரு திருவிழாவில் கலந்துகொள்வதுபோன்ற அனுபவம்.

கரையையொட்டி நின்றிருக்கும் இரண்டு பெரிய ஆலமரங் களின் கிளைகள் ஏரிக்குள் வெகு தூரம் நீண்டு தாழ்ந்து சென்றுமுடியும். மரத்திலேறி, கிளையின் மீது படுத்தவாக்கில் தவழ்ந்து வந்து, கிளையின் நுனியிலிருந்து சிறகு விரித்தபடி பறந்தெழுகிற ஒரு பறவையைப்போல தண்ணீருக்குள் தாவிக் குதிக்கிற சாகசச் சிறுவர்கள் இரண்டு மூன்று பேர் எல்லாக்

காலத்திலும் உண்டு. ஒரு ஆண்டில் பரசுராமனும் ஜெயபாலனும். இன்னொரு ஆண்டில் வரதனும் சுப்பிரமணியனும். வேறொரு ஆண்டில் சின்னசாமியும் சுந்தரமூர்த்தியும். யாருமே எதிர் பார்க்காத நேரத்தில், ஒருமுறை எல்லாரும் கைதட்டி உற்சாகப் படுத்த, குதிரை வண்டிக்கார வீட்டு கௌரி மரக்கிளையின் உச்சிவரை சென்று தண்ணீருக்குள் தாவிக் குதித்ததை ஒருபோதும் மறக்க முடியாது. எங்கள் தெருவில் ஆண்களுக்கு நிகரான வீராங்கனையாக இருந்தாள் அவள். ஏரியின் நடுவில் இருக்கிற ஐயனார் திட்டுவரை நிறுத்தாமல் நீந்தித் தொட்டுவிட்டு வருவது, ஆழத்தில் மூச்சடக்கி மண்ணெடுத்து வருவது, மிதந்து போகிற கிளையை இழுத்துக் கரையில் போடுவது என்று ஆண் பிள்ளைகள் ஈடுபடும் எல்லா விளையாட்டுகளிலும் கலந்துகொண்டு கலக்கியெடுப்பாள்.

மழை நின்ற நான்கைந்து நாட்களில் கலங்கிய சேற்றுக் குழம்பாகக் காட்சியளித்த நீர் தெளிந்து பளபளப்பாக மாறிய தும் ஏரி களியாட்ட இடமாக மாறிவிடும். ஒரு பக்கத்தில் பிள்ளைகளின் குளியல். இன்னொரு பக்கத்தில் கால்நடைகளின் குளியல். மற்றொரு பக்கத்தில் துணி துவைக்கும் கூட்டம். தலைமீது ஒரு வெள்ளைத் துண்டைத் தலைப்பாகையாகச் சுற்றிக்கொண்ட ஒரு பெரியவர் ஓரமாக ஒதுங்கி உட்கார்ந்து தூண்டில் போட்டுவிட்டு நம்பிக்கையோடு காத்திருப்பார். “தாத்தாவுக்கு ஆசய பாருடி, அதுக்குள்ள தூண்டில் தூக்கியாந் துட்டாரு” என்று கேலி பேசும் பெண்களிடம் “அரசமரத்த சுத்திட்டு அடிவயித்த தொட்டு பாக்கறவளுக்கு இருக்கற நம்பிக்கை எனக்கு இருக்கக் கூடாதா, சரிதான் போம்மா” என நறுக்கென்று பதில் சொல்லி வாயை அடக்கிவிடுவார் தாத்தா. முணுமுணுத்தபடி நகரும் பெண்களின் பக்கம் நிமிர்ந்து கூடப் பார்க்காமல் வெற்றிலை பாக்கை மென்றபடித் தூண்டில் மீதே கவனமாக இருப்பார்.

துணி வெளுக்கிற குப்புசாமித் தாத்தாவின் பேத்தி சரஸ்வதி என் வகுப்புத் தோழி. எப்போதும் இரட்டைச் சடைபோட்டு கனகாம்பரம் சூடியிருப்பாள். அவள் வீட்டுத் தோட்டத்தில் புதர் புதராகக் கனகாம்பரமும் அஞ்சு மல்லியும் பூத்துக் கிடக்கும். மூன்று பைசாவுக்கு நூறு பூ. விற்றவை போக எஞ்சியவற்றை யெல்லாம் கட்டி சரஸ்வதி தலை நிறைய வைத்துக்கொள்வாள். சிரிக்கும்போது ஒரு கண் சற்றே மாறுகண்ணாக விலகி சில கணங்களில் இணைந்துகொள்வதைப் பார்க்க ஆச்சரியமாக இருக்கும். ஏதாவது ஒரு கணக்கில் அவளுக்கு சந்தேகம் இருந்து கொண்டே இருக்கும். ஆளைப் பார்த்ததுமே எதையாவயது ஒன்றைத் தொடங்கி கேள்வி மழையை ஆரம்பித்துவிடுவாள்.

முதுகில் துணி மூட்டை சுமந்த கழுதையை ஓட்டிக் கொண்டு அம்மாவோடு ஏரிக்கரைக்கு வந்த சரஸ்வதி புதரோர மாக நிழலில் உட்கார்ந்த என்னைப் பார்த்துவிட்டாள். "என்னடா, வழக்கம்போல துணிங்களுக்கெல்லாம் நீதான் காவல் தெய்வமா?" என்று அருகில் குவிந்திருந்த துணிகளைப் பார்த்தபடி கேட்டாள். "ம் ம்" என்று தலையசைத்தபடி குளிக்கிற வர்களின் பக்கம் பதிந்திருந்த பார்வையை விலக்காமலேயே பதில் சொன்னேன்.

"நீயும் போய் குளிக்கறதுன்னா குளிடா, எல்லாத் துணிங்களையும் நான் பாத்துக்கறேன்" இரண்டு சடைகளை யும் இணைத்துப் பின்பக்கமாகவே முடிந்து ஒரு கொண்டை யாகச் சுருக்கியபடி சொன்னாள் சரஸ்வதி. நச்சென்று குத்தியதுபோல இருந்தது. கோபமாக அவள் பக்கம் திரும்பினா லும் எந்த வார்த்தையும் வராமல் முறைத்தேன்.

"இத்தன பேரு குளிக்கறானுங்களே, எவன்கூடயாவது சேர்ந்து நீயும் துணிஞ்சி எறங்கி கத்துக்கலாமில்ல, அதயெல்லாம் உட்டுட்டு எதுக்குடா இந்த வேல?"

"எல்லாம் எனக்குத் தெரியும், நீ போயி உன் வேலயப் பாரு" வேண்டுமென்றே எரிச்சலாக அவளைப் பார்த்துப் பதில் சொன்னேன்

"இதயெல்லாம் இந்த வயசிலயே கத்துகினாதான் உண்டுடா. அப்புறமா சுட்டுப்போட்டாலும் வரவே வராது" பற்களைக் கடித்துக்கொண்டு எனக்கு யாரையாவது குத்த வேண்டும் போல இருந்தது. வேகமாக மூச்சை இழுத்தபடி அவளைப் பார்த்தேன். "காலம்பூரா கரையில கால் நீட்டி பாட்டிக் குளியல் போடணும்ங்கறதுதான் ஒன் தலயெழுத்துபோல..." அவள் புன்னகை மாறாமல் சொன்னபோது ஆத்திரத்தில் என்ன சொல்வது என்று புரியாமல் குழப்பமாக இருந்தது.

"ரொம்ப சுலபம்டா. ஒரு பக்கம் கை தூக்கணும், இன்னொரு பக்கம் கால தூக்கணும். அப்பறம் அப்படியே தப்புதப்புனு அடிச்சிகினே போவணும். அடிக்க அடிக்க நம்ம ஒடம்பு கப்பலாட்டம் ஆயிரும்டா..."

காற்றிலேயே நீந்திச் செல்வதுபோல அவள் கைகளை விரித்தபடி சொன்னாள். அவள் காதோரமாக இருந்த மச்சம் ஒட்ட வைத்த பொட்டுபோல இருந்தது.

"பெரிய பெரிய கணக்கயெல்லாம் டீச்சரு கத்துக்குடுத்ததுமே கத்துக்கற? இது என்ன பெரிய வித்தையா, கத்துக்க முடியலை?" அவள் என்னை நோக்கி இரண்டடி வைத்தாள்.

"நான் வேணும்னா கத்துக்குடுக்கட்டுமா, வரியாடா?" அவள் கண்களைப் பார்க்க கூச்சமாகவும் கோபமாகவும் இருந்தது. "என்ன எதுக்கு வெளுக்கற? என்னாச்சி ஒனக்கு இன்னைக்கு? போ போ, போயி வேலய பாரு" பொறுமை யாகவே ஏரியைப் பார்த்துக் கையைக் காட்டியதும் அவள் முகம் வாடிவிட்டது. முறைத்துவிட்டு, உதடுகளைக் கோணியபடி துணி மூட்டையின் பக்கம் சென்றாள்.

சுமந்துவந்த வாழைமரத்தை ஒரு கட்டுமரத்தைப் போல இழுத்துச் சென்ற நண்பர்கள் எல்லாரும் ஒரே கூட்டமாக ஓவென்று கூச்சலிட்டபடி அதன்மீது ஏறி உட்கார்ந்தார்கள். உட்கார்ந்த வேகத்தில் மரம் ஏரிக்குள் முழுகியது. எல்லாரும் உள்ளே முழுகித், தலையைச் சிலுப்பியபடி ஒவ்வொரு மூலை யிலிருந்து வெளிப்பட்டுச் சிரித்தார்கள். ஒருவர்மீது ஒருவராகத் தண்ணீரை அள்ளித் தெளித்துக்கொண்டார்கள். துளிகள் கண்ணாடிச்சில்லுகளாக ஒளிவிட்டுச் சிதறின. இதற்கிடையே தனியாக வெளிப்பட்டு மிதக்கத் தொடங்கிய வாழை மரத்தின்மீது சுந்தரம் சட்டென்று ஏறிப் படுத்தபடி வந்தது. பார்க்கப் பார்க்க பரவசமாக இருந்தது. ஓவென்று இரைச்சலோடு எல்லாரும் கைதட்டிக் குதித்தார்கள். வட்டமடித்தார்கள். அந்த மிதக்கும் மரத்தின்மீது நானும் அமர்ந்திருப்பதைப்போல நினைத்துக் கொண்டேன்.

"ஊட்டுக் கணக்குலாம் போட்டுட்டியா நீ?" பிழிந்த துணியை உதறி உலர வைப்பதற்காக வந்த சரஸ்வதி அருகில் வந்து கேட்டாள். மெதுவாக அவள் பக்கமாகத் திரும்பித் தலையை அசைத்தேன்.

"மீட்டர், சென்டிமீட்டர், கிலோமீட்டர்லாம் குடுத்து மாத்த சொல்றதயெல்லாம் போட்டியா, எனக்கு ஒன்னுமே புரியலைடா..."

"வாய்ப்பாடெல்லாம் ஒழுங்கா படிச்சா ஏன் கொழம்புது?" வெடுக்கென்று அவளைப் பார்த்துக் கேட்டேன்.

"வாய்ப்பாடெல்லாம் மனப்பாடமா தெரியுது. இந்த ரெண்டு ஸ்தானம் தள்ளி புள்ளிவைக்கறது, மூணு ஸ்தானம் தள்ளி புள்ளிவைக்கறதுதான் புரியமாட்டுது."

தரையிலேயே எண்களை எழுதி, குச்சியால் ஸ்தானம் பிரித்து விளக்கமாகச் சொன்னேன். சொல்லி முடிக்கிறவரைக் கும் தலையை வேகவேகமாக அசைத்தவள், சட்டென்று ஏதோ யோசனை வந்தவளாக, "இந்த மூணு ஸ்தானம் தள்ளி புள்ளி வைக்கறத எப்பவுமே சோத்துக்கை பக்கத்துலேருந்துதான் வரணுமா? பீச்சக்கை பக்கத்துலேருந்து வரக் கூடாதா?"

என்று கேட்டாள். அவள் நெற்றியிலும் முகவாயிலும் கழுத்திலும் வழிந்த வியர்வை தலையில் கோடாக இறங்கியது.

“சின்ன அளவுலேருந்து பெரிய அளவ கண்டுபுடிக்கணும்னா சோத்துக்கை பக்கத்துலேருந்துதான் வரணும். பெரிய அளவுலேருந்து சின்ன அளவுக்கு மாத்தணும்ன்னாதான் பீச்சக்கை பக்கத்துலேருந்து சோத்துக்கை பக்கமா வரணும்” அவள் தலையை அசைத்துக்கொண்டாள்.

“சீக்கரமா வந்து எடுத்துட்டும் போடி, வெயிலு எறங்கிச்சின்னா துணிங்கள காயவைக்க முடியாது. ஈரத்துணிங்கள ஊட்டுக்குள்ள வச்சா, ஊடே நாறிப்போயிரும்” என்று கரையிலிருந்து வந்த அம்மாவின் குரலைக் கேட்டதுமே “தோ வரம்மா” என்று சிட்டாகப் பறந்துபோனாள் சரஸ்வதி.

வாழை மரத்தில் மிதப்பவர்களைப் பார்க்கத் தொடங்கினேன். இப்போது அவர்கள் வடக்குப் பக்கத்திலிருந்து திரும்பிக் கிழக்கு நோக்கித் திரும்புவது தெரிந்தது. அது முன்னகரும் புள்ளியில் இரண்டு பிரிவாகப் பிரியும் நுரைக்கோடுகளைப் பார்க்க ஆச்சரியமாக இருந்தது. கண நேரம் நெளிந்து பொங்கிய அலைகள் நிதானமாக அடங்கிக் கரைந்துபோயின. ஒரு வேடிக்கைபோல நிகழும் அந்தத் தோற்றமும் மறைவும் பார்க்கப் பார்க்கப் பரவசமாக இருந்தது. உடல் முழுவதும் ஒரு குழைவு படர்ந்து சிலிர்த்தது.

மிகப் பெரிய கனவாக விளங்கிய நீச்சலைக் கற்க முடியாமல் போனதை நினைத்து எனக்குள் பொங்கிய துக்கம் கொஞ்ச நஞ்சமல்ல. முதல்முறையாக அப்பா எடுத்துக்கொண்ட முயற்சிகள் எல்லாமே தோற்றுவிட்டன. ஏதோ ஒன்றை என்னால் கடைசிவரைக்கும் சரியாகச் செய்யவே இயலவில்லை. கைகள் உயரும்போது கால்கள் உயர்வதில்லை. கால்கள் உயர்ந்தெழும் சமயங்களில் கைகளை உயர்த்த முடியவில்லை. தண்ணீருக்குள் முழுகி இசகுபிசகாகத் தண்ணீர் குடித்ததும் இருமியதும் பல முறை நிகழ்ந்த சங்கதிகள். அப்பாவும் மனமுடைந்து தன் பயிற்சியை நிறுத்திவிட்டார். இன்னொரு மழைக்காலத்தில் எனக்கு அண்ணன் முறையாக வேண்டப்பட்டவரிடம் அனுப்பப்பட்டேன். துரதிருஷ்டவசமாக அந்த முயற்சியிலும் வெற்றி கிடைக்கவில்லை. அவருடைய விரிந்த கைகள்மீது படுத்தபடி சரியாகச் செயல்படுத்துகிற விஷயத்தை, அவர் கைகளை விலக்கிக்கொண்டதுமே செய்ய இயலாமல் போனது. தன்னிச்சையாக ஒவ்வொரு உறுப்பும் ஒவ்வொரு செயலைச் செய்ய முயற்சி செய்தது. நிலைகுலைந்து தண்ணீருக்குள் முழுகினேன். சேற்று வாசத்தில் மூச்சுத் தடுமாறியது. முதுகில் யாரோ

ஒரு பெரிய பாறையை வைத்து அழுத்துவதைப்போலத் தோன்றியது. ஆழம் ஒரு ரகசிய உலகம்போல வெளிச்சமும் இருளும் சம அளவில் அடர்ந்திருந்தது. சின்னச் சின்னக் குமிழ்கள் வெடித்துச் சுருண்டன. ஒரு நீலத்துணியின் அசைவுபோல தண்ணீர் நெளிந்தது. அந்தத் திரையை விலக்க விலக்க தண்ணீரின் அறைகள் திறந்துகொள்வதுபோலத் தோன்றியது. கண்கள் பிதுங்கி விழுந்துவிடுவதுபோல வலித்தன. கற்குவியல்களிடையே உடல் மோதிப் புரண்ட கணத்தில் மூச்சுமுட்ட மார்பு இறுகியது. சட்டென இரண்டு கைகள் என் வயிற்றை முறுக்கி மேலே இழுத்தன. காற்று கிடைத்ததும் வேகவேகமாக மூச்சை இழுத்தபடி அண்ணாந்து பார்த்தபோது வானம் தென்பட்டது. இயலாமை ஒருவித அவமானமாக நெஞ்சைத் தாக்கியதும் கண்கள் கலங்கின. அவர் என்னைத் தாங்கி மேலே தூக்கி பாதுகாப்பாகப் பிடித்து தைரியமூட்டினார்.

“தலச்சன் புள்ளய தண்ணியில இப்பிடி தவிக்க வைக்காத. போனா போவட்டும் உடு. இவன் நீச்சல் கத்துகிட்டு மெடலா வாங்கப் போறான்.? காவேரியில குளிக்கப்போறானா இல்ல, கடல்லதான் குளிக்கப்போறானா? இப்பிடியே இருந்துட்டு போவட்டும்” அம்மா எல்லாருடைய முயற்சிகளுக்கும் ஒரு முற்றுப்புள்ளியை வைத்துவிட்டார்.

ஒரு பக்ரீத் தினம். ஜாபர் வீட்டில் மதியச் சாப்பாடுக்காக எல்லாரும் சேர்வதாகத் திட்டம். நானும் பழனியும் துரையும் ஏரிக்கரையோரமாகப் பேசிக்கொண்டே வெகு தொலைவு நடந்தோம். பழைய பங்களாவின் ஓரமாகச் சில்லென்று காற்று வீசுகிற புளிய மரத்தடியில் உட்கார்ந்து கதை பேசினோம். அன்னக்கிளி, பதினாறு வயதினிலே போன்ற படப்பாடல்களில் படிந்திருந்த கிராமியச் சாயலைச் சுவையாக அசை போட்டோம். நேரம் கடந்து போனதே தெரியவில்லை. உரையாடியபடி ரயில்வே ஸ்டேஷன் வழியாக ஆலமரத்தின் பக்கம் இறங்கி வீட்டுக்குத் திரும்பிக் கொண்டிருந்தோம். எங்கள் எதிரே இன்னொரு கும்பல் ஏரிக்குக் குளிக்கச் சென்றுகொண்டிருந்தது. பழனியின் தம்பி சேகர் அதில் இருந்தான். “வீட்டுல அம்மா கெழங்கு அவிச்சிவச்சிருக்காங்கண்ணே. பாத்தா வரச் சொன்னாங்க” என்று சொல்லிவிட்டு நடந்தான். ரயில்வே ஸ்டேஷன் நிழலில் இன்னும் சிறிது நேரம் பேசியிருந்துவிட்டுச் சத்திரம் வழியாக நடந்து ஜாபர் வீட்டைச் சென்றடைந்தோம்.

கால் மணிநேரத்தில் ஒரு சிறுவன் சைக்கிளில் வேகமாக வந்திறங்கி எங்களைப் பார்த்ததும் அலறினான். “சேகரு தண்ணியில முழுகிவிட்டாண்ணே, கூட குளிச்சவனுங்கள்ளாம் இருக்காங்க. அவன காணம்ண்ணே” உரக்க அழத்

தொடங்கினான். நாங்கள் பதறி, அவனருகில் சென்று “என்னடா என்னடா?” என்றோம். அவன் சொன்னதையே மீண்டும் மீண்டும் சொல்லி அழுதான்.

“எல்லாரும் சேந்துதாண்ணே குளிச்சம். ஐனாரு திட்ட தொட்டுத் திரும்பணும்ன்னு பந்தயம் கட்டினு போனம்ண்ணே. தொடும்போது இருந்தாண்ணே. திரும்பும்போதுதாண்ணே காணாம போயிட்டான்” அவன் தன் நெஞ்சில் மாறிமாறி அடித்துக்கொண்டான். ஈரம் விலகாத அவன் உடலில் வேர்வை வழிந்திருந்தது. “உள் நீச்சல்லயே வரான்னு நெனச்சிட்டண்ணே. பாவிப் பையன் இப்படிக் காணாம போவாண்ணு தெரியாம போச்சிண்ணே...”

நாங்கள் எல்லாருமே ஏரியை நோக்கி ஓடினோம். “எங்கடா ஓடறிங்க?” என்று ஒரு அக்கா வீட்டு மதிலோரமாக நின்று எங்களைப் பார்த்து சத்தம் போட்டாள். நாங்கள் பதில் சொல்ல நிற்காமல் ஓடினோம். பின்னால் வந்த சிறுவன் நின்று பதில் சொல்வதைக் கேட்டோம்.

ஒரு பெரிய கும்பலே கரைமீது நின்றிருந்தது. போன வேகத்தில் பழனியும் ஜாபரும் தண்ணீரில் இறங்கச் சட்டைகளைக் கழற்றினார்கள். “வேணாம்டா கண்ணுங்களா. கெட்டிக்கார பசங்க நாலு பேரு எறங்கி தேடறாங்க. கொஞ்சம் இருங்கடா ...” கரையில் இருந்த பெரியவர் அவர்களை அவசர மாகத் தடுத்து நிறுத்தினார். “கூடப்பொறந்த பொறப்பு, தடுமாறி எறங்கிடப் போவுது. புடிச்சிக்கிங்கப்பா ...” ஒரு கிழவி ஆற்றாமை யில் புலம்பினாள். கரையில் குடியிருந்த எங்கள் வெங்கடேசன் சார் கண் கலங்கப் பார்த்தபடி நின்றிருந்தார்.

பழனியின் அம்மாவும் அப்பாவும் ஒரு புதரருகே நிலைகுலைந்து அழுதபடி உட்கார்ந்திருந்தார்கள். அவர்கள் உடல் முழுக்கக் கண்களாக, நிறைந்து வழியும் ஏரியையே பார்த்திருந்தார்கள்.

கடல்போல நீர் தளும்பிக்கொண்டிருந்தது. குளிர்ந்த காற்று எங்கெங்கும் மோதியது. கடந்த ஆண்டிலும் அதற்கு முந்தைய ஆண்டுகளிலும் ஏரியில் விழுந்து பலியானவர்களின் கதைகளெல்லாம் ஒருவித துக்கத்துடன் நினைவுபடுத்தப்பட்டன. “வருஷத்துக்கு ஒண்ணுரெண்டு பேர பலியா வாங்கனாதான் இதும் தாகம் அடங்கும்போல. பெரிய ராட்சசி ...” கசப்போடு ஒருவர் ஏரியைப் பார்த்து முகம் சுளித்தார்.

ஒரு மணிநேரத் தேடுதலுக்குப் பிறகு சேகரைக் கண்டெடுத்துக் கரைக்குத் தூக்கி வந்தார்கள். ஒருசில மணிநேரங் களுக்கு முன்னால் பார்த்து பேசிவிட்டுச் சென்றவனா இவன்

என்று மனம் பதறியது. உயிரற்ற உடல்மீது மோதி அவன் அம்மாவும் அப்பாவும் அழுவதைப் பார்க்க முடியவில்லை. துக்கம் நெஞ்சை அடைத்தது.

“நீச்சல் தெரிஞ்ச புள்ளதாம்பா. எப்பிடி முழுவனான்னே தெரியலையே . . .”

“தங்கமான புள்ள. காலயிலதான் கடத்தெருவுல பாத்து பேசனன் பாத்துக்குங்க . . .”

பேச்சு. பேச்சு. இடைவிடாத பேச்சு. ஏரிக்கரையில், சாவுக் கிடங்கில், இறுதி ஊர்வலத்தில், இடுகாட்டில் எல்லா இடங் களிலும் வாய் ஓயாத பேச்சாகவே இருந்தது. முளைத்துக் கதிர் பிடிக்கிற பருவத்தில் சாய்ந்துபோன பயிராக மாறிவிட்ட வாழ்வின் துரதிருஷ்டத்தை ஒவ்வொருவரும் ஒருவித ஆற்றாமை யோடு பழித்தார்கள். கசப்போடு பகிர்ந்துகொள்ள ஒவ்வொரு வரிடமும் பல நினைவுகள் குவிந்திருந்தன. இடுகாட்டிலிருந்து திரும்பும்போது குளிப்பதற்காக அதே ஏரியில்தான் எல்லாரும் இறங்கினோம். கசப்பின் உரையாடல்கள் முடிவின்றித் தொடர்ந்த படி இருந்தன.

“காலையிலதான் வண்டிக்காரன் மருமளுக்கு ஆம்பளப் புள்ள பொறந்திருக்குன்னு சொன்னாங்க, போயி பாத்துட்டு வந்தன். இதோ இப்ப இந்த சாவு. பொறக்கறதும் சாவறதும் யாரு கையிலயும் இல்ல. யாரோ போடற கணக்குக்கு நாம ஆடிங்கெடக்கறம். . .”

“மூச்சுபேச்சில்லாம இழுத்துங்கெடக்கற கெழம்கட்டைலாம் இன்னும் பொழச்சிங்கெடக்குது. அறியாப் புள்ளைங்கள யெல்லாம் அள்ளிட்டு போவற சாவப்பத்தி என்ன சொல்றது, வயிறே எரியுது. . .”

“பெத்தவங்க வலி எந்தக் காலத்தலயும் புள்ளைங்களுக்கு தெரியாதுபோல. குளிக்கறதுக்கு ஊடு இல்லியா, தண்ணி இல்லியா? இப்படி வந்து ஏரிக்குள்ளயா முழுவணும்?. . .”

எல்லாவற்றையும் கேட்டபடி கரையோரமாகத் தண்ணீரில் உட்கார்ந்து குளித்துக்கொண்டிருந்தேன். முகத்தில் அடிக்க கைகளால் நீரை அள்ளும்போது ஏரியைப் பார்த்தேன். எல்லாம் தெரிந்தும் எதுவும் தெரியாத பாவனையில் அசைவே இல்லாமலிருந்தது ஏரி. அமைதியான அதன் முகத்தை முதன் முதலாக அச்சத்துடன் பார்த்தேன்.

அமுதமும் அமைதியும்

நெடுந்தொலைவுக்கான ரயில் பயணங்களில் பொதுவாகப் பக்கவாட்டு கீழிருக்கையை அல்லது மேலிருக்கையை விரும்பி எழுதிப் பெற்றுக்கொள்வது என் வழக்கம். எந்தத் தொந்தரவுமில்லாமல் படிக்கவும் வேடிக்கை பார்க்கவும் அந்த இருக்கையில் வசதி மிகுதி. பெல்லாரியிலிருந்து ஒருமுறை திரும்பிக்கொண் டிருந்தபோது பக்கவாட்டு மேலிருக்கை கிடைத்தது. எனக்கு எதிரில் ஐந்து குழந்தைகள் உள்ள ஒரு குடும்பம் அமர்ந்திருந்தது. அந்த ஆறு இருக்கைகளையும் அவர்கள் பதிவு செய்திருந்தார்கள். மூத்த பெண்ணுக்கு பதினைந்து வயதிருக்கக்கூடும். சுடிதார் அணிந்திருந்தாள். அவளை அடுத்து இரண்டு சிறுமிகளும் ஒரு சிறுவனும் உட்கார்ந் திருந்தார்கள். ஒரு கைக்குழந்தை தாயின் தோள்மீது படுத்திருந்தது. அவசரமாகக் கைப்பையிலிருந்து ஒரு புடவையை எடுத்துப் பிரித்த தந்தை, அதை அழகாக மடித்து, அதன் இருபுறங்களின் நுனிகளையும் மடிப்புப் படுக்கைக்கு மேலே இருந்த இரும்புக்கயிற்றுடன் இணைத்துக் கட்டி, கைக்குழந்தையைக் கிடத்துவதற்கு தற்காலிகமாக ஒரு ஏணையைக் கட்டி முடித்தார். இரு பக்கப் படுக்கை வரிசைகளிடையே ஏணை அழகாகத் தொங்கியது. அந்த அம்மா தன் குழந்தையை அந்த ஏணைக்குள் கிடத்திவிட்டு உட்கார்ந்தார்.

மூத்த பெண் சன்னலுக்கு வெளியே வைத்த கண்ணை எடுக்காமல் வேடிக்கை பார்த்தபடி உட்கார்ந்திருந்தாள். சுருள்சுருளான அவளுடைய தலைமுடி காற்றில் எழுந்து பறந்தது. வயல்கள், மரங்கள், குன்றுகள் எல்லாமே நகர்ந்த படி காட்சியளிக்கும் தோற்றம் அவளை அளவற்ற மகிழ்ச்சி யில் ஆழ்த்தியதைப் பார்க்கமுடிந்தது. முகத்தைத் திருப்பாம லேயே "அப்பா, அந்த மரத்த பாருங்க, அப்பா அந்த

கிணத்த பாருங்க...” என்று ஒவ்வொன்றையும் சுட்டிக் காட்டியபடி வந்தாள். பல நிமிடங்களுக்குப் பிறகு, “அப்பா, எல்லாமே ஏன்பா பின்னால போவுது, ஏதோ பயத்துல அடிச்சி புடிச்சி எழுந்து எங்கயோ ஓடற மாதிரி இருக்கு துப்பா...” என்று தெத்துப்பல் தெரியச் சிரித்தபடி அவருடைய முகத்தைப் பார்த்தாள். அவர் அவளுடைய கன்னத்தைச் செல்லமாகத் தட்டி, “பாக்கறதுக்குத்தான்மா அப்படி. எதுவுமே பின்னால போவல, நம்ம வண்டிதான் முன்னால போவுது” என்றார். அடுத்தபடி “அப்பா, ரயில் சத்தம் நம்ம சின்னத்தம்பி தாளம் போடற மாதிரி இருக்குது” என்றாள் பெண். அவள் கண்களில் ஆச்சரியம் ததும்பிக்கொண்டிருந்தது. ரயிலைப் பற்றித் தன்னுடைய பள்ளியாசிரியை சொன்ன எல்லாத் தகவல்களை யும் ஒவ்வொன்றாக நினைவுபடுத்தி அப்பாவிடம் சொல்லிக் கொண்டே வந்தாள்.

“தொணதொணக்காம வாய மூடிகிட்டு கொஞ்ச நேரம் வாடி...” என்றார் அவள் அம்மா. உடனே அவள் திரும்பி அம்மாவை முறைத்தாள். அடிபட்டவளைப்போல சிறிது நேரம் ஒரு சிலையென இருக்கையின் பின்னால் சாய்ந்தபடி, ஏதோ முணுமுணுத்துக்கொண்டே சன்னலுக்கு வெளியே தெரியும் வானத்தையும் மேகத்தையும் வேடிக்கை பார்த்தாள். நடந்ததை யெல்லாம் மறந்துவிட்டு, எதிரில் உட்கார்ந்திருந்த தம்பிக்கும் தங்கைக்கும் எதையோ காட்டி வெகு நேரம் கதைபோல ஒன்றைச் சொன்னாள். நீண்ட நேரத்துக்குப் பிறகு, அப்பாவின் கையைத் தொட்டு, “ஒரு ரயிலில் எத்தனை பெட்டிகள் இருக்கும், இவ்வளவு நீளமான இந்த ரயிலை இழுக்க ஒரே ஒரு எஞ்சின் போதுமா, எஞ்சினுக்கு சக்தி எப்படி வரும், ஒருவேளை நடு வழியில் எஞ்சின் பழுதடைந்தால் மாற்று எஞ்சினுக்கு என்ன செய்வார்கள்?” என்று ஏதேதோ கேள்விகள் கேட்டபடி வந்தாள்.

முடிவேயில்லாமல் தொடர்ந்துகொண்டிருந்த அவர்க ளுடைய உரையாடலை, “போதும் போதும். அப்பாவும் புள்ளைங் களும் பேச உக்காந்திட்டிங்கன்னா பசி ஞாபகமே வராது. போங்க போங்க, போய் கை கழுவிட்டு வாங்க...” என்றபடி இடையில் புகுந்து நிறுத்தினார் அந்த அம்மா. உடனே, எல்லாரும் எழுந்து சென்று கைகழுவிக்கொண்டு வந்தார்கள். ஒரு பெரிய தூக்கு வாளி திறக்கப்பட்டது. புளிச்சோற்றின் மணம் பெட்டி முழுக்கக் கமழ்ந்தது. ஆளுக்கொரு தட்டில் சோற்றை நிரப்பிக் கொண்டார்கள். பிறகு, தட்டோடு மீண்டும் எல்லாரும் சன்னல் பக்கம் போனார்கள். வேடிக்கையும் பேச்சுமாக மெல்ல மெல்லச் சாப்பிட்டார்கள்.

அதுவரை அவர்களையே கவனித்த நான் மெதுவாகக் கையில் இருந்த புத்தகத்தைப் புரட்டத் தொடங்கினேன். ஏதோ ஒரு கணத்தில் கவனம் சிதைய, மீண்டும் நிமிர்ந்தபோது எதிரில் நான் கண்ட காட்சி ஒரு சித்திரம்போல அப்படியே என் மனத்தில் பதிந்துவிட்டது. அப்பா, அம்மா, பிள்ளைகள் எல்லாருடைய கவனமும் சன்னலுக்கு வெளியே நிலக்காட்சியிலும் உரையாடலின் சுவாரஸ்யத்திலும் பதிந்திருக்க, இளைய சிறுவன் இருக்கையின் ஓரமாக ஒரு சின்னக் கிண்ணத்தில் பிசைந்து நிரப்பப்பட்டிருந்த சோற்றை ஐந்து விரல்களாலும் குழையக் குழைய அள்ளியெடுத்துச் சாப்பிட்டுக்கொண்டிருந்தான். அவன் வேறு ஏதோ தனியுலகத்தில் இருப்பதுபோல ஒரு தோற்றம். அவன் உதடுகள், மூக்கு, கன்னம் எங்கெங்கும் சோற்றுப் பருக்கைகள் ஒட்டியிருந்தன. சிதறிய பருக்கைகள் அவனுடைய தட்டைச் சுற்றிக் கோடு கிழித்ததுபோல வட்டமாக விழுந்திருந்தன. யாருமே அவனைக் கவனிக்கவில்லை.

குழந்தை தன் விரல்களால் முதன்முதலாக உணவையெடுத்துத் தானே உண்ணுவதுதான் உலக ஞானத்தின் தொடக்கப்புள்ளி. பசியே முதல் ஞானம். குழந்தை தன் பசியை அறிந்து தன் முயற்சியால் அதைத் தணித்துக்கொள்ளவும் செய்கிறது. இரண்டு மூன்று கவளங்கள் வயிற்றில் விழுந்ததுமே குழந்தைக்குப் பசியின் வெப்பம் தணிந்துபோகிறது. பிறகு, எல்லாமே விளையாட்டாக மாறிவிடுகிறது. பசி வேதனை மறைந்ததுமே அதன் கண்களில் மீண்டும் காந்த ஒளியின் சுடர் நான்கு திசைகளிலும் பரவுகிறது. நான் எழுந்து கதவருகே சென்று நின்றுகொண்டேன். மஞ்சள் தீபம் ஏற்றிவைத்தது போல, கண்ணில் பட்ட வயல்களிலெல்லாம் சூரியகாந்திப் பூக்கள். அவற்றைத் தாண்டி சோள வயல்கள். அவற்றின் கொண்டைகள் நீளமான தோகைகளுடன் வெகு தொலைவில் அசைவது தெரிந்தது. உடனே, ரயிலை விட்டிறங்கி அந்த வயலினூடாக ஓட வேண்டும்போல உற்சாகம் பொங்கியது.

சட்டென்று குடத்திலிருந்து வெண்ணெய் எடுத்துண்ணும் சின்னக்கண்ணனின் படத்தை நினைத்துக்கொண்டேன். அந்தச் சிறுவனின் கண்களில் ததும்பி வழியும் பரவசமும் துறுதுறுப்பும் நெஞ்சில் விரிவடைந்தன. அது கடவுளின் குழந்தைத் தோற்றமல்ல. ஒவ்வொரு குழந்தையிடமும் குடிகொண்டிருக்கும் கடவுள் தன்மையின் சித்திரம். ஒரு விதத்தில் அது ஞானத் தருணம். ஒரு சிற்பியோ, ஓவியனோ ஒருபோதும் தன் படைப்பை ஒற்றைக் காட்சிக்கென உருவாக்குவதில்லை. மாறாக, அக்காட்சியைத் தன் கைவண்ணத்தால் நிலையான ஒரு படிமமாக்குகிறான்.

அப்படிமமே காலத்தின் முன் அப்படைப்புக்கொரு நிரந்தரத் தன்மையை வழங்குகிறது.

நம் குடும்பங்களிலும் அத்தகைய காட்சிகள் உண்டு. அதைப் பார்க்காதவர்கள் இருக்க முடியாது. சின்ன அரும்பு போன்ற குழந்தையின் விரல்கள். எல்லாப் பக்கங்களிலும் ஒட்டிக்கொண் டிருக்கும் ஈரப்பருக்கைகள். தன்னைப் பார்ப்பவர்களைப் பார்த்துச் சிரிக்கும் குழந்தை. அழகு காட்டும் குழந்தை. வாய்க்குள் குதப்பியதைத் துப்பிவிட்டுக் கைதட்டும் குழந்தை. “ஐயோ சாப்பிடவில்லையே”, “ஐயோ வீணாக்குகிறதே” என்கிற அவசரத்தில் குழந்தைமையில் படிந்திருக்கும் கடவுள் தன்மையை நாம் காணத் தவறிவிடுகிறோம்.

அந்தப் பயணத்துக்குப் பிறகு, தன்னந்தனியே தன் விரலால் உணவை எடுத்துண்ணும் எந்தக் குழந்தையைக் கண்டா லும் என் கண்களுக்கு அது வெண்ணெய் உண்ணும் கண்ண னாகவே தெரியத் தொடங்கியது. ஒருமுறை நெடுஞ்சாலையை அவசரமாகக் கடந்து மறுபுறம் நின்றபோது, எங்கிருந்தோ ஓடோடி வந்து, “ஙா . . . ஙா” என்று ஓசையெழுப்பிக் கையேந்திக் காசு கேட்ட ஒரு கர்ப்பிணிப் பிச்சைக்காரியைக் கண்டு திடுக்கிட்டு நின்றேன். கசங்கிய ஒரு சேலையைச் சுற்றிக் கொண்டு அவள் காசுக்காகத் தட்டை, நீட்டியபடி நின்றாள். “ஙா. . . ஙா” என்று அவள் வாய் விடாது ஓசையெழுப்பியபடி இருந்தது. அவள் இடுப்பிலிருந்த கைக்குழந்தை தன் கையிலிருந்த பாத்திரத்துக்குள் விரலை விட்டுப் பருக்கைகளை அள்ளிச் சாப்பிட்டது. பிறகு, சில கணங்கள் வேடிக்கை பார்த்தது. மறுபடியும் குனிந்து பாத்திரத்துக்குள் விரலை நுழைத்தது. பரபரப்பான வெளியுலகத்தோடு துளியும் ஒட்டாமல் தன் னுடைய பிரகாசமான உலகத்துக்குள் அது இயங்கியபடி இருந்தது. அதன் தாயோடுகூட எவ்விதமான தொடர்புமில்லாதது போல அதன் தோற்றம் தெரிந்தது. அதன் விழிகளில் சின்னக் கண்ணனின் கண்களில் சுடர்விடும் அதே ஒளி. அதே பரவசம். அதே ஆனந்தம். என் உடல் ஒருகணம் உறைந்தது. சட்டென விழிப்புக் கொண்டு, என்னம்மா என்று எதிரில் நின்றிருந்த பெண்ணிடம் கேட்டேன். அவளுக்குப் பேச்சு வரவில்லை. சைகையாலேயே பணம் வேண்டும் என்று சொல்லித் தட்டை முன்னால் நீட்டினாள். வயிற்றைச் சுட்டிக்காட்டிப் பசிப்பதாக சைகை செய்தாள். சில்லறைகளை எடுத்துப் போட்டதும் கையெடுத்துக் கும்பிட்டுவிட்டு ஓடிவிட்டாள். அவள் நடக்க நடக்க அந்தக் குழந்தையின் உடலும் குலுங்கியது. அதன் கையிலிருந்த பருக்கைகள் உதிர்ந்தபடி சென்றன. அதன் உதட்டின்

மேல் ஒரு பருக்கை ஏதோ ஒரு மச்சத்தைப் போல ஒட்டிக் கொண்டிருந்தது.

இன்னொருமுறை, காலை நடையை முடித்துக்கொண்டு திரும்பிக்கொண்டிருந்தேன். பூங்காவுக்கு வெளியே ஒரு அம்மா சாக்கு விரித்துக் கடை பரப்பிக்கொண்டிருந்தார். பச்சைப் பசேலெனப் புத்தம் புதிய கீரைக்கட்டுகள். நடை முடிந்து செல்கிற ஒவ்வொருவருடைய கையிலும் கீரைக்கட்டு இருந்தது. வாங்காமல் போகிறவர்களைக்கூடத் தன் பேச்சு சாமர்த்தியத்தால் வாங்கவைத்தார் அவர். “சக்கர நோய்க்கு நல்லது, ரத்த அழுத்தத்துக்கு நல்லது, இரும்புச் சத்துக்கு” நல்லது என்று ஒவ்வொன்றையும் சுட்டிக்காட்டி விவரிக்கும்போது யாராலும் தட்ட முடியவில்லை. அவருடைய சொல்வன்மையைப் பார்த்தபடி நின்றிருக்கும்போதுதான் தற்செயலாக, அவருக்கு அருகில் கூடைக்குப் பக்கத்தில் சின்ன விரிப்பில் உட்கார்ந்து தன் முன்னால் வைக்கப்பட்டிருந்த தட்டிலிருந்த தோசைத் துணுக்குகளை எடுத்துத் தன் பிஞ்சு வாய்க்குள் வைக்கத் தெரியாமல் வைத்துத் தின்றுகொண்டிருந்த குழந்தையைப் பார்த்தேன். தன் கையிலிருக்கும் துணுக்கை அருகில் வந்து நாக்கால் துழாவியெடுத்துச் செல்கிற குட்டி நாயைப் பார்த்து அது சிரித்துக் கை தட்டியது. இன்னொரு துணுக்கை எடுத்துக் கையில் வைத்துக்கொண்டு வா வா என்று தலையை அசைத்து அருகில் அழைத்தது. கழுத்து நிறைய தாயத்துகளும் தொப்பியும் கம்பளிச் சட்டையும் போட்ட அந்தக் குழந்தை கண் மலரச் சிரித்தபோது என் கண்கள் தளும்பின.

இப்படிப் பல காட்சிகள். பல சம்பவங்கள். ஆழ்ந்த உறக்கத்தில் இருக்கும்போது சட்டென ஒரு கனவு வந்து விழிக்கவைத்து விடும். உலகமே என்னைச் சுற்றி உறைந்து நிற்பதுபோலத் தோன்றும். கனவில் வருவது பெரும்பாலும் குழந்தைகள். சில சமயங்களில் கடற்கரை. சில சமயங்களில் ஏதோ ஒரு மலையடிவாரம். இல்லையென்றால் காடு. இப்படிப் பின்னணி மட்டுமே மாறிக்கொண்டிருக்கும். மாறாத ஒன்று குழந்தை. உண்ணத் தெரியாமல் உண்ணுகிற குழந்தையின் அருகில் வேடிக்கை பார்த்துக்கொண்டிருப்பேன். அது என்னைப் பார்த்து “வேணுமா?” என்று கேட்கும். நான் “ஆமாம்” என்று தலையசைப்பேன். அது கை நிறைய சோற்றை அள்ளி நீட்டும். ஊட்டிவிட வருவதுபோல நீளும் அதன் விரல்களைப் பார்த்ததுமே மனம் கரைந்துவிடும். “வேணாம், நீயே சாப்பிடு, நீயே சாப்பிடு” என்று சொல்லிவிடுவேன். நான் சொல்வதைக் காதிலேயே வாங்கிக்கொள்ளாததுபோல, சோறு அள்ளிய விரலை நீட்டியபடி இருக்கும் அக்குழந்தை. நெருங்கும்போது சட்டென

அக்குழந்தை மறைந்துவிடும். எங்கே எங்கே என்று பதறித் தேடும்போது, வேறொரு மூலையில் அது உட்கார்ந்து புன்னகை புரிந்தபடி அருகில் வரச் சொல்லும். அங்கே செல்லும்போது, மீண்டும் மறைந்துபோகும். இப்படி ஒரு கனவு. வேறொரு கனவில் பசியால் ஒரு குழந்தை அழுதபடியே இருக்கும். அழுகையொலியில் நெஞ்சு அதிர்ந்து வெடித்துவிடுவது போலத் தோன்றும். அங்குமிங்கும் தேடி உணவை எடுத்துக் கொண்டு ஓட்டமாக ஓடி நிற்கும்போது குழந்தை உடனடியாகப் புன்னகைக்கும். உணவைக் கண்ணால் பார்த்த அளவிலேயே அதன் பசி பறந்துவிடும்போல. கைவிட்டுக் குழைத்துக் குழைத்து அள்ளுவதும் சிதறுவதுமாகவே இருக்கும். ஒரே ஒரு கவளம் வாய்க்குள் செல்வதற்குள் ஆறேழு கவளங்கள் அதைச் சுற்றி இறைபட்டுவிடும். ஒவ்வொரு கனவும் குழந்தைகள் விளையாடும் முற்றம். அப்போது புன்னகை அரும்பிய அதன் விழிகளில் தேங்கி நிற்கிற ஆனந்தம் மாபெரும் ஒளிவிளக்கு. தானுண்ட அமுதத்தால் வயிறு நிறைந்ததும், நிமிர்ந்து பார்க்கும் அதன் அமைதியான பார்வை தன் நிறைவை உலகுக்கு உணர்த்தும் மொழியற்ற ஒரு சொல். அமுதமும் அமைதியும்தான் ஒவ்வொரு குழந்தையும் இந்த உலகுக்கு விடுக்கிற செய்தி போலும்.

தேவனஹள்ளிக்குப் பக்கத்தில் ஒரு நண்பருடைய மகனுக்குத் திருமணம் நடந்தது. அதற்கு நானும் இன்னொரு நண்பரும் சென்றோம். வெகு தொலைவு என்பதால் நண்பர் தன்னுடைய இரண்டு சக்கர வாகனத்தை எடுத்து வந்திருந்தார். காலையில் திருமணம் முடிந்ததுமே திரும்புவதாகத்தான் நாங்கள் திட்ட மிட்டிருந்தோம். ஆனால் திருமண வீட்டு நண்பர் விடவில்லை. தங்கியிருந்து மதிய விருந்தையும் முடித்துக்கொண்டுதான் செல்ல வேண்டும் என்று வற்புறுத்தினார். அவருடைய அன்பு வேண்டு கோளுக்குக் கட்டுப்படுவதைத் தவிர வேறு வழி தெரியவில்லை. மண்டபத்திலேயே பொழுதைக் கழிக்காமல் ஊரைச் சுற்றி வரலாம் என்று வண்டியிலேயே கிளம்பினோம். முதலில் தென் பட்ட ஒரு திருப்பத்தில் புகுந்து அப்படியே போய்க்கொண் டிருந்தோம். பசுமை குலுங்கும் வயல்கள். மாந்தோப்புகள். குளங்கள். வெகுதொலைவு சென்ற பிறகு ஒரு புளியந்தோப்பைப் பார்த்தோம். மரத்தடியில் ஒருவர் இளநீர் விற்றுக்கொண்டிருந்தார். இளநீர் அருந்துவதற்காக வண்டியை நிறுத்தினோம். இளநீர் அருந்திக்கொண்டிருக்கும்போதே, எங்கள் பார்வையில் பாழடைந்த ஒரு மண்டபம் தெரிந்தது. இளநீர்க்காரரை "அது என்ன மண்டபம்" என்று கேட்டோம். "மண்டபம் கெடையா துங்க, கோபால்சாமி கோயில்" என்று திருத்தினார் அவர். "ரொம்ப பழய கோயிலா" என்று கேட்டேன். "அதயெல்லாம்

யாருங்க கண்டாங்க? ஐந்நூறு அறுநூறு வருஷத்துக்கு முன்கூட்டியதா இருக்கும்ன்னு இங்க பேசிக்குவாங்க. எனக்கு சரியா தெரியாதுங்க" என்று காவிக்கறை படிந்த பற்களைக் காட்டிச் சிரித்தார். இளநீருக்கான சில்லறையைக் கொடுத்துவிட்டு, நாங்கள் அந்தக் கோயிலைப் பார்க்கச் சென்றோம்.

சிறிய கோயில்தான். பலகைபோல நீளமான பாறைகளைக் குறுக்கும் நெடுக்கும் வைத்துக் கட்டியிருந்தார்கள். ஒரு கல் தூண் சரிந்து ஒரு பக்கம் குவியலாகக் கிடந்தது. சுவர்களிலும் தூண்களிலும் காணப்பட்ட சிற்பங்கள் மட்டுமே அது பழமையான கோயில்தான் என்பதற்குச் சாட்சி. வரிசையாகப் பார்த்துக் கொண்டே வந்தவன் ஒரு சிற்பத்தைக் கண்டதும் உறைந்து நின்றேன். சட்டென்று என் மனம் ஆனந்தத்தில் பூரிப்பதை உணர்ந்தேன். கையில் வைத்திருக்கும் மண்கலயத்திலிருந்து வெண்ணெயை எடுத்துண்ணும் சின்னக்கண்ணனின் சிற்பம். தரையில் படிய உட்கார்ந்த கோலம். நண்பரை அழைத்து உடனே அதைப் பார்க்குமாறு காட்டினேன். அவரும் "ஆஹா, என்ன அற்புதம், என்ன அற்புதம். அப்படியே உண்மையான ஒரு கொழந்தயாட்டம் இருக்குதே . . ." என்று அருகில் சென்று அச்சிற்பத்தின் கன்னத்தைத் தொட்டுத் தடவினார். பல நூறு ஆண்டுகளைக் கடந்தும் அக்கண்களில் ஒளிரும் சுடரைப் பார்க்கப் பார்க்க ஆசையாக இருந்தது.

"பாவம் கொழந்தை, தனியா எடுத்துச் சாப்பிடறதப் பாத்தா துக்கமா இருக்குது" சின்னக்கண்ணனின் தோள்மீது படிந்திருந்த புழுதியைத் துடைத்தபடி சொன்னார் நண்பர்.

"கால்நடைகள் அதிகமா இருக்கற வீட்டுல, பெண்களா இருந்தாலும் ஆண்களா இருந்தாலும் வேலைகள் நிச்சயமா அதிகமிருக்கும். ஓய்வில்லாம வேலை செஞ்சாதான் வாழ முடியும். கைக்குழந்தையா இருந்தா தூக்கிட்டு போயிருப்பாங்க. கண்ணன் கொஞ்சம் வளர்ந்த கொழந்தையில்லையா? அதனால வீட்டுலயே விட்டுட்டு போயிருப்பாங்க. தன்னுடைய பசிக்குத் தானே எடுத்து சாப்பிடற கொழந்த."

நண்பருக்கு அந்த உரையாடலில் திடீரென்று சுவாரஸ்யம் கூடிவிட்டது. "கண்ணன் அக்கம்பக்கம் இருக்கற வீட்டுல எல்லாம் வெண்ணெய திருடித் தின்னான்னு சொல்லறதெல்லாம் கதையா உண்மையா?" என்று கேட்டார்.

"அதை திருட்டுன்னு எடுத்துக்க முடியாது. உன் வீடு, என் வீடுன்னு பிரிச்சிப் பார்க்கறதெல்லாம் நாமதான். குழந்தைகளுக்கு அந்த வித்தியாசமெல்லாம் தெரியாது. அதனுடைய

பார்வையில எல்லாமே ஒண்ணுதான். பசிக்குது, இங்க இல்ல, அங்க எடுத்து சாப்புடலாம்னு போய் எடுத்துக்குது. உடைய வங்க வந்து விரட்டும்போதுதான் பயந்துக்கிட்டு தன்னுடைய வீட்டுக்கு ஓடி வந்துடுது."

நண்பர் தன்னுடைய பையிலிருந்து கைக்குட்டையை எடுத்து சிற்பத்தின் மீதிருந்த புழுதியை மெதுவாகத் துடைக்கத் தொடங்கினார். "இத இவ்வளவு புழுதியா பாக்கறதுக்கு மனசே தாங்கலை. . ."

நானும் என் கைட்டையால் குழந்தையின் பாதத்திலிருந்து துடைக்கத் தொடங்கினேன்.

"குழந்தை கழுத்துல அழகழகா மணியெல்லாம் இருக்குது . . ."

"என்ன அழகா தலை சீவி முடிய ஒதுக்கிவிட்டிருக்காங்க . . ."

"வெண்ணெய்க்கலயத்த அது கையில தாங்கியிருக்கற அழக இன்னைக்கெல்லாம் பாக்கலாம் போல இருக்குது . . ."

"அஞ்சு வெரலயும் வாய்க்குள்ள வச்சிருக்கறத பாத்தா வேடிக்கையா இருக்குதில்ல. . ."

துடைத்து முடித்துச் சற்றே தள்ளி வந்து வேடிக்கை பார்த் தோம். "எங்க போனாலும் கையில கேமிரா இருக்கும். இன்னிக் குன்னு பார்த்து வெறும் கையோட வந்துட்டமே. இத படம் புடிக்கறதுக்காகவே இன்னொரு நாளைக்கு இங்க வரணும் . . ." இரண்டு மூன்று முறை அதையே திரும்பத் திரும்பச் சொன்னார் நண்பர்.

"உடம்பு முழுக்க துறுதுறுப்பு, அந்தக் கண்ணுல மட்டும் சாந்தம். எப்படித்தான் செஞ்சானோ அந்த சிற்பி. மகா கலைஞன்ங்க அவன்" நண்பர் தீராத பரவசத்தில் நெடு நேரம் பேசிக்கொண்டே இருந்தார்.

"வயித்துப் பசி ஒண்ணுதான் ஒரு உயிருக்கிருக்கிற ஆதார மான பசி. பசிக்கும்போது வயிறு நெருப்புபோல எரியுது. ஒரே ஒரு கவளம் கெடைச்சாலும் அந்த நேரத்துக்கு அது அமுதம் கெடைச்ச மாதிரிதான். வயிறு நெறைஞ்சதுமே ஒரு பேரமைதி"

"அந்த அமைதியத்தான் சிலையில தெள்ளத் தெளிவா காட்டியிருக்கானே?" சிற்பத்திலிருந்து பார்வையைத் திருப்பா மலேயே சொன்னார் நண்பர்.

"வயித்துப் பசிக்கு இருக்கற இன்னொரு விசேஷத்தப் பத்தி சொல்லக்கூடிய ஔவையார் பாட்டு ஒண்ணு இருக்குது.

ஒரு நாளைக்கு எதயும் கேக்காம சும்மா இருன்னு சொன்னா லும் பசி கட்டுப்படாதாம். சரி, ரெண்டு நாளைக்கா சேத்து எடுத்துக்கன்னு சொன்னாலும் பசி ஏத்துக்காதாம். தனக்கு என்ன தேவையோ, அதுதான் அதனுடைய அளவு. இந்த வயித்த வச்சிகிட்டு வாழறது ரொம்ப கஷ்டம்னு ஔவையார் ரொம்ப அலுப்பா ஒரு பாட்ட பாடியிருக்காரு."

"உண்மையிலேயே பசி நம்ம வாழ்க்கைய தீர்மானிக்கற பெரிய சக்திதான்..." சொல்லிக்கொண்டே நண்பர் தன் கைகளைத் துடைத்துக்கொண்டார்.

"அது ஒண்ணுதான் உண்மை. அதத் தவிர, மற்ற பசிகள் எல்லாம் நாமா உருவாக்கிக்கறது. புகழ்ப் பசி, வெற்றிப் பசி, பதவிப் பசி, அகங்காரப் பசி, பணப் பசி, செல்வாக்குப் பசி எல்லாமே நமக்கு நாமே தேடிக்கறதுதான். அது எதுவுமே வயித்துப் பசிபோல உடனே அடங்கற பசிகள் கெடையாது. இன்னும் இன்னும்ன்னு கேட்டு தொல்லை குடுக்கற பசிகள். கடைசி மூச்சுவரைக்கும் அலைக்கழிக்கற பசிகள் நம்முடைய தேவைகள் அதிகரிக்கும்போது பசிகளும் அதிகரிச்சிடுது."

ஊருக்குத் திரும்பி நீண்ட நாட்களுக்குப் பிறகும்கூட அந்தச் சிற்பம் மறக்க முடியாத அனுபவமாக மனத்தில் பதிந்துவிட்டது. சோறுண்ணும் எந்தக் குழந்தையைப் பார்த்தாலும் அந்தச் சிற்பத்தை நினைக்காமல் இருக்க முடியாது என்கிற அளவுக்கு அது ஆழமாக எனக்குள் இறங்கி விட்டது. அள்ளியெடுத்து உண்ணத் தெரிகிற குழந்தையைக்கூட இடுப்பில் சுமந்துகொண்டு குருவியையும் நாய்க்குட்டியையும் காட்டிக்காட்டி ஊட்டிவிடுகிற இளம் தாய்மார்களைக் காணும் போதெல்லாம் வருத்தமாக இருக்கும். என் மனத்திலிருப்பதை அவர்களிடம் எப்படிச் சொல்வது என்று அமைதியாகிவிடுவேன்.

ஒருமுறை ஊருக்குச் சென்றிருந்தேன். என் தங்கை மகளுக்கு வளைகாப்பு. இரண்டு நாட்களாக இரவு பகலாகக் கண் விழித்து இனிப்புகளையும் மற்ற பலகாரங்களையும் தயார் செய்தோம். பெண்களுக்குத்தான் நிறைய வேலை. இடைவிடாத உழைப்பால் அலுத்து எல்லாரும் அன்று பகலில் உறங்கி விட்டோம். எத்தனை மணிநேரம் உறங்கினேனோ தெரியவில்லை, சட்டென்று விழித்துப் படுத்த நிலையிலேயே கண்களைச் சுழற்றிப் பார்த்தபோது நேரம் மூன்றைத் தாண்டிவிட்டிருந்தது. யாருமே விழிக்கவில்லை. மறுபுறம் திரும்பி நானும் கண்களை மூடி உறங்க நினைத்தபோது, அந்தக் காட்சியைக் கண்டேன். என் தம்பியின் குழந்தை சுவரோரமாக அமர்ந்து ஒரு பைக்குள் கையைவிட்டு பொரிகடலையை அள்ளிச் சாப்பிட்டுக்கொண்

டிருந்தான். பத்துக்கும் மேற்பட்டவர்கள் அந்த முற்றத்தில் உறங்கிக்கொண்டிருந்தோம். யாருமே அவனுடைய உலகத்தில் இல்லை. தன்னந்தனியே, எதையோ நினைத்துச் சிரித்தவனாக, தனக்குள்ளேயே எதையோ தாளம் போட்டு ஊஊஊ என்று ராகமிழுத்தவனாக கடலையை எடுத்துச் சாப்பிட்டபடி இருந் தான் அவன். எங்கள் வீட்டிலும் காட்சியளித்த அந்தச் சின்னக் கண்ணனைப் பார்த்தபோது ஒரு கணம் உடல் சிலிர்த்தது.

கோடியில் ஒருவர்

பள்ளியிறுதி வகுப்பில் படித்துக்கொண்டிருந்த போது வேதியியல் வகுப்பில் நிறம் மாற்றுகிற சக்தியைக் கொண்ட நீல லிட்மஸ், சிவப்பு லிட்மஸ் பற்றி ராமசாமி சார் விரிவாகச் சொன்னதைக் கேட்ட பிறகு, எங்கள் உற்சாகம் பல மடங்காகப் பெருகிவிட்டது. யாருமில்லாத இடைவேளை நேரங்களில் நாங்களாகவே சோதனைச் சாலைக்குள் சென்று லிட்மஸ் திரவத்தைச் சொட்டுச் சொட்டாக கண்ணில் படுகிற எல்லாவற்றின் மீதும் தெளித்து நிறம் மாறுகிறதா என்று நாங்களாகவே சோதிக்கத் தொடங்கிவிட்டோம். இரண்டே நாட்களில் ராமசாமி சாரிடம் வசமாக மாட்டிக்கொண்டோம்.

"என்னடா, எல்லாரும் ஒரே நாள்ள ஜி.டி. நாய்டுவா மாறணும்னு நெனச்சிட்டிங்களாடா? எழவு லிட்மஸ் தீந்து போச்சின்னா, இந்த எச்எம்கிட்ட எழுதிக் குடுத்து வாங்கறதுக்குள்ள தாவு தீந்துருமே? முழு பரிச்சவரிக்கும் இத வச்சித்தான் ஓட்டணும்னு ஏற்கனவே சொல்லி வச்சிருக்காரு தெரிமா?"

செல்லமான கோபத்தோடு எல்லாரையும் சோதனைச்சாலையிலிருந்து விரட்டிவிட்டார். அப்போது தான் ஜி.டி. நாயுடு பெயரை முதன்முதலாகக் கேட்டேன். யார் அவர் என்கிற கேள்வி என் தலையைக் குடையத் தொடங்கியது. சாயங்காலம் பள்ளி விட்டு வெளியேறிவந்த நேரத்தில் பாண்டிச்சேரியிலிருந்து வருகிற பேருந்தை எதிர்பார்த்துக் காத்திருந்த ராமசாமி சாரைப் பார்த்த துமே சந்தேகத்தைத் தீர்த்துக்கொள்கிற ஆசையில் ஓட்ட மாக ஓடோடிக் கேட்டேன். "அவருதான்டா நம்ம நாட்டு ஒரிஜினல் விஞ்ஞானி. படிப்பில்லன்னாலும் ஒன்னாம் நெம்பர் ஒரிஜினல் மூள. புத்தகத்துல தாமஸ் ஆல்வா

எடிசன், ஐன்ஸ்டின், சி.வி. ராமன் படம்லாம் போட் டிருக்குது பாத்தியா, அந்த மாதிரி இவரு படத்தயும் போடலாம். அந்த அளவுக்கு புதுசு புதுசா செஞ்சிக்காட்டற தெறம உள்ள ஆளு. உலகமே பாத்து அசந்துபோற அளவுக்கு வளர வேண்டியவரு, சந்தர்ப்பங்க தொணயா இல்லாமப் போனதால அப்படியே கவுந்துட்டாரு" என்று சொல்லிவிட்டு நிறுத்தப்பட்ட பேருந்தில் ஏறிக்கொண்டார்.

ஜி.டி. நாயுடு என்கிற பெயர் அப்படியே என் நெஞ்சில் ஆணியால் எழுதப்பட்ட எழுத்தாகப் பதிந்துவிட்டது. அவரைப் பற்றி மேலும் தெரிந்துகொள்கிற ஆசையில் தெரிந்தவர்களிட மெல்லாம் கேட்கத் தொடங்கினேன். அநேகமாகப் பலரும் மிகக் குறைந்த விலையில் ரேடியோ பெட்டியைத் தயாரித்து விற்பதற்கான திட்டம் வைத்திருந்தவர் என்கிற அளவில்தான் தெரிந்துவைத்திருந்தார்கள். "ரெண்டாயிரம் ரூபாய்க்கு விக்கற மாதிரி பெட்ரோல்ல ஓடற கார உற்பத்தி செஞ்சி விக்க முடியும்னு சொல்லி தொழிற்சாலய ஆசஆசயா ஆரம்பிச்சாரு. ஆனா அரசாங்கம் அவருக்கு லைசன்ஸ் குடுக்கலை. டாட்டா, பிர்லான்னு ஓடிப் போயி குடுப்பானுங்க, சாதாரண விவசாயக் குடும்பத்துக்காரன் கேட்டா குடுப்பானுங்களா? அவருடைய தெறமய உலகமே நம்பனாலும் நம்மூருக்காரன் நம்பலை. அதுதான் சோகம்" என்று ஒருவர் மட்டும் புதிதாக ஒரு செய்தியைச் சொன்னார். அவர்கள் சொன்னவண்ணம் ரேடியோ வும் நயமான விலையில் காரும் விற்கப்பட்டதா, யாராவது வாங்கினார்களா, தொடர்ந்து ஏன் அது சந்தைப்படுத்தப் படவில்லை என்கிற என் கேள்விகளுக்கெல்லாம் யாரிடமும் பதில் இல்லை. அவர் பெயரும் விடை தெரியாத என் கேள்வி களும் நாளடைவில் நெஞ்சிலேயே புதையுண்டுபோய்விட்டன.

ஏறத்தாழ முப்பத்தைந்து ஆண்டுகளுக்குப் பிறகு "தொழில் விஞ்ஞானி – ஜி.டி. நாயுடு" என்கிற பெயரில் ஒரு புத்தகத்தைப் பார்த்தபோது நான் அடைந்த பரவசத்துக்கு அளவே இல்லை. பழைய நினைவுகள் எல்லாம் புரண்டு வரத் தொடங்கின. நாம் தேடும் ஒவ்வொன்றையும் நம் கண்கள் முன்னால் கொண்டு வந்து நிறுத்த காலத்துக்கும் ஒரு குறிப்பிட்ட கால அவகாசம் தேவையாக இருக்கிறது. அன்று இரவே அப்புத்தகத்தைப் படித்து முடித்தேன். அவருடைய குழந்தைப் பருவம் தொடங்கித் தொழிலதிபராக அவர் வளர்ந்து நிற்கிற காலகட்டம் வரைக்கு மான வாழ்க்கை வரலாறு அப்புத்தகத்தில் எழுதப்பட்டிருந்தது. நாயுடுவின் நண்பரான என். பெருமாள் என்பவரால் அப்புத்தகம் ஆங்கிலத்தில் எழுதப்பட்டு இரா. கண்ணன் என்பவரால் தமிழில் மொழிபெயர்க்கப்பட்டு 1949ஆம் ஆண்டில் புத்தமாகப்

பிரசுரமாகியிருக்கிறது. இந்த நூலுக்குச் சிறப்பு முன்னுரை எழுதியிருப்பவர் வ.ரா. தீராத தேடல் உள்ளவராக நாயுடுவும் அவரைச் சிறிதும் பொருட்படுத்தாமல் புறக்கணிக்கிற குணம் கொண்டதாக அரசு எந்திரமும் இயங்கியதைப் போன்ற தோற்றமே நூலைப் படித்து முடித்ததும் உடனடியாக என் மனத்தில் எழுந்தது.

1897ஆம் ஆண்டில் கலங்கல் என்னும் கிராமத்தில் பிறந்த நாயுடுவின் இயற்பெயர் துரைசாமி. தந்தையார் பெயர் கோபால்சாமி நாயுடு. பிறந்த ஓராண்டுக்குள்ளாகவே தாயை இழந்துவிட்டார். லட்சுமிநாய்க்கன்பாளையத்தில் வசித்துவந்த தாய் மாமனான ராமசாமி நாயுடு அவரை அழைத்து வந்து வளர்த்தார். தக்க பருவம் வந்ததும் துரைசாமிக்கு கல்வியறிவு ஏற்பட வேண்டும் என்று கிராமப் பள்ளிக்கு அனுப்பினார். கல்வியில் நாட்டமில்லாத நாயுடு மூன்றாண்டுகள் மட்டுமே அப்பள்ளியில் படித்தார். பிறகு, பள்ளியை விட்டு வெளியேற அவராகவே ஒரு வழியைக் கண்டுபிடித்தார். விரலால் எழுதிப் பயிற்சி செய்வதற்காக, தரையில் பரப்பப்பட்டிருந்த மணலை அள்ளி ஆசிரியரின் முகத்தில் வீசினார். மறு கணமே அவர் பள்ளியிலிருந்து வெளியேற்றப்பட்டார். தாய்மாமன் அந்த ஆசிரியரைச் சந்தித்துக் கெஞ்சிக் கூத்தாடி, மன்றாடி மறுபடியும் பள்ளியில் அவரைச் சேர்த்துவிட்டார். ஒரு சில நாட்களுக்குப் பிறகு, மீண்டும் அந்த ஆசிரியரின் கண்களில் மண்ணையள்ளித் தூவினார் துரைசாமி. அத்தோடு துரைசாமியின் பள்ளி வாழ்க்கை முடிந்தது. லட்சுமிநாய்க்கன்பாளைய வாசமும் முடிவுக்கு வந்தது. இதனால் வணிகராக ஊர் ஊராகச் சுற்றிவந்த அவர் தந்தையாரிடமே திரும்பச் செல்ல வேண்டியிருந்தது. கலங்கல் கிராமத்தில் அவருக்கென்று தானியங்கள், புகையிலை என சொந்தச் சாகுபடி இருந்தது. மேற்பார்வை செய்ய நம்பகமான குடியானவர்களும் இருந்தார்கள். எட்டு வயதுச் சிறுவனான துரைசாமி குடியானவர்களுடைய பொறுப்பிலேயே வாலிபப் பருவம்வரை வளர்ந்தார்.

அமெரிக்காவின் பார்க் டேவிஸ் கம்பெனியார் தயாரித்து விற்றுவந்த வலி நிவாரணத் தைலப்புட்டியைத் தற்செயலாக அவர் பார்த்தார். கிராமத்தில் அதைப் பயன்படுத்துவோர் எண்ணிக்கை அதிய அளவில் இருப்பதையும் தெரிந்துகொண் டார். உடனே தைலப்புட்டிகளை அமெரிக்காவிலிருந்து நேரிடை யாகவே வரவழைத்து விற்கும் திட்டத்தில் ஈடுபட்டார். அதில் அவருக்கு வெற்றியும் கிடைத்தது. வெற்றியின் சுவை அவரை அந்தத் துறையில் மேலும் ஈடுபடவைத்தது. கடிகாரங்கள், ஹார்மோனியப் பெட்டிகள் எனப் பல பொருட்களை விளையாட்டைப்போல வரவழைத்து விற்க ஏற்பாடு செய்தார்.

கலங்கல் தோட்டக்காடுகளில் வேலை செய்து வந்த ஏழைக் குடியானவர்களுக்கு மூன்றணா வீதமும் பெண் வேலையாட் களுக்கு இரண்டணா வீதமும் தினக்கூலியாக வழங்கப்பட்டு வந்தது. அவர்களின் ஊதியத்தை அதிகரிக்க வேண்டும் என்று குடியானவர்கள் சார்பில் கேட்டுக்கொண்டார் வாலிபரான துரைசாமி. கிராமத்தினர் அவருடைய கோரிக்கைக்கு உடன்பட வில்லை. மேலும் அந்தக் கூலிவிகிதத் திட்டத்தை மீறுகிறவர் களுக்கு ஐந்து ரூபாய் அபராதம் விதிக்கப்பட்டது. அபராதத்தைப் பற்றிக் கவலைப்படாமல் துரைசாமி குடியானவர்களை வேலை நிறுத்தம் செய்யும்படி தூண்டினார். அப்படியே வேலை நிறுத்தம் தொடங்கியது. அது நீடித்தால் பட்டினி கிடக்க வேண்டுமே என்று குடியானவர்கள் அஞ்சினர். அஞ்ச வேண்டாம், வலி நிவாரணத் தைல வியாபாரத்தில் சம்பாதித்த லாபம் எண்ணூறு ரூபாய் இருக்கிறது. கூலி உயர்வு கிடைக்கும்வரை அத்தொகை முழுக்கத் தொழிலாளர்களுக்காகவே செலவிடப்படும் என்று துரைசாமி தைரியமூட்டினார். பல வாரங்கள் நடைபெற்ற இடையறாத போராட்டத்துக்குப் பிறகு குடியானவர்களின் கோரிக்கை ஏற்கப்பட்டது.

மனஉறுதியால் அவர் அடைந்த இன்னொரு வெற்றியும் குறிப்பிடத்தக்கது. விடிந்தால் அவருக்குத் திருமணம். யாருக்கும் தெரியாமல் மண்டபத்தை விட்டு வெளியேறிவிட்டார் அவர். மாப்பிள்ளையைத் தேடி நாலாபக்கமும் ஆட்கள் சென்றார்கள். இறுதியாக, தோட்டத்தில் பார்த்து அழைத்து வந்தார்கள். தான் செய்துகொள்ள வேண்டிய திருமணம் ஒரு புரோகிதரால் நடத்தி வைக்கப்படுவதை அவர் விரும்பாததாலேயே வெளியேறிய தாகச் சொன்னார் அவர். பிறகு, அவர் விருப்பப்படி, புரோகிதரை ஒதுங்கி உட்காரவைத்தார்கள். சடங்கு மந்திரங்கள் நிறுத்தப் பட்டன. எளிய முறையில் பெரியவர்கள் முன்னிலையில் மணமகள் கழுத்தில் மாங்கல்ய நாணணிந்து கைப்பிடித்தார். பிற்காலத்தில் தன் பிள்ளையின் திருமணத்தையும் இதேபோல எளிமையாகவே நடத்தியது குறிப்பிடத்தக்கது.

மோட்டார் வாகனங்கள்மீது அவருக்கு உருவான விருப்பம் அவர் வாழ்வில் ஒரு பெரிய திருப்புமுனை. தோட்டக்காட்டில் அவர் வாசம் செய்தபோது, கோவை மாவட்ட நில அளவையாள ராகப் பணிசெய்து வந்த ஜே.கே. லங்காஷையர் என்பவர் வயல் காட்டினிடையே மோட்டார் சைக்கிளில் வலம் வருவதைப் பார்த்தார். தற்செயலாகப் பழுதாகிவிட்ட அவ்வாகனத்தை நிறுத்தி அதன் எஞ்சின் பாகங்களைப் பிரித்து, மண்ணெண்ணெ யில் கழுவி பழுதகற்றி மீண்டும் பூட்டி ஓட்டுவதையும் பார்த்தார். கலங்கல் கிராமத்தைவிட்டு வெளியேறிக் கோவையில் குடியேறிய

பிறகு, மூன்றாண்டுக் காலம் பல இடங்களில் சின்னச் சின்ன வேலைகள் செய்து நானூறு ரூபாய் சேமித்து, அப்பணத்தைக் கொண்டு அதே லங்காஷையரிடமிருந்து அந்த வாகனத்தை வாங்கிக்கொண்டார். அவ்வாகனத்தை ஓட்டிப் பார்த்ததைவிட, அதை ஒரு விளையாட்டுப் பொருளைப் போலத் தனித்தனியாகப் பிரிப்பதும் பூட்டுவதுமாக இருந்ததே அதிகம். இப்பயிற்சியின் மூலமாக வாகனத்தின் அமைப்பு, வேலைப்பாடு, சூட்சுமம் எல்லாவற்றையும் தானாகவே கற்றுக்கொண்டார்.

ஒரு கட்டத்தில் ஒரு பேருந்தை வாடகைக்கு எடுத்து ஓட்டுவதென்று முடிவெடுத்துச் செயல்படுத்தத் தொடங்கினார். 1920ஆம் ஆண்டில் அவரது முயற்சியால் பழனிக்கும் பொள்ளாச்சிக்கும் இடையே அவருடைய வாகனம் ஓடத் தொடங்கியது. வாகனத்தை அவரே ஓட்டினார் என்பது முக்கிய மான அம்சம். அவரது அயராத உழைப்பாலும் ஆர்வத்தாலும் குறுகிய காலத்திலேயே ஒரு வாகனம் பல வாகனங்களாகப் பெருகியது. 'மோட்டார் மன்னர்' என்னும் சிறப்பான அந்தஸ் தைத் தேடித்தந்தது. போக்குவரத்துத் துறையில் ஈடுபட்டிருந்த பல முதலாளிகளையும் ஒன்றிணைத்து 1933இல் யுனைடெட் மோட்டார்ஸ் என்ற நிறுவனத்தைத் தொடங்கினார். இதன் மூலம் பஸ் சர்வீசில் நடந்து வந்த போட்டா போட்டி ஒழிந்தது. நஷ்டமடைந்த பல முதலாளிகள் கூட்டுறவின் வழியாக லாப மடைந்தார்கள். நிறுவனத்தின் நற்பெயருக்குத் துளிக்கூடக் களங்கம் வரக் கூடாது என்பதில் நாயுடு மிகவும் கவனமாக இருந்தார். ஊழியர்கள் பொது மக்களிடம் நடந்துகொள்ளும் முறையை அறிய அவரே பல சமயங்களில் மாறிமாறிப் பல வேடங்களில் பேருந்துகளில் பயணம் செய்து பார்வையிட்டார். முறை தவறி நடக்கும் ஊழியர்கள் உடனுக்குடன் தண்டிக்கப் பட்டார்கள். பயணிகள் வசதிக்காகச் சொந்தப் பணத்தில் பல்லடத்தில் பேருந்து நிலையமொன்றை அவர் கட்டினார்.

அலுவலகத்தில் நேர ஒழுங்கும் வேலை ஒழுங்கும் வற்புறுத்தப்பட்டது. எதிர்பாராத தருணங்களில் இரவு நேரங் களில் அலுவலகத்துக்குச் சென்று ஒவ்வொருவரின் மேசையையும் பார்வையிட்டார். கத்தை கத்தையாகப் பார்க்கப்படாத கடிதங் களை வைத்திருக்கிற மேசையில் உட்கார்ந்து அவரே எல்லா வற்றையும் ஒழுங்கு செய்துவிட்டு, கிளம்பும்போது மேசையில் ஒரு குறிப்பையும் எழுதிவைத்துவிட்டுச் செல்வது அவர் பழக்க மாக இருந்தது. குறிப்பிட்ட அலுவலர் ஒழுங்காக வேலையில் ஈடுபட அது ஓர் எச்சரிக்கை. தொழிலில் தனக்குக் கிடைத்த லாபத்தை எல்லாருக்கும் சம அளவில் பங்கு பிரித்துக் கொடுத்தார்.

1938ஆம் ஆண்டில் அவர் புதியதொரு திட்டத்தைத் தயாரித்து அரசிடம் அளித்தார். அதன்படி, தேசத்தின் போக்குவரத்துத் துறையை அரசே எடுத்து நடத்துவது நல்ல பயன் தரும் என்றும் அந்தத் திட்டத்துக்கு அரசு உடன்படுகிற நிலையில் அன்றைய தேதியில் 18 லட்ச ரூபாய் மதிப்புள்ள தன் பேருந்துகள் முழுவதையும் மாவட்ட நிர்வாகத்தினரிடம் ஒப்படைப்பதாக எழுத்துபூர்வமாக மடல் எழுதினார். இத்துறையில் கிட்டும் லாபத்தை மாவட்டத் தொழிற்கல்விக்காகப் பயன்படுத்த வேண்டும் என்பதுதான் அவர் முன்வைத்த ஒரே நிபந்தனை. ஆனால், அரசு அந்தத் திட்டத்தை ஏற்கவில்லை. அவரை மதித்து ஒரு பதில்கூட எழுதவில்லை. இன்னொரு தருணத்தில், தம்மிடமிருந்த தொழில் தொடர்பான நூல்களையெல்லாம் அரசிடம் ஒப்படைப்பதாகவும் அவற்றைப் பாதுகாத்துப் பேண ஒரு நூல் நிலையம் கட்டுவதற்குத் தேவையான செலவை ஏற்பதாகவும் சொன்னார். அந்த ஆலோசனையையும் அரசு புறக்கணித்தது.

அதே காலகட்டத்தில்தான் அவர் மனம் புதிய புதிய கண்டுபிடிப்புகளில் ஈடுபட்டது. அவர் கண்டுபிடித்த மின்சார சவரக்கத்தி மிகவும் பிரபலமான ஒன்று. உலர்ந்த, சிறிய மின்கலங்களை உள்ளே வைப்பதன் மூலம் இயங்கவைக்கிற இயந்திரக் கருவி அது. ஓர் அங்குலத்தை இருநூறு பாகங்களாக்கி அதில் ஒரு பாகம் மட்டுமே பிளேடாக இயங்குகிற தன்மை உள்ள கருவி இது. ஒரே பிளேடைப் பயன்படுத்திக் கிட்டத்தட்ட இருநூறு சவரங்களைச் செய்வதற்கு ஏற்றதாக இருந்தது. அக்கண்டுபிடிப்புக்காக அவர் ஜெர்மனி அரசிடமிருந்து இரண்டு பரிசுகளைப் பெற்றார். அதைத் தொடர்ந்து வாகனங்களின் அதிர்வுகளை ஆய்வதற்கான ஒரு எந்திரத்தையும் (அதிர்வாய்வுக் கருவி) புகைப்படக் கருவியில் பொருத்தத்தக்க உதிரி பாகமொன்றையும் (தொலைவைத் தகவமைப்புக் கருவி) இரும்புச் சட்டத்தில் அல்லது இரும்புச் சாமான்களில் உள்ள வெடிப்புகளையும் நசுங்கல்களையும் கண்டுபிடிக்கிற நுண்கருவி ஒன்றையும் (நுண்சேத ஆய்வுக்கருவி) கண்டுபிடித்தார். பழச்சாறு பிழிவதற்கான புதுமுறைக் கருவியையும் வாக்குப் பதிவுக்கு உதவும் மின் இயந்திரத்தையும் வடிவமைத்தார். அமெரிக்காவில் அதைப் போன்ற எந்திரத்தைக் கண்டுபிடிப்பதற்கு இளம் பருவத்தினரான எடிசன் முயற்சி செய்தார். ஆனால், அங்கிருந்த செனட் உறுப்பினர்கள் அதைக் கிண்டல் செய்ததால் அந்த முயற்சியை அவர் கைவிட்டார். நாயுடு தமக்குத் தோன்றிய முறையில் சொந்த அனுபவங்களின் அடிப்படையில் எந்த நாட்டிலும் செய்யப்படாத அந்த அபூர்வ எந்திரத்தைச் செய்து முடிந்தார். ஒரு தடவை சென்னை பூங்காவில் நடைபெற்ற

கண்காட்சியில் வைத்து எல்லாருடைய முன்னிலையிலும் அது இயக்கிக் காட்டப்பட்டது. "இதைப் போன்ற ஒரு எந்திரத்தை உருவாக்க எடிசன் முயற்சி செய்தார் என்பதை அறிவீர்களா?" என்று வெளிநாட்டுப் பார்வையாளர் ஒருவர் அவரிடம் கேட்டார். "அதைப் பற்றித் தமக்கு எதுவுமே தெரியாது" என்று பதில் சொன்னார் நாயுடு. "அது தம் மனத்திலே உதித்தது" என்றார்.

வேளாண் துறையிலும் அவருடைய சாதனை குறிப்பிடத் தக்கது. நல்ல விளைச்சலைத் தரக்கூடிய பத்தடி உயரப் பருத்திச் செடிகளை அவர் விளைவித்தார். ஒரே தண்டில் முப்பதுக்கும் மேற்பட்ட கதிர்களைத் தரக்கூடிய சோளச்செடியையும் உருவாக்கினார். கிட்டத்தட்ட ஒரு மரத்தைப்போலப் பதினெட்டு அடி உயரமுள்ள சோளச் செடிகள் அவருடைய தோட்டத்தில் எல்லாரையும் வியப்பிலாழ்த்தியபடி நின்றிருந்தன. மேலும் இனிப்பு, புளிப்பு, கசப்பு நிறைந்த புதுவகையான பழச்சாறுகளையும் உருவாக்கிக்காட்டினார்.

அவருடைய மிகச் சிறந்த கண்டுபிடிப்பு அளவிலும் விலையிலும் குறைவான வானொலிப் பெட்டி. அதற்காகவே ஒரு தொழிற்சாலையை வேகவேகமாகத் தொடங்கினார். துரதிருஷ்டவசமாக உற்பத்திக்குத் தேவையான சில பொருட்களை வெளிநாட்டிலிருந்து வரவழைக்க அவர் எடுத்துக்கொண்ட முயற்சிகள் எல்லாம் தோல்வியிலேயே முடிவடைந்தன. நிராசையோடு தொழிற்சாலையை மூடும்படி நேரிட்டது. ஒருமுறை இங்கிலாந்தைச் சேர்ந்த நப்பீல்டு என்பவர் இந்தியாவில் உள்ள சில மருத்துவமனைகளுக்கு வெகுமதியாக சிறந்த மருத்துவக் கருவிகள் சிலவற்றை அனுப்பி வைத்திருந்தார். அதைக் கண்ட நாயுடு, அதுபோலவே மேலும் சில கருவிகளை வரவழைத்து பரவலாக எல்லா மருத்துவமனைகளுக்கும் வழங்க நினைத்தார். ஆனால், நினைத்த அளவுக்கு அதையும் நிறைவேற்ற இயலவில்லை. அரசு ஏராளமான தடைகளை விதித்தது. வானொலிப் பெட்டிக்கான உதிரிப்பொருட்கள், மருத்துவக் கருவிகள் விஷயத்தில் நடந்தது இதுதான். ஒரு பொருளை வெளிநாட்டிலிருந்து வரவழைப்பதற்கு முன்பாக அதை வரவழைத்துக்கொள்ள முறையான உரிமம் தேவை என்று வலியுறுத்தப்பட்டது. இதனால் அவர் முறையான உரிமத்துக்கு விண்ணப்பித்துவிட்டுக் காத்திருந்தார். உரிமம் கிடைத்த பிறகு அதற்கு வேண்டிய டாலர் மாற்றத்துக்கு விண்ணப்பம் அனுப்ப வேண்டும் என்று சொல்லப்பட்டது. அதில் தேவையில்லாமல் கடுமையான தாமதம் ஏற்பட்டது. டாலர் மாற்றம் கிட்டிய தருணத்தில் உரிமம் காலாவதியாகிவிட்டது. மறுபடியும் புதிய உரிமம் வேண்டும் என்று வலியுறுத்தப்பட்டது. மீண்டும் எழுதி, மீண்டும்

அனுப்பி, மீண்டும் காத்திருந்து உரிமத்தைப் பெறுவதற்குள் டாலர் மாற்றத்துக்குக் குறிப்பிட்டிருந்த காலம் முடிந்துவிட்டது. இறுதிவரைக்கும் அவர் நினைத்ததை வரவழைக்க முடியவில்லை. இதே போன்ற அணுகுமுறைகளால் அவர் தொடங்க நினைத்த டீசல் இஞ்சின் தொழிற்சாலைத் திட்டமும் உரிய உரிமம் கிட்டாததாலேயே செயல்படுத்தப்பட முடியாமல் கைவிடப்பட்டது. பிளேடு உற்பத்தியைக்கூட ஒரு கட்டத்தில் நிறுத்த வேண்டியதாயிற்று. உற்பத்திக்குத் தேவையான இரும்பு எஃகினை வரவழைப்பதிலும் சிக்கல்கள் உருவாகின.

அரசாங்கத்தின் புறக்கணிப்புக்குரியவராகவே இறுதிக் காலம்வரை வாழ வேண்டியவராக இருந்தார் நாயுடு. அது மட்டுமல்ல, சில கட்டங்களில் அரசை எதிர்த்து வாதிடுகிறவராகவும் இயங்க வேண்டியிருந்தது. ஒருமுறை, வருமான வரியைச் சரியாக செலுத்தாதவர்களின் ஒருவராக நாயுடுவின் பெயரை அறிவித்தது அரசு. நாயுடு அப்படிப்பட்டவர் அல்லர் என்று சான்றிதழ் கொடுத்ததாலேயே அரசு நிர்வாகத்திலிருந்து ஆர்.கே. சண்முகம் என்பவர் வேலையை விட்டு வெளியேறும்படி நேர்ந்தது. நடந்த விஷயம் இதுதான். இயல்பாகவே இரக்க மனம் கொண்டிருந்த நாயுடு தொழிற்கல்வி பரவ வேண்டும் என்கிற ஆவலின் காரணமாக ஒரு பொறியியல் கல்லூரியும் ஒரு தொழிற்கல்விப் பள்ளியும் தொடங்குவதற்காக ஏராளமான அளவில் பொருளுதவி செய்தார். வாழ்நாள் முழுக்கத், தன் தேவைக்கு ஒரு நாளைக்கு எட்டணா இருந்தால் போதும் என்று சொல்லிக்கொண்டிருந்தவர் அவர். தன் சொந்த சம்பாத்தியத்திலிருந்தே கல்வி நிலையங்களுக்குப் பொருளுதவிகளைச் செய்தார். மேலும் ஆந்திரப் பல்கலைக்கழகத்துக்கும் சென்னைப் பல்கலைக்கழகத்துக்கும் ஸ்ரீராமகிருஷ்ணா தயாலயத்துக்கும் இன்னும் அநேக தரும நிறுவனங்களுக்கும் வாரிவாரி வழங்கினார். அவர் செய்யும் மக்கள் தொண்டைக் கண்டு அன்றைய சென்னை மாகாண கவர்னராக இருந்த ஆர்தர் ஹோப் அவர்கள் நாயுடு அவர்களை “இந்தியாவின் நுப்பில்டு பிரபு” என்று பட்டப் பெயரிட்டு அழைத்தார். இதைக் கண்டு பொறாமையுணர்வு கொண்ட சில அதிகாரிகள் இந்த அளவுக்குப் பண உதவி செய்கிற ஒருவருடைய வருமானம் இதைவிடப் பல மடங்காக இருக்க வேண்டும் என்று எதையெதையோ கணக்கிட்டு அவரை வாட்டியெடுக்கத் தொடங்கினார்கள். அவருடைய பழைய வரவு செலவுப் புத்தகங்களை எல்லாம் ஒப்படைக்கு மாறு கேட்டு வாங்கிக்கொண்டார்கள். கணக்குகளைத் துருவித் துருவி ஆராய்ந்த அதிகாரிகளால் எதையும் கண்டுபிடிக்க முடியவில்லை. எதையாவது கண்டுபிடித்தே தீர வேண்டும் என்று முடிவெடுத்ததுபோல இரவும் பகலும் பார்த்ததையே

மீண்டும் மீண்டும் பார்த்து சோதனை நடத்தினார்கள். இதற்கேற்ற மாதிரி ஒரு சம்பவம் கண்டுபிடிக்கப்பட்டது. நாயுடு அவர்கள் தம் நண்பரொருவருக்கு 35,000 ரூபாய் கொடுத்திருந்தார். அப்படித்தான் கணக்கு எழுதப்பட்டிருந்தது. ஆனால், வாங்கிய நண்பரின் கணக்கில் 12,000 ரூபாய் மட்டுமே வரவு வைக்கப்பட்டிருந்தது. அந்த நண்பரின் பதிவை நம்பிய அதிகாரி விசாரணையே இல்லாமல் நாயுடுவின் கணக்குப் பதிவை நம்ப மறுத்தார். இவ்வாறாக, அதையும் இதையும் சேர்த்துப் பழைய விஷயங்களை எல்லாம் ஆராய்ந்து நாயுடு சம்பாதித்தது இவ்வளவு என்றும் அதற்கு இவ்வளவு வரிபோடலாம் என்றும் தன்னிச்சையாக ஒரு கணக்கைப் போட்டு 1941ஆம் ஆண்டு வரையிலான வருமானவரி நிலுவைத் தொகையாக 35 லட்சம் செலுத்த வேண்டும் என்று அறிவித்தார். இது, நாயுடு அவர்கள் ஏற்கனவே செலுத்திவிட்ட தொகைபோக புதிதாக அறிவிக்கப்பட்ட தொகை. நாயுடு அதைக் கேட்டு அதிர்ச்சியுற்றார். மறுபரிசீலனை செய்ய வேண்டும் என்று அரசுக்குப் பல முறை கோரிக்கை மனுக்கள் அனுப்பினார். எல்லாமே நிராகரிக்கப்பட்டன. தன் வழக்கை எடுத்து நடத்துவதற்காகப் புகழ்பெற்ற வழக்கறிஞர்கள் ரிமான்லெட் செடால்வாட், மும்பையைச் சேர்ந்த ஸ்ரீகங்கா, அம்பேத்கர் ஆகியோர் அனைவரையும் நாயுடு அணுகினார். ஆனால் அம்முயற்சிகள் அவர் எதிர்பார்த்த பலனை அளிக்கவில்லை. இறுதியாக, அந்த 35 லட்ச ரூபாய் வரித்தொகையை ஈடுசெய்யும் பொருட்டு நாயுடு அவர்களின் சொத்தை அரசு ஜப்தி செய்தது.

அரசின் செயல்களால் சற்றே அதிர்ச்சிக்குள்ளானாலும் நாயுடு மனம் தளராமல் கல்விப் பணிகள் நடக்கும் இடங்களுக்கெல்லாம் தாராளமாக உதவி செய்தார். பெங்களூரில் தனக்குச் சொந்தமான இடத்தை ஏழைப் பிள்ளைகள் படிப்பதற்காக இலவசமாகவே வழங்கினார். தன் வாழ்வின் பிற்பகுதியை இப்படிப்பட்ட சேவைகளில் செலவிடத் தொடங்கினார். 1974ஆம் ஆண்டில் ஜனவரி 4 அன்று இயற்கையெய்தினார். அவர் மறைவையொட்டிப் பல அரசியல் தலைவர்களும் பல அமைப்புகளைச் சேர்ந்தவர்களும் இரங்கல் செய்திகள் வெளியிட்டார்கள். அவற்றில் அறிவியல் அறிஞரான சி.வி. ராமன் வெளியிட்ட செய்தி மனத்தைத் தொடக்கூடிய ஒன்று. அவர் நாயுடுவைப் பன்முக ஆற்றல் கொண்ட அபூர்வ மனிதரென்றும் கோடியில் ஒருவர் என அவரை மதிப்பிட வேண்டும் என்றும் அறிவியல் துறையிலும் தொழில் துறையிலும் பல தொடக்கக் கட்ட முயற்சிகளில் முன்னுதாரணமற்ற நிலையில் ஆர்வத்தோடு ஈடுபட்டவர் என்றும் குறிப்பிட்டார்.

தற்செயலான ஓர் ஒற்றுமையை இதை எழுதும் தருணத்தில் உணர்கிறேன். "எல்லாரும் ஒரே நாள்ள ஜி.டி. நாய்டுவா மாறணும்னு நெனச்சிட்டிங்களாடா?" என்று ராமசாமி சார் எங்களைப் பார்த்துச் சொன்னது 1974ஆம் ஆண்டில்தான். நாங்கள் அப்போது பள்ளியிறுதி வகுப்பில் படித்துக்கொண் டிருந்தோம். நாயுடுவின் மரணம் நிகழ்ந்ததும் அதே ஆண்டில் தான். ஒருவேளை, நாயுடுவின் மரணத்தை ஒட்டி அவருடைய பெயரே எல்லாருடைய பேச்சுகளிலும் இடம்பெற்று வந்த சமயமாக அது இருந்திருக்கக்கூடும். அதனால்தான் எங்கள் சாரும் அந்தப் பெயரைக் குறிப்பிட்டு அந்த நேரத்தில் பேசி னாரோ என்று தோன்றுகிறது.

ஒட்டகம் கேட்ட இசை

கடைக்குச் செல்லும்போது நடை அலுப்பை மறப்பதற்காக, ஒரு மனப்பாடச் செய்யுளைப்போல "நான் ஆணையிட்டால் அது நடந்துவிட்டால் ..." பாட்டை உற்சாகத்துடன் பாடிக்கொண்டே ஓடுவேன். அப்போது என் வயது பத்திருக்கலாம். ஏரியில் குளித்துவிட்டு, துவைத்த வேட்டியை உதறி முதுகுப்பக்கமாக இரண்டு கைகளாலும் விரித்துப் பிடித்து உலர்த்தியபடி "ஏரிக்கரை மேலே போறவளே பெண் மயிலே ..." பாடியபடி அப்பா நடப்பதை ஆச்சரியத்துடன் பார்த்தபடி கூடவே நடந்து வந்த காலம் அது. பின் கட்டில் துணி துவைக்கும்போதும் புளி உரிக்கும்போதும் மெல்லிய குரலில் "பொன்னான வாழ்வு மண்ணாகிப் போமோ ..." என்று அம்மா பாடுவதை யும் கேட்டிருக்கிறேன். ஞாயிறு மதிய நேரத்திலும் புதன் கிழமை இரவிலும் ஒளிபரப்பப்படும் நேயர் விருப்பப் பாடல்களை வானொலியில் நாங்கள் எல்லாருமே கேட் போம். பாடல் என்பதை வரிகள் என்பதாகப் புரிந்து கொண்ட காலம் அது. வரிகளில் தொனிக்கும் மகிழ்ச்சி யும் துயரமும் கசப்பும் மாறிமாறி மனத்திலும் சிறிது நேரம் தேங்கி நின்றுவிட்டு, மறைந்துபோகும். மணலில் ஊற்றப்பட்ட தண்ணீர்போல. பள்ளிப் பருவம், கல்லூரிப் பருவம் முழுக்க இப்படித்தான். பெரிதாக மாற்றமில்லை.

வேலைக்குச் சேர்ந்து நாலைந்து மாத சம்பளங்களுக் குப் பிறகு, கைக்கடக்கமான வானொலிப் பெட்டியை வாங்கினேன். பின்னிரவு நேரங்களில் இலங்கை, சென்னை நிலையங்களிலிருந்து ஒலிப்பரப்பாகும் பாடல்களால் என் நெஞ்சை நிரப்பிக்கொள்ள அது எனக்கு உற்ற துணையாக இருந்தது. என் தலையணைக்குப் பக்கத்தில் ஒரு சின்ன பூனைக்குட்டிபோல அதுவும் படுத்திருக்கும். அத்தைமடி மெத்தையடி, மாலைப்பொழுதின் மயக்கத்

திலே, கண்ணன் வருவான் கதை சொல்லுவான், மன்னவனே அழலாமா, நெஞ்சம் மறப்பதில்லை என்று ஒவ்வொரு பாடலையும் கேட்கும்போதெல்லாம் உருகிக் கரைந்துபோவதுபோல இருக்கும். காற்றிலே ஒரு மெல்லிய ஆடை நழுவிப் பறந்து வந்து நமக்குத் தெரியாமலேயே நம்மீது படிந்து மூடியதுபோல ஆறுதலாக இருக்கும். கண் மூடிய நிலையில் பின்தொடரவைக்கிற குரல்வலிமை பி. சுசிலாவுக்கு உண்டு. அந்தக் குரல் அலையும் திசையிலெல்லாம் ஒரு பட்டாம்பூச்சியைப்போல மனம் பின் தொடர்ந்து பறப்பதை உணர்ந்திருக்கிறேன். வானத்தில் நீந்துவது போல ஒரு அனுபவம். அடர்ந்த காட்டில் வானம் பார்த்தபடி படுத்திருப்பதுபோல ஒரு அனுபவம். உச்சி மலையில் பனி சூழ்ந்த விளிம்பில் வெட்டவெளியைப் பார்த்த பரவசத்தில் திளைத்திருப்பதுபோல ஒரு அனுபவம்.

ஆனால், பாடல்களில் அதிக நேரம் செலவழித்துவிடக் கூடாது என்றொரு எச்சரிக்கையை ஒரு கட்டத்தில் நானாகவே வகுத்துக்கொண்டேன். என் முதல் ஆர்வம் படிப்பதும் எழுதுவதும் மட்டுமே. எனக்குக் கிடைக்கும் ஓய்வுநேரத்தை இதற்கு மட்டுமே ஒதுக்க வேண்டும். சோர்விலிருந்து விடுபடவும் மனஅழுத்தம் மிகுந்த சமயங்களில் அந்த பாரத்தை இறக்கிவைக்கவும் சிறிது நேரம் கேட்கலாம். இப்படி நானாகவே சில வரையறைகளை வைத்திருந்தேன். திருமணத்துக்குப் பிறகுதான் டேப்ரெக்கார்டரும் வானொலியும் இணைந்த செட் ஒன்றை வாங்கினேன். என் மனைவியை ஓய்வு நேரத்தில் படிப்பதற்கும் பாடல் கேட்பதற்கும் பழக்கினேன். தீபாவளிக்கும் பொங்கலுக்கும் ஊருக்கு வந்து திரும்பும்போதெல்லம் ஏராளமான பாடல் கேசட்டுகளை வாங்கிச்சென்று கேட்டோம். வேலை நிமித்தமாக நான் வெளியூர் சென்றுவிடும் நாட்களில் என் மனைவிக்கு இந்த கேசட்டுகளும் புத்தகங்களும் மட்டுமே துணை.

ஒருமுறை ஹூப்ளி சென்றிருந்த சமயத்தில் ஒரு திரைப்படம் பார்ப்பதற்காகத் திரையரங்கம்வரைக்கும் சென்று சீட்டு கிடைக்காததால், அப்படியே கால்போன திசையில் ஒரு நடை நடந்து, தற்செயலாக ஒரு அறிவிப்புப் பலகையைப் பார்த்துவிட்டுப் பக்கத்தில் நடைபெற்றுக்கொண்டிருந்த ஓர் இசைக் கச்சேரி மண்டபத்துக்குச் சென்றேன். வாசலில் வைக்கப்பட்டிருந்த பலகையில் 'ஹானகல் கங்குபாய் பாடுகிறார்' என்று எழுதியிருந்தது. கனிவும் அமைதியும் படிந்த அந்த முகம் தந்த ஈர்ப்பில் தயக்கமே இல்லாமல் நுழைந்தேன். பின் வரிசை இருக்கைதான் கிடைத்தது. மேடை தெரிந்தது. அதுபோதும் என்று அமர்ந்துவிட்டேன்.

குறைந்தபட்சம் ஆயிரம் பேராவது அந்த அரங்கில் இருந் திருப்பார்கள். அரங்கில் பதிவுசெய்யப்பட்ட மெல்லிசை அலை யலையாய் வளைய வந்துகொண்டிருந்தது. அதற்குத் தகுந்தபடி தலையசைத்தபடி, எல்லாருடைய பார்வையும் மேடை யிலேயே பதிந்திருந்தது. பத்து நிமிடங்களில் ஒவ்வொருவராக வந்து அமர்ந்தார்கள். சிவப்புக்கரை படர்ந்த நீலவண்ணத்தில் பட்டுப் புடவை அணிந்துகொண்டு அவையை வணங்கியபடி வந்து அமர்ந்தவரைக் கண்டு அரங்கமே கைதட்டி வரவேற்றது. கைத்தட்டல் அடங்க மூன்று நான்கு நிமிடங்கள் பிடித்தன. மென்மையான புன்னகை தவழ, அவர் மெதுவாக அமர்ந்து சில கணங்கள் தரையையே பார்த்தபடி இருந்தார். பக்கத்தில் இருந்தவர் அவரே ஹானகல் கங்குபாய் என்று சொன்னார்.

சற்றே அகன்ற முகம். ஏறு நெற்றி. அழகான வட்டப் பொட்டு. பின்னணி இசையோடு சட்டென்று ஒரு புள்ளியில் இணைந்து உயர்ந்து அவர் குரல் கேட்ட கணத்திலேயே நெஞ்சில் பதிந்துவிட்டது. அன்று பெரும்பாலும் இந்தி வரிகளால் ஆன பாடல்களையே அவர் பாடினார். சில வரிகளுக்கு மட்டுமே பொருளைப் புரிந்துகொள்ள முடிந்தது. சில வரிகள் புரியவே இல்லை. ஆனால் அது ஒரு தடையாக இல்லை. எல்லாவற்றையும் இட்டு நிரப்பியபடி அவர் குரல் என்னை இழுத்துக்கொண்டு போனது. அவர் குரல் புது வெள்ளம்போல நான்கு திசைகளிலும் பொங்கிப் பாய்ந்தது. முறிந்து விழுந்த ஒரு கிளைபோல அதில் நான் மிதந்தேன். இடமும் வலமுமாக நொடிதோறும் மாறிமாறிப் புரண்டுகொண்டிருந்தேன். எனக்குள் புகுந்துகொண்ட விசையை என்னால் நம்ப முடியவே இல்லை. மகத்தான அனுபவம்.

ஊர் திரும்பிய பிறகு நண்பரொருவரிடம் என் அனுபவத் தைச் சொன்னபோது அவர் எனக்கு ஒரு கேசட்டை வாங்கித் தந்தார். மகாராஜபுரம் சந்தானம் பாடிய பாடல்கள். அன்று இரவு ஒரு கட்டுரையை முடிக்க வேண்டியிருந்தது. அதை முடிக்கும்போது நேரம் பதினொன்றரைக்கும் மேலாகிவிட்டது. உடனே உறக்கம் வரவில்லை. சிறிது நேரம் கேட்கலாம் என்று புதிய கேசட்டை எடுத்துச் சுழலவிட்டேன். தாயே யசோதா பாடல். ஆதங்கமும் ஆனந்தமும் இணைந்தொலித்த குரல். மாறி மாறி நடிக்கும் அக்குரல் புதுமையாக இருந்தது. குரலில் தொனித்த ஏற்ற இறக்கத்தை நம்பவே முடியவில்லை. திட்டமிட்ட அசைவுபோல ஒவ்வொரு எழுத்துக்கும் தரப்பட்ட அழுத்த வேறுபாடு கச்சிதமாகப் பொருந்திப்போனது. விக்கிரகத்துக்கு அலங்கரிக்கப்பட்ட ஆடைபோல. சட்டென்று நிமிர்ந்து உட்கார்ந் தேன். அந்தக் குழைவு. அந்த நெளிவு. காதோடு ரகசியத்தைச் சொல்வதுபோன்ற அந்த முறையீடு. எல்லாம் சேர்ந்து என்னை அப்படியே அள்ளிக்கொண்டு போனது. ஒரே சமயத்தில்

பல பெண்கள் முற்றத்தில் கூடி அன்னையிடம் முறையிடும் காட்சி சட்டென என் மனத்தில் விரிவடைந்தது. அந்தப் புகாரின் தொனியில், இனிமேலாவது கண்டித்து வை என்று சொல்கிற வேகமெதுவும் இல்லை. மாறாக, கண்ணன் தன் குழந்தைக் குறும்பால் எங்களையெல்லாம் யசோதையாக மாற்றுகிறான். ஆயர் குடியை யசோதைகளின் குடியாக்கி விட்டான் அன்புக்குரிய கண்ணன். வரிகளால் புலப்படுத்த முடியாத ஒன்றை அவர் குரல் புலப்படுத்தியது. கதைகளிலும் பல திரைப்படங்களிலும் படித்தும் பார்த்தும் தெரிந்த காட்சிகளை யெல்லாம் ஒருகணம் வேகவேகமாகத் தொகுத்துப் பார்த்தேன். அண்டை வீட்டுப் பெண்கள் தம் புகார்களால் யசோதையைச் சங்கடத்துக்கு ஆளாக்குவதையே அவை உணர்த்தியதால் அந்த உணர்வுக்கே என் மனமும் பழகிவிட்டிருந்தது. முதன்முறை யாக அந்த எண்ணத்தை உடைத்தது சந்தானத்தில் குரல். வரிக்கு இசைவாக அவர் முன்வைக்கும் பாவங்கள், நம்மை எல்லையற்ற ஒரு பெருவெளியை நோக்கித் தள்ளுவதை ஆனந்தத் துடன் உணர்ந்தேன். ஒரு பெரிய பறவை தன் முதுகில் நம்மைச் சுமந்து விண்ணேறிப் பறப்பதுபோல. கங்குபாய் குரலைக் கேட்ட போது கிட்டிய அதே அனுபவம். அக்கணத்தை மறுபடியும் வாழ்வதுபோல உணர்ந்தேன்.

சென்னைக்குச் சென்ற ஒரு நண்பரிடம் சொல்லிவைத்து சந்தானம் பாடிய இன்னும் இரண்டு கேசட்டுகள் வாங்கிவரச் செய்து கேட்டேன். எல்லாப் பாடல்களிலும் தன் குரல் பாவத் தால் சட்டென்று ஒரு காட்சியை அவர் உருவாக்கிவிடுவதை உணர முடிந்தது. அலைபாயுதே, திக்குத் தெரியாத காட்டில், என்ன தவம் செய்தனை, மோகத்தைக் கொன்றுவிடு ஒவ்வொன் றும் ஒரு காட்சியைக் கட்டியெழுப்பியது. தெளிந்த நிலவு பட்டப்பகல்போல் எரியுதே என்ற வரியை அவர் மீண்டும் மீண்டும் அழுத்தம் கொடுத்துப் பாடுவதைக் கேட்டபோது, என் நெஞ்சே வெடித்துவிடும்போல உணர்ந்தேன். ஒரு பெண் வெளிப்படுத்தத்தக்க வேதனையையும் இயலாமையை யும் தவிப்பையும் குமுறலையும் ஒருங்கே புலப்படுத்திய அந்தக் குரல் மீண்டும் மீண்டும் காதருகே கேட்பதுபோல இருந்தது. அதற்குப் பிறகு பேருந்துப் பயணங்களிலும் நடைநேரத்திலும் வானத்தில் நிலவு தெரியும்போதெல்லாம் அந்த வரியை நினைத்துக் கொள்வது வாடிக்கையாகிவிட்டது. உடனே, காதருகே அந்தக் குமுறும் குரல் கேட்கும். இன்னும் சில கணங்கள் கேட்டபடியே நின்றிருந்தால் அந்த முகத்தையே என்னால் பார்த்துவிட முடியும் என்கிற எண்ணமும் ஆழ்ந்த ஒரு நம்பிக்கையாக உருவெடுக்கும். ஒரு கணம் என்னையறியாமல் என் உதடுகள் அவ்வரிகளை முணுமுணுத்து அடங்கும்.

பிறகுதான் இசையின்மீது நாட்டம் உருவானது. நண்பர் குற்றாலம் தருமராஜனின் உரையாடல் அந்த நாட்டத்தை வளர்த்தது. சில ராகங்களின் சாயலைச் சொல்லித் தருவதற்கு அவர் முயற்சியெடுத்துக்கொண்டார். என்ன கரணத்தாலோ, அதை என் மனத்தால் உள்வாங்கிக்கொள்ள இயலவில்லை. எனக்கு இசையைக் கேட்பது மட்டுமே போதுமாக இருந்தது. அது ஒரு மழைபோலப் பொழிய வேண்டும். அந்த வெட்ட வெளியில் அப்படியே நனைந்திருக்க வேண்டும். அதுபோதும் எனக்கு.

நண்பரொருவர் வீட்டுக்குச் சென்றிருந்தேன். இருபத்தி நான்கு மணிநேரமும் இசைப்பாடல்களை வானொலி வழியாக ஒலிபரப்பக்கூடிய ஒரு தனியார் நிறுவனத்தின் உறுப்பினர் அவர். அந்த நிறுவனம் அவர் வீட்டு மாடியில் ஓர் ஒலிவாங்கியை நிறுத்தியிருந்தது. அதன் கம்பியிழைகள் வீட்டிலிருந்த வானொலி யோடு இணைக்கப்பட்டிருந்தன. அந்தக் குறிப்பிட்ட அலை வரிசையை மீட்டும்போதெல்லாம் இசை பரவத் தொடங்கி விடும். நான் சென்றிருந்த சமயம் பச்சை மாமலைபோல் மேனி என்னும் பிரபந்தப் பாடல் ஒலித்துக்கொண்டிருந்தது. பெண்குரல். எனக்கு ஆச்சரியம். டி.எம். சௌந்தரராஜன் குரலில் மட்டுமே கேட்டுகேட்டுப் பழகிய அந்தப் பாட்டை, ஒரு பெண் குரல் வழியாகக் கேட்பது புதிய அனுபவமாக இருந்தது. அரங்கன் உடலழகைச் சுட்டிக்காட்டி ஓர் ஆண் குரல் பாடுவதற்கும் பெண் குரல் பாடுவதற்கும் உள்ள வேறுபாட்டை சட்டென்று அக்கணத்தில் உணர்ந்தேன். ஓர் ஆணின் அழகை முழு அளவில் மனத்தால் உள்வாங்கிச் சொல்லும் வல்லமை பெண்ணுக்கல்லவா உண்டு? அப்போதே அந்தக் குரல் எனக்குப் பிடித்துவிட்டது. "யார் இவர்?" என்று கேட்டேன். "இவரைத் தெரியவில்லையா உங்களுக்கு?" என்று ஆச்சரியப்பட்டார் நண்பர். நான் உதட்டைப் பிதுக்கினேன். "இவுங்கதான் பாம்பே ஜெயஸ்ரீ" என்றார்.

அடுத்த வாரம் அவர் என் அலுவலகத்துக்கு வந்து இரண்டு கேசட்டுகளைப் பரிசாகக் கொடுத்தார். இரண்டுமே பாம்பே ஜெயஸ்ரீயின் பாடல்கள். அன்று இரவே அந்தப் பாடல்களைக் கேட்டேன். முதல் பாடலே என்னை உடைத்துவிட்டது.

அது "கண்ணே என் கண்மணியே கண்ணனே கண் வளராய்" என்னும் பாட்டு. ஒரு மாணிக்கத் தொட்டில் தொங்கு கிறது. அடுக்கடுக்காக மெத்தென்ற பட்டுத்துணிகளின் மடிப்பு அதில் விரிக்கப்பட்டுள்ளது. அதன்மீது கிடத்தப்பட்டிருக் கிறான், குழந்தைக் கண்ணன். பிஞ்சுக் கைகளையும் கால்களை யும் அசைக்கிறான். அருகில் நிற்கும் அன்னையைப் பார்த்துப்

பொக்கை வாய் திறந்து சிரிக்கிறான். அவன் ஈர உதடுகள் மின்னுகின்றன. என்னடா கண்ணா என்று ஒரு குரல் கொடுத்த துமே அவன் உற்சாகத்தால் உடல் முறுக்குகிறான். விதம்வித மாக குரல் எழுப்புகிறான். அவன் விழிகளில் களைப்பே தெரியவில்லை. உறக்கத்தின் சுவடே இல்லாத குழந்தையை உறங்கவைக்கப் படாத பாடுபடுகிறாள் யசோதை. தொட்டிலை மெதுவாக அசைக்கிறாள். குழந்தையின் மார்பைத் தொட்டுத் தட்டிக்கொடுக்கிறாள். குழந்தைக்குத் தாயான பெருமையில் அந்தக் குழந்தை அவளுக்குத் தெய்வமாகத் தோன்றுகிறது. கண்மூடி உறங்கச் சொல்லும் குரலைக் கேட்காததுபோல கைகளை நீட்டித் தூக்குமாறு கேட்கிறது குழந்தை. அருந்திய பால் கடைவாயில் எச்சில் கோடாக இறங்கி வழியப் புன்னகைக் கிறது. மெல்லத் தலையைப் புரட்டித் தொட்டில் கட்டைகளைப் பார்க்கிறது. விரலை நீட்டி அதைத் தொட்டுப் பார்க்க முயற்சி செய்கிறது. குழந்தை ஒரு பேரதிசயம். குழந்தைக்காகப் பாடப் படும் தாலாட்டுப் பாடல் ஒவ்வொன்றும் ஏதோ ஒருவகையில் தெய்வத்திடம் மனிதன் முன்வைக்கும் நன்றிச் சொற்கள்.

பின்னிரவுவரை ஜெயஸ்ரீயின் பாடல்களை மீண்டும் மீண்டும் கேட்டபடி இருந்தேன். பாதிப் பாடல் கேட்டுக் கொண்டிருக்கும்போதே எங்கோ ஒரு புள்ளியில் என் மனம் இசையிலிருந்து விலகி அந்த வரிகளின் பின்னால் போகத் தொடங்கியது. கொட்டும் அருவியின் கீழே தலைகுனிந்து நிற்பது போல, இசையை மனம் முழுதும் தளும்பத் தளும்ப வாங்கியபடி இருக்க வேண்டும் என்றுதான் ஒவ்வொரு முறையும் நினைப்பேன். ஆனால், ஒருமுறையும் அது சாத்தியமான தில்லை. கட்டுகளை அறுத்துக்கொண்டு ஓடிவிடும் கன்றுக்குட்டி யைப்போல மனம் சட்டென்று தாவிவிடும். கண்ணன் ஒருவன் மட்டும் குழந்தையல்ல. உலகில் பிறந்திருக்கும் ஒவ்வொரு குழந்தையும் கண்ணன்தான். கண்ணன் ஒரு பெயராக மட்டுமே பாடலில் இருக்கிறான். எல்லாக் குழந்தைகளுக்குமான பொதுப் பெயர் கண்ணன். கண்ணன் மிக நல்ல குழந்தை. தன் நல்ல நடவடிக்கைகளால் தாய்க்கு நற்பெயரைக் கொண்டுவந்து தருகிறான். கண்ணன் சரியான குறும்புக்காரன். தன் குறும்பு களால் தாய்க்கு அளவற்ற சங்கடங்களை உண்டாக்குகிறான். தாய் இரண்டையும் ஏற்றுக்கொள்கிறாள். ஒன்றை ஏற்றுக்கொண்டு இன்னொன்றை நிராகரிப்பது ஒரு தாய்க்கு ஒருபோதும் முடியாத செயல். இந்த உலகமே கண்ணன். இதை அமைதி யாக்கி உறங்கவைப்பது தாயின் தாலாட்டு. இப்படி அலையும் மனத்தை, ஒவ்வொரு முறையும் மீண்டும் இழுத்துவந்து, அடுத்த டுத்த பாட்டின் மீது கவனத்தைத் திசைதிருப்ப வேண்டியிருந்தது.

அதே நண்பர் ஒரு சில மாதங்களுக்குப் பிறகு மடம் ஒன்றில் ஏற்பாடு செய்யப்பட்டிருந்த ஓர் இசைக் கச்சேரிக்கு அழைத்துச்சென்றார். "இன்னைக்கு அருணா சாய்ராம் பாட றாங்க . . ." என்றார். கொஞ்சமும் யோசிக்காமல் "வடநாட்டுக் காரங்களா? இந்திப் பாட்டு பாடுவாங்களா?" என்று கேட்டேன். அவர் என் தோளைத் தட்டினார். "என்ன, இப்படி அப்பாவியா இருக்கிங்க? தமிழ்லதான் பாடுவாங்க, வாங்க" என்றார். பிறகு "பேருதான் அப்படி. பம்பாய்ல பொறந்து வளர்ந்தவங்க. தாய்மொழி தமிழ்தான். பயிற்சி, கச்சேரிலாம் அங்கதான். மராத்தி, இந்தின்னு ஒரு பெரிய ரவுண்டு வந்துட்டாங்க. இப்ப தமிழ்நாட்டுலதான் வாசம்" என்று சுருக்கமான வாழ்க்கைக் குறிப்பையே தந்துவிட்டார். அதற்குள் கச்சேரி தொடங்கியதால் அமைதியானது அரங்கம்.

சற்றே அழுத்தம் மிகுந்தது அவர் குரல். அதனாலேயே அவர் முழு சக்தியையும் கொடுத்துப் பாடும்போது ஆற்றாமை யின் தவிப்பை அப்படியே உணர்த்த முடிந்தது. கேட்கக் கேட்க நெஞ்சும் அடிவயிறும் கலங்கின. வழக்கமான இரண்டு ஆரம்பப் பாடல்களுக்குப் பிறகு, அவர் என்ன கவி பாடினாலும் என்று வரியெடுத்ததும் கதறியழ வேண்டும்போல ஒரு வேகம் மனத்தில் பொங்கி நிரம்புவதை உணர்ந்தேன். மேடையில் எல்லாமே ஒரு கணத்தில் மறைந்துவிட்டது. ஆதரவில்லாத ஒரு உயிர் வெட்டவெளியின்முன் நின்று மன்றாடும் குரல் கேட்டது. எனக்கு யாருமே இல்லையே, நீயாவது எனக்குத் துணையாக இருக்கக் கூடாதா என்று ஏக்கத்துடன் கேட்கும் குரல். மனிதர்கள் கைவிடுவற்கான காரணத்தை ஓரளவு புரிந்து கொள்ளலாம். கடவுளே! நீ கைவிட்ட காரணத்தை என்னால் கொஞ்சம்கூட புரிந்துகொள்ள முடியவில்லையே . . . என்று கலங்கியழுது முறையிடும் குரல். பாதிப் பாடல் கடந்தபோது என் கண்களில் கண்ணீர் தளும்பத் தொடங்கியது. விழித்திரை மறைந்தது. ஒரு பெரிய கேவல் நெஞ்சை அடைத்தது. ஒரு கணம் என்னையே அனாதையாக உணர்ந்தேன். ஒரு குறிப்பிட்ட கோணத்தில் உலகில் பிறந்தவர்கள் எல்லாருமே அனாதைகளே என்று தோன்றியது. அன்பு கிடைக்காத அனாதைகள். ஆதரவை எதிர்பார்க்கும் அனாதைகள். செல்வமில்லாத அனாதைகள். உறவில்லாத அனாதைகள்.

கேசட்டுகளை நானே வாங்கிச் சேகரிக்கத் தொடங்கி னேன். பாம்பே ஜெயஸ்ரீ, நித்யஸ்ரீ, அருணா சாய்ராம், சுதா ரகுநாதன், சௌம்யா, ரஞ்சனி காயத்ரி, ஜேசுதாஸ், சஞ்சய் சுப்ரமணியம், அருண் எல்லாரையும் கேட்டேன். எல்லாருடைய பாடல் பட்டியலிலும் நெஞ்சை அசைக்கும் ஒருசில பாடல்

கள் உண்டு. நம்மை அந்தரத்தில் ஒரு துளியாக நிறுத்தும் தருணங்கள் அவை. முழுக்க முழுக்க நாம் கரைந்து இல்லாமல் போகும் அல்லது நம்மையே இழந்துபோகும் பரவசமான கணங்கள். வாழ்வின் மிகப் பெரிய சேமிப்பு அத்தகைய மாபெரும் தருணங்கள் மட்டுமே.

இலக்கிய நிகழ்ச்சியொன்றுக்காக வெளியூர் சென்று தங்கி யிருந்த சமயத்தில் இலக்கிய அரட்டையாகச் சென்றுகொண் டிருந்த உரையாடல் சட்டென்று இசையின் திசையில் திரும்பியது. மெல்லமெல்ல அது நகர்ந்து ஆனந்தபைரவிக்கும் சிந்துபைரவிக் கும் இடையிலுள்ள நுட்ப வேறுபாடுகளை அலசும் விதமாக மாறியது. நண்பர்களின் ஆழ்ந்த இசைஞானம் ஆச்சரியமாக இருந்தது. வேறுபாடுகளை நிரூபிக்கிற வரிகளை இருவருமே லய சுத்தத்தோடு பாடிக்காட்டியதால் விவாதம் விரிவடைந்த படி சென்றது. பிறகு, ஒவ்வொரு ராகத்துக்கும் துணையாக உள்ள தோழமை ராகங்களைப் பட்டியலிட்டு, அவற்றின் தாக்கங்களை விரிவான எடுத்துக்காட்டுகள் வழியாகப் பகிர்ந்து கொண்டார்கள். நான் மலைப்போடு அவர்கள் உரையாடலைக் கேட்டபடி இருந்தேன்.

ராகங்களைப் பற்றி எனக்கொன்றும் தெரியாது என்று சொன்னபோது அவர்களுக்கு ஆச்சரியமாக இருந்தது. உடனே, அவர்கள் சில அடிப்படைகளைச் சொல்லத் தொடங்கினார் கள். சில திரைப்பாடல்களின் மெட்டுகள் வழியாக ராகங் களின் தன்மைகளையும் பெயர்களையும் நினைவில் வைத்துக் கொள்ளலாம் என்று சொன்னார்கள்.

“போனதெல்லாம் போகட்டும், இன்று ஒரு நல்ல தொடக்க மாக அமையட்டும். மூன்று முக்கியமான ராகங்களின் தடங்களை உங்களுக்கு அறிமுகப்படுத்துகிறேன், கேளுங்கள்” என்றபடி ஆலாபனை செய்துகாட்டினார் ஒருவர். பிறகு, அவற்றுக்குப் பொருத்தமான பாடல்களையும் பாடி இணைத்துக் காட்டி னார். உறங்கச் செல்வதுவரைக்கும் அவற்றை மீண்டும் மீண்டும் அசைபோட்டபடிதான் இருந்தேன். ஆனால், விழித்ததும் எல்லாமே மறந்துவிட்டது. பெயர்கள் மட்டுமே நினைவில் இருந்தன. ஒரே ஒரு எடுத்துக்காட்டுகூட நினைவுக்கு வரவில்லை. நண்பர் ஏமாற்றத்தோடு விடைபெற்றுச் சென்றுவிட்டார்.

இப்போதும் இசை கேட்கிறேன். அலுவலகத்துக்கும் குடும்பத் துக்கும் செலவான நேரம்போக எஞ்சும் நேரங்களில் எழுதுவதைப் பழக்கமாகக் கொண்டவன் நான். ஆனால், எல்லா நேரங்களிலும் எழுதுவதற்கான உத்வேகம் நிறைந்திருக்கும் என்று சொல்ல முடியாது. என் மனத்தை உத்வேகம் நிரம்பியதாக அமைத்துக்

கொள்ள எனக்கு இசை தேவைப்படுகிறது. எனக்கு இசை ஒரு மகாநதி. பனிக்குன்று. கடல். காட்டருவி. அமைதி தவழும் கருவறை. சக்தி வேண்டும் தருணங்களில் அதன் காலடியில் பணிந்து நிற்கிறேன். காற்று வீசலில் அது என்னைத் தீண்டிச் செல்கிறது.

கடந்த வாரம் பார்த்த ஒரு மங்கோலியத் திரைப்படத்தின் நினைவு வருகிறது. பாலைவனத்தில் ஒட்டகங்களையும் செம்மறி யாடுகளையும் வளர்த்து, வளர வளர அவற்றின் உடலிருந்து கம்பளியை வெட்டியெடுத்து விற்பனை செய்து வாழும் குடும்ப மொன்று அந்தப் படத்தில் இடம்பெறுகிறது. அவர்களுக்குச் சொந்தமான ஒட்டகமொன்று ஒரு குட்டியைப் பெற்றெடுக் கிறது. இரண்டு நாட்கள் இடைவிடாத அவஸ்தை. படுக்கவும் முடியாமல் நிற்கவும் முடியாமல் தடுமாறித் தடுமாறி விழுகிறது. வலியும் வேதனையும் கொண்ட பிரசவம். கருப்பைக்குள் ளேயே திசைமாறியதால் கால் முதலில் வெளிவந்து தலை இறுதியாக வெளிவருகிறது. கிட்டத்தட்ட மரணப் புள்ளிவரை சென்று தாயும் குட்டியும் பிழைக்கின்றன. வழக்கமான பழுப்பு நிறத்துக்கு மாறாகக் குட்டி வெள்ளை வண்ணத்தில் உள்ளது. வலியின் வேதனை ஒரு பக்கம். புதிய வண்ணத்தால் உருவான மிரட்சி மற்றொரு பக்கம். குட்டி ஒட்டகத்துக்கு பாலூட்ட மறுக்கிறது தாய் ஒட்டகம். பாலில்லாமல் கண்ணீர் மல்க அழுகிறது ஒட்டகம். குடும்ப உறுப்பினர்கள் எல்லாருமே குட்டியை ஆதரவாகப் பிடித்துச் சென்று தாய் மடியின் அருகில் விடுகிறார்கள். ஆனால், தாய் ஒட்டகம் அதை நெருங்கவே விடுவதில்லை. காலால் உதைத்துத் தள்ளிவிடுகிறது. நெருங்கினா லேயே தலையால் முட்டுகிறது. குழந்தைக்குப் புட்டிப்பால் கொடுப்பதுபோல, ஒரு கொம்பில் பாலை நிரப்பி எடுத்துச் செல்கிறாள் குடும்பத் தலைவி. குட்டியின் வாயைத் திறந்து பாலைப் பருகவைக்க முயற்சி செய்கிறாள். ஆனால் அதுவும் பலிக்கவில்லை.

ஒருபுறம் பிடிவாதமான தாய் ஒட்டகம். மறுபுறம் பரிதாப மான நிலையில் குட்டி ஒட்டகம். மனித முயற்சிகள் எல்லாமே தோல்வியில் முடிவடைந்த நிலையில் பெரியவரொருவர் அருகில் உள்ள நகரிலிருந்து வயலின் இசைக் கலைஞன் யாரையாவது அழைத்து வந்து அந்த ஒட்டகத்தின் முன் இசைத்தால் தாய் ஒட்டகத்தின் மன பாரம் இளகி அமைதியுறக்கூடும் என்று ஆலோசனை வழங்குகிறார். உடனடியாக அதற்குத் தேவையான ஏற்படுகள் செய்யப்படுகின்றன. ஆனால், இசைக்கலைஞர் உடனடியாக, வருவதில்லை. ஓய்வு நாளில் வருவதாகச் சொல்லி அனுப்பிவிடுகிறார். அதுவரை பாலூட்ட மறுக்கும் தாய் ஒட்டக

மும் பட்டினி கிடக்கும் குட்டி ஒட்டகமும் ஒன்றையொன்று வருத்திக்கொள்கின்றன. பொழுதுகள் நகர நகர, குட்டி மரண மடையக்கூடும் என்று எல்லாரும் முடிவுகட்டிவிடுகிறார்கள். கையறு நிலை அதைச் சூழ்ந்து நிற்கிற வேளையில் இசைக் கலைஞர் வருகிறார். அவர் இசைக்கும் வயலின் இசை அந்தப் பாலைவன வெளியையே நிரப்புகிறது. உருக்கமான அந்த இசையில் உள்ளம் உருகுகிறது தாய் ஒட்டகம். அதன் பிடிவாதம் மெல்ல மெல்லத் தளர்கிறது. மடி இறுக்கமும் தளர்கின்றது. மற்றவர்களால் சுமந்துவரப்பட்டு, தாய் மடிக்கருகே நிற்கவைக்கப்பட்ட குட்டி வாய் திறந்து மடியைக் கவ்வி, பாலை உறிஞ்சத் தொடங்குகிறது. அடக்கிவைக்கப் பட்டிருந்த பால் ஊற்றெனச் சுரந்து வழிகிறது.

இசைகேட்டு மனபாரத்தைக் கரைத்துக்கொண்ட அந்த ஒட்டகத்துக்கும் எனக்கும் அதிக வித்தியாசமெதுவும் இல்லை.

நான்கு எழுத்துகள்

மரத்தடியில் அமர்ந்து படிப்பதும் எழுதுவதும் என் பள்ளி நாட்களிலிருந்தே தொடரும் பழக்கம். எங்கள் கிராமத்து ரயில்வே ஸ்டேஷனைச் சுற்றி ஒரு பெரிய தோப்பே இருந்தது. இலுப்பை மரங்கள் மட்டுமே நிற்கும் ஒரு நீண்ட வரிசை. ஆல மரங்களும் நாவல் மரங்களும் கொண்ட இன்னொரு வரிசை. ஸ்டேஷனுக்கு எதிர் வரிசையில் தகரங்களால் கட்டியெழுப்பப்பட்ட ஒரு பெரிய சரக்குகள் சேமிப்பகமும் பர்மா ஷெல் நிறுவனத்தாருக்குச் சொந்தமான எண்ணெய்க் கிடங்கும் இருந்தன. அவற்றைச் சுற்றி ஏராளமான வேப்ப மரங்கள். குளிர்ந்த காற்றுக்குப் பஞ்சமில்லாத இடங்கள். கிராமத்தை விட்டு வெளியேறும்வரை இந்த மரத்தடிகளே தாய்மடி யாய் விளங்கின. விடுப்பு நாட்களில் ஒரு தோள்பையில் இரண்டு மூன்று புத்தகங்களையும் ஒரு நோட்டுப் புத்தகத்தையும் வைத்துக்கொண்டு காலையில் சென்றால் மாலையில் திரும்புவதுதான் வழக்கம்.

கர்நாடகத்தில் வேலைக்காகத் தங்கியிருந்த எல்லா ஊர்களிலும் அழகான மரத்தடிகள் வாய்த்தன. இருபதாண்டுகளுக்கு முன்பு பெங்களூருக்கு மாற்றலாகி வந்தபோது கண்ணில்பட்ட இடங்களெல்லாம் மரத்தடி களாகவே காட்சியளித்தன. இன்று எந்த மரத்தடியை நோக்கிச் செல்வதென ஒவ்வொரு விடுப்பு நாளிலும் குழப்பம் வரும். தொடக்கத்தில் கப்பன் பூங்காவுக்குச் செல்லத் தொடங்கினேன். பிறகு, இந்திரா நகர் பூங்காக் களுக்குச் சென்றேன். இரண்டு மூன்று மாதங்களுக்குப் பிறகு, காந்தி சாலையில் நடந்து திரும்பிக்கொண்டிருந்த ஒரு நாளில் ஆறேழு தூங்குமூஞ்சி மரங்களுடன் அடர்ந்து ஒரு பெரிய வட்டமான அளவில் தோப்பாகக் காட்சியளித்த ஒரு இடத்தைத் தற்செயலாகக் கண்டு

பிடித்தேன். இடைப்பட்ட நிலப்பரப்பில் சின்னச்சின்னக் குடிசைகள். பார்த்ததுமே இனி இதுவே என் இடம் என்றொரு நெருக்கமான உணர்வு ஆழமாகப் பதிந்துவிட்டது.

மறு வாரம் காலையிலேயே தோள் பையுடன் அந்த மரத்தடிக்குச் சென்றுவிட்டேன். கால் வைத்ததுமே நொறுங்கி உள்வாங்கும் சருகுப் பரப்பு. மழைக்கோ காற்றுக்கோ கிளை முறிந்து விழுந்ததால் உருவான வட்டம் மரப்பட்டைகளுக்கு நடுவே ஒரு பெரிய கண்ணைப்போலக் காட்சியளித்தது. மட்கிய சருகுகளின் மணம். புதர்களுக்கும் பச்சை இலைகளுக்கும் மட்டுமே உரிய மணம். துணிகள் கல்லில் பட்பட்டென அறையப்படும் ஓசை அருகில் தொடர்ச்சியாகக் கேட்டது. ஓசையெழும் ஒவ்வொரு கணத்திலும் தொட்டியை விட்டு ஒரு பறவை சடசடவெனச் சிறகசைத்து விர்ரெனக் கிளம்புவதுபோல ஒரு கற்பனை எழுந்தது. ஓசையே இல்லாத தருணங்களில்கூட அந்த வெற்றிடத்திலிருந்து எழுந்த ஓசை சீரான ஒரு தாளலயத்தோடு ஒலித்தது.

மரத்தடியில் அமர்ந்து ஒரு புத்தகத்தைப் படிக்கத் தொடங்கினேன். பத்து நிமிடங்கள்கூடக் கழிந்திருக்காது. நான்கு சிறுவர்கள் பக்கத்தில் வேறொரு மரத்தடியில் நின்றபடி என்னைப் பார்ப்பதை உணர்ந்தேன். அவர்கள் அனைவருமே ஐந்து அல்லது ஆறு வயதுக்குட்பட்டவர்கள். எலும்பான தோற்றம். மேல் சட்டை இல்லை. தொளதொளவென்ற கால்சட்டை இடுப்பில் நிற்பதற்காக அரைஞாண் கயிற்றோடு சுட்டிவைத்திருந்தார்கள். கழுத்தில் மந்திரிக்கப்பட்ட காப்புக் கயிறுகள். ஒருவன் அந்தக் கயிற்றில் தொங்கிய தாயத்தை இழுத்துப் பல்லால் கடித்துக்கொண்டிருந்தான். ஏதோ விளையாட வந்திருக்கிறார்கள், என்னைப் பார்த்ததால் தயங்கி நின்றுவிட்டார்கள், கிளம்பிச் சென்றுவிடுவார்கள் என்று நினைத்துக்கொண்டேன். அது தவறு என்று மறுகணத்திலேயே புரிந்தது. “போடா நாயே” என்றான் ஒரு சிறுவன். அழுத்தமான தமிழ் வசை. அவனைத் தொடர்ந்து மற்ற சிறுவர்களும் அதையே சொன்னார்கள். குழப்பமும் அதிர்ச்சியும் படர நான் உறைந்துவிட்டேன். அவசரமாகப் பின்பக்கம் திரும்பி யாராவது நிற்கிறார்களா என்று பார்த்தேன். யாரும் இல்லை. அப்படியென்றால் அந்த வசை என்னைப் பார்த்துத்தான் சொல்லப்பட்டிருக்க வேண்டும். அந்த எண்ணமே என்னை மூச்சுத் திணற வைத்தது. உதடுகள் உலர்ந்துவிட்டன. அந்தச் சிறுவர்களின் திசையில் மறுபடியும் பார்த்தேன். அவர்கள் நின்று நிறுத்தி நிதானமான குரலில் மறுபடியும் “போடா பொறுக்கி” என்று மாற்றி மாற்றிச் சொன்னார்கள். அதற்குள் என் அதிர்ச்சி அடங்கிவிட்டது. என் எதிர்வினைகள் அவர்களை மேலும் உக்கிரம் கொள்ள

வைக்கும் என்று தோன்றியது. அதனால் அந்தச் சொற்களை ஏதோ ஒரு பாட்டின் வரியைப் போல நினைத்துக்கொண்டு அவர்களையே பார்த்தேன். அவர்கள் இன்னும் வேகமாகவும் அழுத்தமாகவும் வேறொரு வசைச் சொல்லைச் சொல்லி விட்டு நிற்காமல் ஓடினார்கள். இடையிடையே திரும்பி, நான் எழுந்திருக்கிறேனா பின்தொடர்கிறேனா என்று பார்த்தார் கள். வேகமாக ஓடி தள்ளியிருந்த குடிசைகளின் பக்கத்திலிருந்த குப்பைத் தொட்டிக்குப் பக்கத்தில் நின்றார்கள். அசைவே இல்லாமல் நான் அப்படியே உட்கார்ந்திருந்தேன். துணிகள் அறையப்படும் ஓசையால் அந்த இடமே நிறைந்திருந்தது.

அக்கணமே அந்த இடத்தை விட்டு எழுந்து சென்றுவிடலாம் என்று தோன்றியது. அந்த நடவடிக்கை சிறுவர்களை மேலும் ஊக்கம் கொள்ள வைக்குமே தவிர, குறைவதற்கு வழியில்லை என்று தோன்றியது. என்னதான் நடக்கிறது பார்த்துவிடலாம் என்றொரு வீம்பு எழுந்தது. மறுபடியும் புத்தகத்தில் கவனத்தைக் குவிக்க நினைத்தேன். ஆனால் முடியவில்லை. புத்தகத்தின் பக்கம் முழுதும் அந்த வசைச்சொற்களே எழுதப்பட்டிருப்பது போல ஒரு தோற்றம். உள்ளூர யாரோ கத்தி விளிம்பால் கீறிவிட்டதுபோல ஒரு வலி. சொல்ல முடியாத வேதனை. கசப்பு. பதற்றம். நான் அந்தப் பதற்றத்தைப் பின்தொடர்ந்தேன். அவர்களுடைய சொற்கள், அவற்றை உருவாக்கிக்கொள்ளும் வகையில் அவர்களுக்கு வாய்த்திருக்கும் சூழல், இயல்பான குணத்தைப்போல படிந்துபோகும் முரட்டுத்தனம் என பல புள்ளிகளுக்குத் தாவித் தாவிச் செல்ல அனுமதித்தேன்.

சிறிது நேரத்துக்குப் பிறகு அவர்கள் என்னை நோக்கி மீண்டும் நடந்து வருவதைப் பார்த்தேன். அவர்கள் நடையில் ஒருவித எச்சரிக்கை உணர்வு தெரிந்தது. அவர்களைப் பொருட் படுத்தாததுபோல இருக்க வேண்டும் என்கிற முனைப்பில் புத்தகத்தின் மீது பார்வையைப் படரவிட்டேன். அவர்கள் என்னை நெருங்குகிறார்கள் என்பதைச் சருகுகள் நொறுங்கும் சத்தத்தை வைத்தே உணர்ந்தேன். பழையபடி அந்த மரத்தடி யில் நின்றுகொண்டு ஒரே குரலில் ஊவென்று நரியைப் போல ஊளையிட்டார்கள். மீண்டும் நெஞ்சில் பதற்றம் பெருகியது. அவர்களை மெதுவாகத் திரும்பிப் பார்த்தேன். என் பார்வையால் உற்சாகம் கொண்டவர்களாக அவர்கள் மறுபடியும் வயிற்றை நன்றாக உள்வாங்கி, நீண்ட நேரத்துக்கு மூச்சையிழுத்து ஊளை யிட்டார்கள். கண்களில் ஏளனம் பொங்கி வழிந்தது. என்ன செய்வது என்று யோசனையில் விரல்களால் உதடுகள் மீது தாளமிட்டபடி இருந்த கணத்தில், சட்டென அவர்கள் தம் கால் சட்டையைக் கழற்றிவிட்டு நிர்வாணக் கோலத்தில் இடுப்பை ஆட்டினார்கள். என்னால் அதைத் தாங்கிக்கொள்ளவே

இயலவில்லை. மாறிமாறி அறைந்ததுபோல இருந்தது. ரத்தம் முழுதும் தலைக்குள் குப்பென்று பாய்ந்து பொங்கியது. போதும் இந்தப் படிப்பு என்று எழுந்து வந்துவிடலாம் என நினைத்தேன். பாதி மனத்தில்தான் அப்படி ஒரு எண்ணம். மீதி மனத்தில் அமைதி அமைதி என்று அமைதிப்படுத்தும் குரல்.

மறு கணமே, அவர்களுடைய நிர்வாண நடனத்தை ஏதோ செடிகொடிகளின் அசைவு என நினைத்தபடி என் பார்வையைத் துவைகற்களின் திசையில் செலுத்தினேன். இடைவிடாத பட்பட் ஓசையைப் பின்தொடர்ந்தேன். அவர்களுக்கு நிழல் தந்தபடி நின்றிருந்த தூங்குமூஞ்சி மரங்களின் கிளைகளில் என்றோ சிக்கிக்கொண்டு காற்றில் அசைகிற பட்டங்களைக் கவனிக்கத் தொடங்கினேன். எனினும் என் ஓரக்கண்கள் அவர்கள் செயல்களைக் கவனித்தன. அவர்கள் ஊளைகளில் வெவ்வேறு பாணிகள் மாறி மாறி வெளிப்பட்டன. நடன அசைவுகளிலும் ஒரு மாற்றம். சட்டென ஊளையுடன் இணைந்த நடனத்தின் முடிவுப் புள்ளியில் அசிங்கமான ஒரு வசைச்சொல்லை அழுத்தமாகச் சொல்லிவிட்டுத் திரும்பிக்கூடப் பார்க்காமல் ஓடினார்கள். ஒருபுறம் தாங்கமுடியாத அதிர்ச்சி. இன்னொருபுறம் கசப்பான நகைச்சுவை.

ஒரு விழுக்காடுகூட என் கவனம் புத்தகத்தில் பதியவில்லை என்பது உண்மை. பதற்றம் பெருகியபடி இருந்தது. ஆனால், அதை ஒரு தோல்வியாக நினைத்து எழுந்துவிடக் கூடாது என்று திட்டவட்டமாக முடிவுகட்டினேன். அந்த நிர்வாண நடனம் ஒரு மௌனப் படத்தைப்போல மனத்திரையில் மீண்டும் மீண்டும் நிகழ்ந்தது. ஏன் இப்படி நடக்கிறது என்பதை ஒருவாறாக வகுத்துக்கொள்ளத் தொடங்கினேன்.

ஒரு தோப்புப்போல அடர்ந்திருந்தபோதும் இந்த மரத்தடிகள் யாரும் வராத இடமாகவே இருக்க வேண்டும். பரபரப்பான நகர வாழ்வில் யாருக்கும் அப்படி ஒரு அவசியம் இல்லை. வேலியிட்டு, பரப்பளவை வரையறுத்து, சுற்றுச் சுவர்கள் எழுப்பி, விளையாட்டுக்கான வசதிகளுடன் உருவாக்கப்பட்ட நவீன பூங்காக்களில் உள்ள மரங்கள் மட்டுமே நகர மக்களுக்குப் போதுமானதாக உள்ளன. அவை அவர்களுக்குப் பாதுகாப்பானவையும்கூட. பாதுகாப்பில்லாத சூழலில் வசிக்கும் மக்கள் இயல்பாகவே எல்லாத் தருணங்களிலும் எச்சரிக்கையுணர்வுடன் இருக்க வேண்டிய அவசியம் உள்ளது. அதில் வயது வித்தியாசமோ பால் பேதமோ கிடையாது. பாதுகாப்பில்லாத இடத்தில் வசிப்பவர்கள் தம்மீது நகரத்தவர்கள் வைத்திருக்கும் கௌரவக் குறைவான படிமத்தை ஒவ்வொரு கணமும் நினைத்தபடியே இருக்கிறார்கள். அந்த நினைப்பு அவர்களை ஒரு

நெருப்புப்போல எப்போதும் சுட்டுக்கொண்டே இருக்கிறது. அந்தத் தீக்காயத்தோடுதான் தம் வாழ்க்கை உழல்கிற பரப்பை ஒரு வட்டத்தைப்போல வகுத்துவைத்திருக்கிறார்கள். தம் வட்டத் துக்குள் வருகிற யாரையும் அவர்கள் வன்முறையோடுதான் எதிர்கொள்கிறார்கள். வன்முறை என்பது அடிதடி மட்டுமல்ல. வலி தரும் சொற்பிரயோகமும் ஒருவித வன்முறைதான். ஒரு தற்காப்புக் கலைபோல வன்முறை அவர்களுக்குப் பயன்படு கிறது. தம்மை கௌரவமற்றவர்களாக நினைக்கிற நகரத்தாரை எதிர்கொள்ள வேறு வழி எதையும் அறியாதவர்கள் அவர்கள்.

யோசனைகள் இப்படிப் பரவத் தொடங்கிய நேரத்தில் அந்தச் சிறுவர்கள் மறுபடியும் நெருங்கி வந்தார்கள். நான் அதைக் கவனிக்காதவனைப் போல புத்தகத்தின் பக்கங்களைப் புரட்டினேன். முன்பு நின்றிருந்த மரத்தடியில் நின்றுகொண்டு என்னையே சிறிது நேரம் பார்த்தார்கள். சத்தமாக ஒருவன் "யாரு சார் நீ?" என்று கேட்டான். நான் அவன் கேட்டதைக் காதிலேயே வாங்கிக்கொள்ளவில்லை. உடனே, அவன் "கேக்கறனே. காது செவுடா நீ, யாரு சார் நீ?" என்று மறுபடியும் கேட்டான். நான் அவனைப் பார்த்து புன்சிரிப்போடு "என்ன தெரிஞ்சிக் கணும் நீ? என் பேரயா, இல்ல ஊரயா?" என்று கேட்டேன். அவன் அதைக் காதில் வாங்கிக்கொள்ளவே இல்லை. உடனே அடுத்த கேள்விக்குச் சென்றுவிட்டான்.

"போலீஸ்காரா நீ?"

அந்தக் கேள்வி என்னைத் தடுமாற வைத்தது. நான் இல்லை என்று தலையாட்டினேன். உடனே "ரேஷன்கார்டு ஆளா?" என்று கேட்டான். நான் அந்தக் கேள்விக்கும் இல்லை என்று தலையாட்டினேன். அவன் சிறிதுநேரம் யோசித்துவிட்டு "கமிஷனர் ஆபீஸ்காரங்களா?" என்று கேட்டான். நான் மறுபடி யும் இல்லை என்றபடி அவன் கண்களைப் பார்த்தேன். "பின்னே யாரு நீ? ஊசி போடறவங்களா?" என்றான். சிரித்தபடியே "இல்லப்பா" என்றேன். என் பதில் அவனைக் குழப்பத்தில் ஆழ்த்தியது. நான் அவர்களைப் பார்த்து "சரி, அங்கயே நின்னு கினு ஏன் பேசற? இங்க கிட்ட வா . . ." என்றேன். அவர்கள் வேகமாக மறுக்கிற மாதிரி தலையாட்டினார்கள். "கிட்ட வந்தா புடிச்சி அடிக்கலாம்ன்னு பாக்கறியா?" என்றான் குள்ள மாக இருந்த ஒரு சிறுவன். ஒழுங்கில்லாத அவன் தலைமுடி யின் அடர்த்தி ஒரு கூடையை அவன் தலைமீது கவிழ்த்ததுபோல இருந்தது.

"அடிக்க மாட்டேன் வா" என்றேன். அவர்களுக்கு நம்பிக்கை இல்லை. அதற்குள் "சத்திமா?" என்று கேட்டான் இன்னொருவன். நான் மறுபடியும் புன்னகைத்தபடி "அதெல்லாம் அடிக்க மாட்

டேன், கிட்ட வா...” என்றேன். கூட்டத்தில் உயரமான ஒரு சிறுவன் மட்டும் நழுவி விழும் கால்சட்டையை உயர்த்தி இறுக்கியபடி துணிச்சலாக அருகில் வந்து நின்றான். “உக்காரு” என்றேன். அவன் உட்கார்ந்தான். அதைப் பார்த்து மற்றவர்களும் வந்து உட்கார்ந்தார்கள்.

“இங்க உக்காந்துகினு என்ன சார் செய்ற?” என் பக்கத்தில் இருந்த பையைப் பார்த்தான் ஒருவன். “சும்மாதான் படிக்கலாம்னு வந்தன்...” என்று புத்தகத்தைக் காட்டினேன். அவர்கள் கழுத்தை ஒரு பக்கமாக வளைத்து நம்பிக்கையில்லாதவர் களைப் போலச் சிரித்தார்கள். கழுத்தின் அடியில் அழுக்கு ஒரு கோடுபோல நெளிந்தது. உதடுமேல் விரல் வைத்தபடி “இஸ்கூலு ஆளா நீ? படிக்கணும்ன்னு சொல்ற...” என்று கேட்டுவிட்டுச் சிரித்தான். நான் பதில் சொல்வதற்குள் முந்திக் கொண்டு “பாடமா படிக்கற?” என்று கேட்டான் இன்னொரு வன். கேள்விகள் கேட்பதில் அவர்களுக்கிருக்கிற ஆர்வத்தை என்னால் புரிந்துகொள்ள முடிந்தது. “இது பாடமில்ல, கத புத்தகம்” என்றேன்.

“மந்திரவாதிங்க கதயா?”

“இல்ல, இது வேறமாதிரி கத”

“சினிமாக் கதயா?”

“அப்படியெல்லாம் சொல்ல முடியாது. இன்னம் வேற மாதிரி...”

“இந்தக் கதய படிச்சி என்ன செய்வ..?

“யாருக்காவது சொல்லுவன்...“

“கத சொன்னா காசி குடுப்பாங்களா?”

எனக்கு சிரிப்பு வந்தது. ஆனாலும் சிரித்துவிடக் கூடாது என்று கட்டுப்படுத்திக்கொண்டேன். “காசிக்காக கத சொல்ற தில்ல. சும்மா ஒருத்தவங்களுக்கு ஒருத்தவங்க சொல்லிக்கறது...” என்றேன்.

“அப்படின்னா, எனக்கு ஒரு கத சொல்வியா சார்?” தலையை நிமிர்த்திக் கேட்டான் ஒருவன்.

“கண்டிப்பா சொல்றேன். மொதல்ல ஒன் பேரச் சொல்லு”

“பிச்சாண்டி சார்” என்றான் அவன். மற்றவர்களும் செல்லமுத்து, சண்முகம், குப்புசாமி என்று அடுத்தடுத்துச் சொன்னார்கள். உண்மையைச் சொன்னதற்கு வெகுமதியாக தேவதையிடமிருந்து தங்கம், வெள்ளி, வெண்கலம் மற்றும்

இரும்பாலான கோடரிகளைப் பெற்ற விறகுவெட்டியின் கதை யைச் சொன்னேன். அது அவர்களுக்கு மிகவும் மகிழ்ச்சியைத் தந்தது. "சார், இன்னொரு கத சார் ..." என்று பல்லைக் காட்டினான் குப்புசாமி. சிங்கத்தை ஏமாற்றிக் கிணற்றுக்குள் விழவைத்த நரியின் கதையைச் சொன்னேன். அவர்கள் ஆனந்தம் பல மடங்கானது. கைதட்டிச் சிரித்தார்கள். சிறிது நேரத்துக்கு முன்பு வன்மத்தோடு வசைச் சொற்களைச் சொல்லிவிட்டு ஓடிச் சென்ற சிறுவர்களா இவர்கள் என்று ஆச்சரியமாக இருந்தது.

"எவ்ளோ கத தெரியும் சார் ஒனக்கு?" சண்முகம் ஆவல் தாங்காமல் கேட்டான். "நெறய தெரியும்" என்றேன்.

நான் தலையை அசைக்கஅசைக்க, "நூறு தெரிமா?", "ஆயிரம் தெரிமா?", "லட்சம் தெரிமா?" ஆளாளுக்கு மாறி மாறிக் கேட்டார்கள்.

கேள்விகளும் பதில்களுமாக வெகுநேரம் பேசிக்கொண்டிருந் தோம். நான் என் பைக்குள்ளிருந்த வாழைப்பழங்களை எடுத்து ஆளுக்கொன்று கொடுத்துவிட்டு நானும் சாப்பிட்டேன். மதியம்வரை ஒரே பேச்சு. பிறகு, விடைபெற்றுக்கொண்டு திரும்பினேன். சாலைக்கு வந்து கையை அசைக்கும்போது அங்கிருந்தபடியே பிச்சாண்டி "நீ ரொம்ப நல்லவரு சார்" என்று சத்தமாகச் சொல்லிவிட்டுச் சிரித்தான்.

அடுத்த வாரமும் அந்த மரத்தடிக்குச் சென்றேன். முதல் அரை மணிநேரம் யாரும் தென்படவில்லை. துணி துவைக்கப்படுகிற சத்தம் மட்டுமே வந்துகொண்டிருந்தது. வெகு நேரம் கழித்த பிறகுதான் சண்முகத்தின் குரல் கேட்டது. "டேய், நம்ம கத சொல்ற சாருடா ..." என்று கூவினான். உடனே அவனுடைய கூட்டாளிகள் சேர்ந்து ஓடிவந்து என் முன்னால் உட்கார்ந்தார்கள். அவர்களுடைய எண்ணிக்கை யில் இன்னும் இருவர் கூடியிருந்தார்கள். "சார் இவன் சின்ன ராசு, அவன் செல்வராசு. அண்ணன் தம்பிங்க ..." என்றான் பிச்சாண்டி. நான் என் புத்தகத்தைப் பைக்குள் வைத்தேன். அவர்களுக்காக பிஸ்கட் எடுத்துச் சென்றிருந்தேன். அதைப் பிரித்துக் கொடுத்தேன். வாய்க்குள் பிஸ்கட்டை அதக்கிக் கொண்டே "சார், ஒரு கத சார்..." என்று கேட்டான் குப்புசாமி. "இன்னிக்கு நீதான் ஆரம்பிச்சி வைக்கணும். நான் அப்பறமா சொல்றன் ..." என்றேன். அவன் தலைகுனிந்து சிறிது நேரம் யோசனையில் ஆழ்ந்தான். நிமிர்ந்தபோது அவன் கண்கள் கலங்கியிருந்தன. "எனக்கு கதயெல்லாம் சொல்ல வராது சார். பேசனா அசிங்கம் அசிங்கமாக பேசதான் வரும் ..." சொல்லி விட்டுக் குற்ற உணர்வோடு தலைகுனிந்து கொண்டான்.

சட்டென அவனை இழுத்துத் தோளைத் தட்டிக்கொடுத்தேன். "அட, இதுக்குப் போயி கஷ்டப்படலாமா? கத சொல்றதுன்னா பெரிய கம்ப சூத்திரமா? நாலு தரம் கத சொல்றத கேட்டா, அப்பறமா நீயே கத சொல்ல கத்துக்குவ?" என்று தைரியப்படுத்தினேன். தொடர்ச்சியாக நாலைந்து கதைகள் சொன்னேன். பிறகு சில பாடல்களைப் பாடிக் காட்டினேன். பாட்டின் உற்சாகத்தில் ஒருவன் "வாத்துப் பாட்டு சார்..." என்றான். அதைச் சொல்லி முடிவதற்குள் இன்னொருவன் "குயில் பாட்டு சார்..." என்றான். செல்வராசு "கழுதயப் பத்தி பாட்டு இருக்குதா சார்?" என்று கேட்டான்.

ஒவ்வொரு வாரமும் அந்த மரத்தடிக்குச் சென்றேன். ஏதாவது ஒரு வாரம் தவறிப்போனால் மறு வாரம் சந்திக்கும் போது வெகுநேரம் எனக்காகக் காத்திருந்து ஏமாந்துபோனதாகச் சொன்னார்கள். பிறகு, கதை, பாட்டு என்று பொழுதுபோவது தெரியாமல் பேசினார்கள். கிளம்பும்போது பிச்சாண்டி நெருங்கி வந்து "எந்த ஊரு சார் நீ?" என்று கேட்டான்.

"இங்கதாம்பா, அல்சூரு" என்றேன்.

"நடந்தே போயிடுவியா?"

"ம்"

"வண்டிலாம் வச்சிக்கலையா?"

"எனக்கு வண்டி ஓட்டவே தெரியாது"

நம்பிக்கையில்லாதவர்களாக அவர்கள் சிறிது நேரம் என்னையே பார்த்தார்கள். பிறகு, தயங்கித் தயங்கி பிச்சாண்டி, "ஒன் ஊடு ரொம்ப பெரிசா இருக்குமா சார்?" என்று கேட்டான். "இல்லப்பா, ரொம்ப சின்ன வீடுதான்" என்றேன். "எங்க குடிசையும் ரொம்ப சின்னதுதான் சார்" அருகில் இருந்த குடிசைகளைக் காட்டினான் அவன். "போலீஸ்காரங்க அடிக்கடி வந்து அடிக்கும் சார். ராத்திரிகூட வந்து எங்க அப்பாவ அடிச்சிட்டுது. கை வலின்னு படுத்துகினாரு. அம்மாதான் துணிலாம் தொவைக்குது" என்றான். வருத்தமாக இருந்தது. பாடல்கள் சொல்லி மெதுவாக அவன் கவனத்தைத் திசை திருப்பினேன். கிளம்புகிற சமயத்தில் "நீ எங்க ஊட்டுக்கு வருவியா சார்?" என்று கேட்டபடி என் கண்களையே பார்த்தான். "கண்டிப்பா வருவேன், வா போவலாம்..." என்று உடனே எழுந்து அவன் தோளைப் பற்றினேன். அவன் கை வீசி உற்சாகமாக வழிகாட்டியபடி எனக்கு முன்னால் நடந்தான். நானும் மற்ற சிறுவர்களும் அவனைப் பின்தொடர்ந்தோம். சிறிது தொலைவு கடந்ததுமே சேற்று மணம் வீசியது. நடக்கிற வழிக்

காகப் புதர்கள் கழிக்கப்பட்டிருந்தன. துணி துவைத்து அலசி வழிந்த நீர் தேங்கித் தேங்கி வழியெல்லாம் ஒருவித அடர்த்தியான நெடி உறைந்திருந்தது. மேடான பகுதிகளில் அதன் ஓரமாகவே நிறைய குடிசைகள். ஒவ்வொரு குடிசையின் முன்னாலும் ஓரடி அகலத்துக்குச் சாக்கடை ஓடியது.

குடிசையின் வாசலில் கயிற்றுக் கட்டிலில் படுத்திருந்தவன் சட்டென எழுந்து என்னைப் பார்த்துக் கலவரத்தோடு நின்றான். பிறகு "பையன் அப்பப்ப சொல்லிட்டிருந்தான்..." என்றான் கனத்த குரலில். "தமிழ்காரா நீங்க?" என்று கேட்டுவிட்டு என் முகத்தைப் பார்த்தான். நான் தலை யசைத்தேன். கட்டிலை நகர்த்தி உட்காரச் சொன்னான். நகர்த்தி விடும்போது கைவலியால் அம்மா என்று முனகினான். "ஒரு போலீஸ்காரன் கைய புடிச்சி முறுக்கி அடிச்சிட்டான் சார். பொட்டப் பசங்க வீரத்த காட்டறதுக்கு நாங்கதானா கெடச்சம்?" அலுப்பில் பெருமூச்சு வாங்கினான்.

நகரத்தில் எங்கெங்கோ வசிக்கிறவர்கள் அழுக்கில்லாத வெள்ளை ஆடைகள் அணியும் பொருட்டு, அந்த ஆடைகளின் அழுக்கெல்லாம் கசக்கப்பட்டு அங்கே குட்டையாகத் தேங்கியிருந்தது. காற்று வேகமாக வீசியபோது வாடை எழுந்து வயிற்றைப் பிசைந்தது. மூச்சு விடவே முடியவில்லை. காற்று அமைதியான பிறகுதான் மெல்ல மெல்ல துர்நாற்றம் தணியத் தொடங்கியது.

அவர்களைப் பற்றி விசாரித்தேன். இருபது முப்பது ஆண்டு களுக்கு முன்பாகவே பிழைப்பைத் தேடி பெங்களூருக்கு வந்தவர் கள் அவர்கள். வேட்டவலம், திருவண்ணாமலை, திருக்கோயிலூர், திண்டிவனம் பக்கத்துக்காரர்கள். ஊரில் பிழைக்க வழியில்லாத நிலையில் வயிற்றுப்பாட்டைத் தேடி வந்துவிட்டார்கள். ஊரில் இருக்கிற பெரிய பெரிய ஓட்டல்கள் மற்றும் விடுதிகளுடைய துணிகளை சலவைக்காக எடுக்கிற ஒரு பெரிய குத்தகைதாரர் எங்கோ இருக்கிறார். அவருக்கு ஒரு ஏஜெண்டு உண்டு. அவர் மூலம்தான் துணிகள் இங்கு வந்து ஒவ்வொரு நாளும் இறங்குகின்றன. சனிக்கிழமைதோறும் சம்பளம் கிடைத்துவிடும்.

"என்ன காசி கெடைச்சி என்னத்த வாரிகிட்டோம் சார். நிம்மதியா ஒரு எடத்துல குடிசைய போட்டுக்க உட மாட்ட றானுங்க சார். தமிழ்காரனுங்கள கண்டாவே பிச்சைக்காரன பாக்கற மாதிரி இருக்குது சார் இங்க இருக்கறவங்ளுக்கு. இவனுங்க சோத்துல மண்ணயா அள்ளி போட்டம்? எங்கயோ ஒழைக்கறம், எப்படியோ பொழைக்கறம். அது பொறுக்கலை சார் இந்த மக்களுக்கு. ஒரு இடத்துல ஒண்ட முடியாம வெரட்டி கினே இருக்கானுங்க சார். மொதல்ல யஸ்வந்தபொரத்துல

இருந்தம் சார். அங்க விரட்டனானுங்கனு கண்டோன்மென்ட் பக்கமா வந்தம். அப்பறம் அங்கேருந்தும் அடிச்சி வெரட்டி உட்டுட்டானுங்க. இங்க வந்து ஒரு ரெண்டு வருசமா நிம்மதியா இருந்தம். திடுதிப்புனு மறுபடியும் பத்து நாளைக்கு முன்னால ஆரம்பிச்சிட்டாங்க. என்னமோ ஆக்கி மைதானமோ கீக்கி மைதானமோ கட்ட போறானுங்களாம். காலி பண்ணிட்டு ஓடுங்கன்னு சொல்றானுங்க. இல்லன்னா மிஷின் வச்சி அள்ளி போட்டுருவானுங்களாம் . . .”

தன் மனப்பாரத்தை இறக்கிவைக்கிற விதமாக வெகுநேரம் பேசினார் அவர். இன்னும் அங்கிருக்கிற பலரைப்பற்றியும் பல விவரங்களைச் சொன்னார். பிள்ளைகளைப் படிக்க வைப்பதைப்பற்றி மெதுவாக நான் பேச்சை திசைதிருப்பினேன். “நம்ம புள்ளயாச்சிம் நாலு எழுத்து படிக்கட்டும்னு எங்களுக்கு மட்டும் தோணாதா சார்? நம்மளாட்டம் அதுவும் தற்குறியா அலயவேணாம்ன்னு ஒரொரு நாளும் நெஞ்சு அடிச்சிக்கற வேதனய யாருகிட்ட சொல்ல முடியும்? ஆனா எந்த பள்ளிக் கூடத்துல சேத்துக்கறாங்க சொல்லுங்க? அந்த சர்டிகேட்டு, இந்த சர்டிகேட்டுனு கேட்டு வெரட்டி உடறதுலயே குறியா இருப்பானுங்க. அங்க ஊருல சேத்து உடலாம்னுன்னா சின்ன புள்ளய யாரு பொறுப்புல உடறதுன்னு பயம். என்னமோ எங்க தலயெழுத்து, போங்க . . .” கசப்புடன் சொல்லிவிட்டு அமைதியடைந்தார்.

அன்று மாலை வீட்டுக்குத் திரும்பியபோது மனம் கலங்கி யிருந்தது. நானும் இந்த ஊருக்குப் பிழைக்க வந்தவன்தான். ஆனால், என் மாதச் சம்பளம் மூலம் என் வாழ்க்கை பாதுகாக்கப் பட்டிருக்கிறது. நான் வேலை செய்யும் நிறுவனத்தின் பெயரின் மூலம் எனக்குச் சமூகப் பாதுகாப்பும் கிடைக்கிறது. அவர்கள் தம் கைத்தொழிலை மட்டுமே நம்பி வந்தவர்கள். பணப் பாதுகாப்பும் இல்லை. சமூகப் பாதுகாப்பும் இல்லை. அப்போதே அந்தப் பிள்ளைகளுக்குக் கொஞ்சம்கொஞ்சமாக எழுத்துகளை அறிமுகப்படுத்துவதை என் கடமையாக நினைத்துக்கொண்டேன். அடுத்த வாரம் அவர்களைச் சந்திக்கச் சென்றபோது உயிரெழுத்துகளும் மெய்யெழுத்துகளும் கொண்ட அரிச்சுவடி புத்தகங்கள் வாங்கிச் சென்று கொடுத்தேன். எல்லா எழுத்து களுக்கும் ஒன்றுக்கு நான்காகப் படங்கள் இருந்தன.

“சார், இது எங்களுக்கேவா சார்?” நம்பமுடியாமலேயே கேட்டான் சண்முகம். “உனக்குதான்டா, சீக்கிரமா இந்த புத்தகத்த படிச்சிட்டா அப்பறம் வேற புத்தகம் குடுப்பேன் . . .” என்று சொல்லிவிட்டுச் சிரித்தேன். சார், அதயும் சீக்கிரமா முடிச்சிட்டா? சந்தேகத்தோடு கேட்டான் பிச்சாண்டி. “இன்னு

மொண்ணு குடுப்பேன்” என்றேன். பிறகு மெதுவாக, “சார் நூறு வரிக்கும் குடுப்பியா சார்?” என்று பரவசத்தோடு கேட்டான். “நூறு என்னடா, அதுக்கும் மேல குடுக்கறன். மொதல்ல குடுத்தத படிடா . . .” என்றேன்.

அன்று நாலே நாலு எழுத்து மட்டும் சொல்லிக்கொடுத்தேன். சின்ன விரலை எழுத்தின்மீது வைத்து “அ – அம்மா” என்று சொன்னபோது அவர்கள் முகத்தில் சிரிப்புப் படர்ந்தது. அதையே பல விதமாக ராகம் போட்டுச் சொல்லிச் சொல்லிப் பார்த்துக்கொண்டார்கள். அன்று மாலை வீட்டுக்குத் திரும்பும் போது மனம் சற்றே மிதப்பதுபோல இருந்தது. இந்தப் பயிற்சியில் அவர்களில் ஒருவராவது தேறி, எழுத்தின் மேல் நாட்டம் கொண்டு கல்வியின் திசையில் வந்தால் எவ்வளவோ நன்றாக இருக்கும் என்று நினைத்துக்கொண்டேன்.

அடுத்த வாரத்தில் முற்றிலும் எதிர்பாராத விதமாக புதுச்சேரிக்குச் செல்ல வேண்டியிருந்தது. ஒரு குடும்பத் திருமணம். அதற்கடுத்த வாரத்தில் ஊரிலிருந்து தற்செயலாக வந்துவிட்ட உறவினருக்கு பெங்களூரைச் சுற்றிக் காட்டும் பொறுப்பு வந்துவிட்டது. மூன்றாவது வாரம்தான் ஓய்வு கிடைத்தது. காலையில் வழக்கமான நேரத்துக்குச் சென்றேன். கடந்துபோன வாரங்களுக்கு உரிய எழுத்துகளையும் சேர்த்து உயிரெழுத்துகளை இன்று முடித்துவிட வேண்டும் என்று முடிவெடுத்தேன்.

வழக்கமான இடத்தில் மரங்களையே காணவில்லை. வழி தவறி வந்துவிட்டேனோ என்று அக்கம்பக்க இடங்களை மாறி மாறிப் பார்த்தேன். எல்லாவற்றையும் வெட்டி நிரவியிருந்தார்கள். சற்று தள்ளியிருந்த குடிசைகளும் காணப்படவில்லை. எல்லாமே தரைமட்டமாக்கப்பட்டிருந்தன. சேறு, சகதி, மக்கிய இலைகள், மரப்பட்டைகள் எல்லாம் கலந்த மணம் மூக்கை அடைத்தது. வெகுநேரம் அங்கேயே நின்றிருந்தேன். பிச்சாண்டி, சண்முகம் என எல்லாப் பிள்ளைகளின் முகங்களும் மனத்தில் எழுந்தன. கையில் வைத்திருந்த புத்தகப் பை கனப்பதுபோல இருந்தது. யாரைக் கேட்பது என்று தெரியாமல் வெகு நேரம் அங்கேயே நின்றேன். தவிப்பாற்றிக்கொள்ள இயலாத பறவைகள் ஒலியெழுப்பியபடி வானத்தில் வட்டமிடுவதைப் பார்த்தேன்.

யோசனையோடு திரும்பி நடந்தபோது மருத்துவமனை வாசலில் தள்ளுவண்டியோடு ஒருவர் நின்றிருப்பதைப் பார்த்தேன். தமிழ் முகம்தான். தயக்கமாகத்தான் இருந்தது. ஆனால், வேறு வழியே தெரியவில்லை. அவரை நெருங்கி விசாரித்தேன்.

“எங்க போனானுங்களோ யாருக்குத் தெரியும் சார்? அவனுங்க என்ன பெரிய ஆபீஸருமாருங்களா சார்

குவார்ட்டர்ஸ் கட்டி குடுக்கறதுக்கு? கூலிக்காரங்கதான சார். இந்த எடம் இல்லன்னா, எதாவது ரோட்டோரமா கெடப்பாங்க. நாலு தெரு சுத்தனா தானா தெரிஞ்சிடும். பெங்களூரு பழகிடுச் சின்னா அவ்ளோதான் சார். எவனுக்கும் இந்த ஊர உட்டு போவறதுக்கு மனசே வராது . . .”

அவர் பேச்சின் தொனி வருத்தமாக இருந்தது. அங்கிருந்து கிளம்பிவிட்டேன். மாலைவரை அக்கம்பக்கத்திலிருந்த தெருக் களில் எல்லாம் நடந்து தேடினேன். கண்டுபிடிக்கவே முடிய வில்லை. அதற்கடுத்த வாரம், நகரில் உள்ள நாலைந்து குடிசைப் பகுதிகளைப் பற்றி விசாரித்துத் தேடிக் கண்டுபிடித்துச் சென்றேன். எங்குமே அவர்களை அதற்குப் பிறகு பார்க்கவே முடியவில்லை. ஒரு கட்டத்துக்குப் பிறகு, அந்தத் தேடலில் நம்பிக்கை இழந்து நிறுத்திவிட்டேன். பிச்சாண்டி, குப்புசாமி, செல்லமுத்து, சண்முகம் ஆகியோரின் நினைவெழும்போதெல் லாம் என் மனம் ஒருமுறை பொங்கி அடங்குகிறது. அன்று கற்ற நாலு எழுத்துகளுக்குப் பிறகு மேற்கொண்டு கற்கிற வாய்ப்பு அந்தச் சின்னஞ்சிறுவர்களுக்குக் கிடைத்திருக்க வேண்டும் என்று எண்ணிக்கொள்ளவே மனம் ஆசைப்படுகிறது.

இருட்டின் தடம்

என்னைத் தேடி வரும் புதிய நண்பர்களை வீட்டுக்கு அருகே உள்ள ஆதர்ஷா திரையரங்கத்துக்கு வந்துவிடச் சொல்வதுதான் என் வழக்கம். பிறகு, அந்த இடத்துக்குச் சென்று காத்திருந்து, அவர்களை வீட்டுக்கு அழைத்துச் செல்வேன். இந்த ஏற்பாட்டில் சில நன்மைகள் உண்டு. பேருந்தில் வருகிறவர்கள் அந்தத் திரையரங்கின் அருகில் உள்ள நிறுத்தத்தில் இறங்கிவிடலாம். ஆட்டோ அல்லது சொந்த வாகனத்தில் வருகிறவர்கள் விசாரித்துக் கண்டுபிடிப்பது எளிது.

நான்கு சாலைகள் கூடுகிற சந்திப்பில் இருக்கிறது அந்தத் திரையரங்கம். புதுபுதுக் கன்னடத் திரைப்படங்களையே அந்தத் திரையரங்கம் வெளியிடுவதால், எந்த நேரத்திலும் கூட்டம் கூட்டமாக நின்றிருப்பார்கள் மக்கள். திரையரங்கத்துக்கு முன்னால் பெரிய தூங்குமூஞ்சி மரம். நிழலடியில் பேரீச்சம்பழம், பப்பாளிப்பழம், கோலி சோடா, தேங்காய் மிட்டாய் விற்கிற தள்ளுவண்டிக் கடைகள். பாதையோரமாக உள்ள நடைதளத்தில் சுடச்சுட வடையும் போண்டாவும் போட்டு விற்கும் கடைகள். திரையரங்கத்துக்கு இடது பக்கமாகத் தகரக் கதவு தொங்கும் சாராயக்கடை. பக்கத்திலேயே ஒயின் ஷாப். எந்தக் கடையிலிருந்து யார் வருகிறார்கள் என்று கண்டறிய முடியாதபடி நடமாட்டம் அதிகமிருக்கும்.

புதுச்சேரியிலிருந்து வரும் நண்பரொருவருக்காக ஒரு நாள் இரவு திரையரங்கத்துக்கு அருகில் காத்திருந்தேன். மணி பதினொன்று. பேருந்திலிருந்து இறங்கி ஆட்டோவில் ஏறிவிட்டதாக நண்பர் கைப்பேசியில் தகவல் அனுப்பியிருந்தார். வழக்கமான பரபரப்பெல்லாம் அடங்கி மதுக்கடைகளின் முன்னால் மட்டுமே நட

மாட்டம் இருந்தது. நாலைந்து ஆட்டோக்கள் தள்ளித் தள்ளி இருட்டில் நின்றிருந்தன. வடை விற்கும் கடைக்கருகே இரண்டு பெண்கள் சுவரோரமாகச் சாய்ந்து பேசிக்கொண்டிருந்தார்கள். "நான் அடிச்சா தாங்க மாட்ட நாலுநாளு தூங்க மாட்ட" என்னும் வரியையே திரும்பத் திரும்பச் சொல்லிக்கொண்டு தகரக் கதவைத் திறந்துகொண்டு ஒருவன் வந்தான். சுட்டு விரலைக் காற்றில் ஆட்டி ஆட்டி எதிரில் நிற்கும் யாரோ ஒருவனை எச்சரிப்பதுபோல அந்த வரியை மீண்டும் சொன்னான். கிழிந்துபோன பழைய பெர்முடாஸ் போட்டிருந்தான். தொளதொளவென்று ஒரு முழுக்கைச் சட்டை. ஒரு கையை மட்டும் முழங்கைவரைக்கும் சுருட்டி ஏற்றி மடித்திருந்தான். எதிர்பாராத விதமாக அவனைப் பார்த்துத் தூங்குமூஞ்சி மரத்தடியில் நின்றிருந்த நாய் குரைத்தது. உடனே, சுட்டு விரலை நாயின் பக்கமாகத் திருப்பி அதே வரியைச் சத்தமாகச் சொன்னான். சொல்லிக்கொண்டே அதன் அருகே சென்று உட்கார்ந்தான். ஒரு கணம் அச்சத்தில் என் உடல் நடுங்கியது. விரலால் அவன் அதைத் தொட்டதுமே ஆச்சரியப்படும் விதத்தில் நாய் அடங்கிப்போனது. வதங்கிய இலையைப்போலத் தொங்கிய அதன் காதை வருடிக்கொடுத்து, குனிந்து முத்தம் கொடுத்தான். "தொட்டால் பூ மலரும் தொடாமல் நீ மலர்ந்தாய்" என்று திடீரென அவன் உற்சாகமடைந்து பாடினான். கூர்மையான அதன் மூக்கைத் தனது பக்கமாகத் திருப்பி மாறி மாறி முத்தமிட்டான். தன் பைக்குள் இருந்த பொட்டலத்தைப் பிரித்து, ஒரு வடையை எடுத்து அதற்குக் கொஞ்சம் கொஞ்சமாக ஊட்டிவிட்டான். மடியில் கிடத்தித் தாலாட்டுப் பாடினான். "அம்மா என்று அழைக்காத உயிரில்லையே . . ." பாடிக் களைத்த பிறகு, அப்படியே சுருண்டு நாயைக் கட்டிப் பிடித்தபடி உறங்கிவிட்டான்.

விசித்திரமான அவன் நடவடிக்கைகளை ஆர்வத்துடன் கவனித்துக்கொண்டிருந்தபோது, இன்னொரு பக்கத்திலிருந்து ஒரு குரல் மேலெழுந்து வந்தது. "இஸ்திரி போடறவன்னா ஒன் கண்ணுக்கு மட்டமா போயிட்டனா சோமாறி? வாடகைக்கு ஊடு குடுடான்னா, என்ன தொழிலு ஏது தொழிலுன்னு கேட்டுட்டுதான் குடுப்பியா நீ? ஏன்டா பொறம்போக்கு, நீயில்லாம் பொறக்கும்போதே நாலு சைட்டு, ஆறு ஊடுன்னு எழுதி வாங்கினு பொறந்தியா?" அருகில் இருந்த ஒரு கல்லை எடுத்து நடுத்தெருவை நோக்கி வீசினான். "கூட நூறு ரூபா கேளு, குடுத்துட்டு போறன். அதயெல்லாம் உட்டுட்டு தர மாட்டன் கிர மாட்டன்னு சொன்னா இன்னாடா அர்த்தம் பேமானி. நீ மட்டும்தான் மனுசன். சோத்துல உப்பு போட்டு துன்ற ஆளு. நான்லாம் மிருகம். கெடச்சத துன்னுட்டு போற நாயி. கண்டவனுக்கு பொறந்தவங்க. அதான ஒன் நெனப்பு"

பைக்குள் இருந்து ஒரு பீடியைத் தேடியெடுத்துப் பற்றவைத்துப் புகையை வானத்தைப் பார்த்து ஊதினான். "என்னைக்காவது தனியா மாட்டுவ நீ. வா, உனக்கு அப்ப வச்சிக்கறன். அப்படியே குனிய வச்சி முதுவுல பட்டயா தேச்சி உடறன். மொவனே, காலம் பூரா ஊனமா கெடக்கறாப்புல பண்ணிடுவன் பாத்துக்கோ ..." தோளில் இருந்த போர்வையை ஒழுங்காகப் பிரித்து நன்றாகப் போர்த்திக்கொண்டான். "எனக்கா ஊடு தர மாட்டன்னு சொன்ன, ஒன் ஊட்ட ஒனக்கே இல்லன்னு ஆக்கிடுவன்டா நாய" சட்டென்று அருகில் காணப்பட்ட கல்லைப் புரட்டிப் போக்குவரத்தில்லாத நடுத்தெருவில் புரட்டிவிட்டான்.

முழுச் சாலையும் தனக்காகவே இருக்கிற எண்ணத்தில் இரண்டு புல்லட்டுகள் பாம்புபோல வளைந்து வளைந்து உறுமிக்கொண்டு சென்றன. ஒவ்வாரு வண்டியிலும் மூன்று பேர் இருந்தார்கள். ஒரே ஆரவாரம். அவர்கள் சென்ற சிறிது நேரத்தில் நடமாடும் காவல்துறை வாகனம் வேகமாக வந்து நின்றது. காது மறையும்படி மப்ளர் சுற்றிக்கொண்டு ஸ்வெட்டரணிந்திருந்த ஒரு காவலர் மட்டும் வாகனத்திலிருந்து இறங்கி மதுக்கடைகளுக்குள் சென்று திரும்பினார். திரையரங்க வாசலில் என்னைப் பார்த்துவிட்டு அருகில் வந்து "எதுக்கு சார் இங்க நிக்கறிங்க?" என்று கேட்டார். "ஆட்டோவுல ஒரு கெஸ்ட் வராங்க. அதான் காத்திட்டிருக்கேன்" என்றேன். என் சொற்களை நம்பாதவர்போல "எந்த தெரு நீங்க?" என்று கேட்டார். "பக்கத்துலதான். பத்தொம்பாவது கிராஸ்" என்று சொன்னேன். என்னையே மேலும் கீழும் சில கணங்கள் பார்த்துவிட்டு "எங்க வேலை செய்யறிங்க?" என்று யோசனையோடு கேட்டார். நான் என் சட்டைப்பையிலிருந்து என் அடையாள அட்டையை எடுத்து "பிஎஸ்என்எல்" என்றபடி நீட்டினேன். அவர் அதை வாங்கவில்லை. குரலைத் தாழ்த்திக்கொண்டு "காலம் ரொம்ப கெட்டுக்கெடக்குது சார். யாரு நல்லவங்க யாரு கெட்டவங்கன்னு ஒன்னும் புரியமாட்டுது. தப்பா நெனைக்காதிங்க ..." என்றார். அட்டையை திரும்பவும் என் பைக்குள் வைத்துக்கொண்டேன். "சரிசரி, ரொம்ப நேரம் நிக்காதிங்க சார், சீக்கிரமா வீடு போயி சேருங்க" என்று புத்திமதி சொல்லிவிட்டுப் போய்விட்டார் அவர்.

நீல நிறத்தில் கட்டம் போட்ட சட்டைக்காரரர் ஒருவரை ஒயின் ஷாப்பிலிருந்து இன்னொருவர் வெளியே அழைத்துவந்து நின்றார். தொணதொணவென்று இடைவிடாமல் பேசிக்கொண்டே இருந்தார் கட்டம் போட்ட சட்டைக்காரரர். எதற்கும் பதில் பேசாமல் 'ம்' கொட்டியபடி ஆட்டோவின் வருகைக்காகச் சாலையையே பார்த்துக்கொண்டிருந்தார் இன்னொருவர்.

தொலைவில் ஆட்டோ சத்தம் கேட்டதுமே, கையைக் காட்டி “ஸ்டாப் ஸ்டாப்” என்றார். முகத்தில் வாரியடிக்கும் வெளிச்சத்தில் ஒன்றும் தெரியவில்லை. அருகில் நெருங்கிய பிறகுதான் வாகனத்துக்குள் யாரோ உட்கார்ந்திருப்பது தெரிந்தது. எதிர்பாராத கணத்தில் கட்டம் போட்ட சட்டைக்காரர் தன் கையிலிருந்த பாட்டிலைச் சாலையில் வீசி உடைத்துவிட்டு “மனோகரி” என்று சத்தம் போட்டு அழுதார். வேறு எந்த வார்த்தையும் இல்லை. மீண்டும் மீண்டும் “மனோகரி” என்றபடி மார்பிலும் தலையிலும் அடித்துக்கொண்டு அழுதார். பக்கத்திலிருந்தவர் தடையையும் மீறி அவர் அழுகை ஓங்கியது. அதில் நிறைந்திருந்த துக்கம் நெஞ்சைக் கலக்கியது. வானத்தை அண்ணாந்து பார்த்து ஓங்கி அழுதார். அந்த நள்ளிரவில் யாருடைய ஆறுதலை எதிர்பார்த்து அவர் அழுகிறார்? வெகு நேரம் உச்சக் குரலில் எழுந்து திசைகளை அதிரச்செய்த அழுகை மெல்ல மெல்ல ஓய்ந்து, தேம்பலாக முடிந்தது. அப்போதும் அவர் வாய் “மனோகரி மனோகரி” என்று முணுமுணுத்தபடி இருந்தது. பல முயற்சிகளுக்குப் பிறகு, ஒரு காலி ஆட்டோ அவர்களுக்கருகே வந்து நின்றது. “இங்கதாம்பா ஜோக்பாளையா” என்று சொல்லிவிட்டுக் கட்டம் போட்ட சட்டைக்காரரை முதலில் ஏற்றிவிட்டு, பிறகு இன்னொருவரும் ஏறிக்கொள்ள வண்டி புறப்பட்டுச் சென்றது.

நண்பர் இன்னும் வந்து சேராதது பதற்றமாக இருந்தது. பேருந்து நிலையத்திலிருந்து கிளம்பிவிட்டதாக அவர் தொலைபேசியில் தகவல் சொன்ன பிறகுதான் நான் வீட்டை விட்டுக் கிளம்பியிருந்தேன். இந்நேரத்துக்கு வந்திருக்க வேண்டும். ஏன் வரவில்லை என்று குழப்பமாக இருந்தது. கைப்பேசியை எடுத்து அவரை அழைத்தேன் முதலில் இணைப்புக் கிடைக்கவே இல்லை. ஆறேழு முயற்சிகளுக்குப் பிறகு ஒரு வழியாக இணைப்புக் கிடைத்தது. “திடீர்னு வண்டி பஞ்சராயிடுச்சி. டிரைவரே கழட்டிட்டு சக்கரம் மாத்தறாரு. பல்லவி தியேட்டர் தாண்டியாச்சி. வண்டி ரெடியானதும் கௌம்பிடுவேன்” என்றார் அவர்.

உரையாடலில் என் கவனம் குவிந்திருந்தபோது, ஒல்லியான இரண்டு சிறுவர்கள் மெதுவாக வந்து சுற்றுச் சுவருக்கு அருகில் நிழலில் நின்றார்கள். பரட்டைத் தலைகள். கால்சட்டை கிழிந்து தொங்கியது. சின்னவனை உட்கார வைத்துவிட்டுப், பெரியவன் மட்டும் சுவரோரமாகவே நடந்து வந்து, மெதுவாகத் தகரக் கதவின் இடுக்கில் கண்ணை வைத்து சில கணங்கள் பார்த்தான். பிறகு, மெதுவாக விலகி வந்து நிழல் பக்கமாகச் சென்றான். தலையசைத்து என்னமோ சொன்னான். இப்போது

சின்னவன் அடிமேல் அடி வைத்து மெதுவாகச் சென்று தகரக் கதவின் இடுக்கில் குனிந்து பார்த்தான். "ஆமாம் ஆமாம்" என்றபடி பெரியவன் பக்கமாக ஓடினான். பிறகு, இருவரும் அங்கேயே அமர்ந்து அடங்கிய குரலில் கொஞ்ச நேரம் பேசிக் கொண்டார்கள். சின்னவனுடைய பார்வை அடிக்கடி போண்டாக்கடை பக்கமாகப் படர்ந்து படர்ந்து மீண்டது. பிறகு, ஆசையை அடக்கிக்கொள்ள முடியாமல் "ஒரு போண்டா வுக்கு எவ்ளோண்ண கேப்பாங்க?" என்று கேட்டான். "ரெண்டு ரூபா சொல்லுவாங்க, சும்மா இருடா" என்று அதட்டினான் பெரியவன். மறு நொடியே பரிவோடு அவன் தலையை வருடியபடி "பசிக்குதாடா?" என்று கேட்டான். அவன் பதில் பேசாமல் தலையை மட்டும் அசைத்தான். "அம்மா பொட்டுக் கடல சட்னிலாம் அரச்சி வச்சிருக்கும்டா. ஊட்டுல போயி கஞ்சி குடிச்சிக்கலாம். இன்னம் கொஞ்ச நேரம் . . ." என்று ஆதரவாகச் சொன்னான் பெரியவன்.

அந்த நேரத்தில் தகரக் கதவைக் காலால் உதைத்துச் சத்தமெழுப்பியபடி நான்கு பேர் வெளியே வந்தார்கள். ஒரே சத்தம். பாட்டு. கோபத்தை அடையாளப்படுத்தும் கெட்ட வார்த்தைகள். சிறுவர்கள் அவசரமாக கம்பத்துக்குப் பின்னால் மறைந்து அவர்களைப் பார்த்தார்கள். சில கணங் களுக்குப் பிறகு, நிம்மதி படர்ந்த முகத்துடன் வெளியே வந்தார் கள். சின்னவன் கவனத்தைத் திருப்புவதற்காக, திரையரங்கத்தில் ஒட்டப்பட்டிருந்த சுவரொட்டியைக் காட்டி, படத்தின் பெயரைப் படித்துக்காட்டுமாறு சொன்னான் பெரியவன். மணிகளை ஒன்றுடன் ஒன்று கோர்த்த மாதிரி காணப்பட்ட கன்னட எழுத்துகளை அவன் ஒவ்வொன்றாக வாசித்தான், "ம, கா, ரு, ம, ள மகாருமள" என்றான். "ம இல்லடா அது, மு. பக்கத்துல சுழி இருக்குதே தெரியலயா? முங்காருமளே" என்று திருத்தினான். பிறகு அந்தச் சுவரொட்டியில் காணப்பட்ட நடிகர், நடிகை, இயக்குநர் பெயர்கள் எல்லாவற்றையும் படிக்க வைத்துத் திருத்தினான். உற்சாகமாக ஒரு விளையாட்டுபோல சொல்லிக்கொண்டே வந்த சிறுவன், சட்டென "ரொம்பப் பசிக்குது" என்று சொல்லிவிட்டுத் தேம்பினான்.

பார்த்தும் பார்க்காதபடி அவர்களுடைய உரையாடலைத் தொடர்ந்து கவனித்துக்கொண்டிருந்த என்னை அந்தக் கெஞ்சும் குரல் என்னமோ செய்தது. அடுத்த நொடி குரல் உடைந்து அழுகை வெளிப்பட்டுவிடும்போல இருந்தது.

ஒட்டிப்போன கன்னம். காதோரம் சடையாகத் தொங்கும் முடிக்கற்றை. ஒரு பக்கம் சட்டைக் காலர் கிழிந்து தொங்கியது. குளிருக்கு அடக்கமாக மார்பின் குறுக்கில் கைகளை மடக்கிக்

கட்டிக்கொண்டிருந்தார்கள். சின்னவனுடைய கவனத்தைத் திசைதிருப்புவதற்காக பெரியவன் திரையரங்க வளாகத்துக்குள் நிறுத்தப்பட்டிருந்த வாகனங்களின் எண்களைப் பார்த்துச் சொல்லும்படி கேட்டு ஒரு புதிய விளையாட்டைத் தொடங்கி னான். என்னால் அங்கே நிற்க முடியவில்லை. அவர்களிடம் சென்றேன். அவர்கள் என்னை எதிர்பார்க்கவில்லை. பின்பக்க மாக அடியெடுத்து வைத்து விலகிச் செல்ல அவர்கள் பார்த்தார் கள். கலவரமும் கவலையும் படிந்த அவர்களுடைய முகங்களைப் போல நான் வேறெந்த இடத்திலும் பார்த்ததில்லை.

"யாருடா நீங்க?"

அவர்கள் என்னைப் பார்த்த பார்வையில் அச்சம் தெரிந்தது. "பயப்படாதிங்கடா, ஒங்கள ஒண்ணும் செய்ய மாட்டன், இந்த நேரத்துல இங்க வந்து நிக்கறிங்களேன்னுதான் கேக்கறேன். யாராவது வரணுமா?" அவர்கள் பேசும் வகையில் விளையாட் டாகச் சிறிது நேரம் பேசிவிட்டுக் கடைசியாகத்தான் கேட்டேன். அவர்கள் தலையசைத்தார்கள்.

"யாருடா?"

"எங்க அப்பா."

"எங்கேருந்து?"

அவர்கள் சாராயக்கடையைக் காட்டினார்கள். அந்தப் பதிலை நான் சற்றும் எதிர்பார்க்கவே இல்லை.

"உள்ள இருந்தா, போயி அழச்சிட்டுப் போங்க. அத உட்டுட்டு இங்க குளிருல எதுக்குடா நிக்கறிங்க?" என்றேன்.

"உள்ள போனா அடிச்சி நொறுக்கிடுவாரு ..." பெரியவன் நடுங்கும் குரலில் சொன்னான்.

"அப்ப நீங்க இங்க வந்து நிக்கறது அவருக்கு எப்பிடித் தெரியும்?"

"அவருக்குத் தெரியக் கூடாதுன்னுதான் இங்க வந்து நிக்கறம்."

குழப்பத்தோடு அவர்களைப் பார்த்தேன்.

"உள்ள போடற சத்தம் ஒங்களுக்குக் கேக்குதா? அப்பா போடற சத்தம்தான். யாரயாவது வம்புக்கு இப்ப இழுக்கணும். வாய் அரிக்குது அவருக்கு. அதுக்குத்தான் இந்த சத்தம். அங்க எவனும் மாட்டலைன்னு வைங்க, கொஞ்ச நேரத்துல வெளிய வந்துருவாரு. வழியில எவன் கிட்டயாவது எதயாவது பேசி, மாட்டி இழுத்துடுவாரு. அப்பறம் வாய்ச்சண்ட. கைச்சண்டன்னு

அப்படியே போயிடும். ரெண்டு அடி குடுத்து, நாலு அடி வாங்கிக்குவாரு. போதையில எதுவுமே புரியாது. கீழ சுருண்டு உழுந்துருவாரு. அதுக்கப்புறம் அவர ஊட்டுக்கு கூட்டிகினு போவணுமில்ல, அதுக்குத்தான் இங்க நிக்கறம்."

"ஏன் அவரே வரமாட்டாரா?" தயக்கத்தோடு அவர்களைக் கேட்டேன்.

"மூணு மாசத்துக்கு மின்னால கீழ உழுந்து கைய ஒடச்சி கினாரு. ஒரு ஆட்டோக்காரன் ஏத்திட்டு போயிட்டான். ஆஸ்பத்திரில மாவு கட்டுலாம் போட்டு இப்பதான் சரியாச்சி. மறுபடியும் எங்கனா உழுந்து ஒடச்சிகினா கஷ்டமாயிடும்ன்னு அம்மாதான பின்னாலயே போங்கடான்னு அனுப்பி வச்சிது."

பசி கவிந்த அவன் கண்களைப் பார்த்தேன். அவன் இடுப்பை இறுகப் பற்றியபடி சின்னவன் நின்றிருந்தான். குளிர்க் காற்று வேகமாக வீசியது.

"படிக்கறிங்களாடா?" உரையாடல் வழியாக அவர்கள் மனபாரத்தை சற்றே லேசாக்கலாம் என்று தோன்றியது.

"நான் ரெண்டாவது. அவன் ஒண்ணாவது."

"எந்த ஸ்கூல்?"

"இங்கதான். மர்பி டவுன்ல. ஊட்டுக்குப் பக்கத்துலேயே."

"சொந்த ஊரு?"

"திண்டிவனம்."

"ஒங்க அப்பாவுக்கு என்ன வேலை?"

"காய்கறி வண்டி தள்ளிப் போயி வித்துட்டு வருவாரு."

"ஒங்க ஸ்கூல்ல லலிதா டீச்சர் தெரியுமா?"

"சைன்ஸ் டீச்சர்தான? நல்லா தெரியும். பாட்டுலாம் சொல்லித் தருவாங்க."

பாட்டு, பள்ளிக்கூட ஆண்டு விழா, அவர்கள் போய்வந்த லால்பாக் சுற்றுலா என்று ஒன்றோடொன்றைப் பின்னி அந்த உரையாடலை வளர்த்துக்கொண்டு போனேன். கடை வாசலைத் திறந்துகொண்டு அவர்களுடைய அப்பா ஆர்ப்பாட்டமான இரைச்சலோடு வெளிப்படும்வரை அந்த உரையாடல் தொடர்ந்தது. பக்கத்துத் தெருவிலிருந்து ஒரு கும்பல் பேசிக்கொண்டே அந்த இடத்தைக் கடந்து சென்றது. ஒரு டாட்டா சுமோ சீறிக்கொண்டு வேகமாகப் போனது. வாய்ப்புக்குக் காத்திருந்த வனைப்போல அந்த வாகனம் போன திசையைப் பார்த்து

சரம்சரமாகக் கெட்ட வார்த்தைகளைச் சொல்லித் திட்டினான் அவன். வாய் ஓயாமல் பேசியபடி, தள்ளாடித் தள்ளாடி நடந்து சென்று போண்டா வாங்கிப் பொட்டலத்தைப் பைக்குள் வைத்துக்கொண்டான். அங்கே நின்றிருந்த பெண்களிடம் சண்டைக்குப் போனான். அவனைப் பார்த்து வேகமாகக் காறித் துப்பிவிட்டு சட்டென்று விலகி வேறு பக்கம் சென்றார்கள் அவர்கள்.

என்ன செய்வது என்று புரியாமல் தவிப்போடு நின்றேன். எந்த நிமிடமும் அவன் எனது பக்கம் திரும்பி சண்டைக்கு வரக்கூடும் என்கிற அச்ச உணர்வு என்னை நிலைகுலையச் செய்தது. நாமறியாத வேறொரு உலகில் என்னவெல்லாம் நடக்கிறது என்கிற கசப்பு அழுத்தமாகப் படர்ந்தது. இந்த நகரில் எத்தனை பேர் இப்படி இருப்பார்கள்? இந்தப் பாதையை அவர்கள் தேர்ந்தெடுத்துக்கொள்ள வலிமையான காரணம் ஏதேனும் இருக்கக்கூடுமா? அழிவு என்பது அத்தனை சுவைமிக்க உணர்வா? முடிவே இல்லாமல் கேள்விகள் புரண்டெழுந்து வந்தன. அடுத்து என்ன செய்வது என்றுகூட என்னால் யோசிக்க முடியவில்லை.

தம் நிழல்கூட வெளியே தெரியாதபடி நடுங்கிக்கொண்டு கம்பத்துக்குப் பின்னால் மறைந்திருந்த சிறுவர்களைப் பார்த்தேன். கோழிக்குஞ்சுகள்போல உடலொடுங்கி நின்றார்கள். அவர்கள் கண்கள், காற்றில் மிதந்துபோகும் ஒரு காகிதத்தைப்போல தள்ளாடியபடி பாதையைக் கடந்து செல்லும் தன் தந்தையின் மீதே பதிந்திருந்தன. இனி, திரும்பிப் பார்க்க வாய்ப்பில்லை என்னும் அளவிலான தொலைவைக் கடந்த பிறகு, மெதுவாக மறைவிடத்திலிருந்து வெளிப்பட்டார்கள். இருட்டின் தடத்தி லேயே அடிமேல் அடி வைத்து நடந்தார்கள். அவர்கள் நேரத்தோடு போய்ச் சேர வேண்டுமே என்று வேதனையோடு சொல்லிக் கொண்டேன். பிள்ளைகளைத் தேடிச் செல்லும் அப்பாக் களைப் பற்றிச் சொல்லும் சம்பவங்களைக் கேட்டதுண்டு. அப்பாவைத் தேடி அழைத்துச் செல்லும் பிள்ளைகளின் காட்சியை முதன்முதலாக அன்றுதான் பார்த்தேன்.

“எப்படி இருக்கிங்க? என்னால ரொம்ப நேரமா காத் திருக்கற மாதிரி ஆயிடுச்சி. சாரி” என்றபடி ஆட்டோவிலிருந்து இறங்கிவந்தார் நண்பர். மறுகணமே, “என்னப்பா உங்க ஊருல இந்தக் குளிரு குளிருது. ஊருக்கே ஏ.சி. போட்ட மாதிரி நடுங்குது. ஒங்களுக்கெல்லாம் பழகிட்டிருக்குமில்லயா?” என்று அடுத்த கேள்வியைக் கேட்டுவிட்டுச் சிரித்தார். நானும் ஒப்புக்குச் சிரித்தேன். அதைப் பார்த்ததும் “ஏன் ஒரு மாதிரி இருக்கிங்க? என்ன விஷயம்?” என்று திரும்பித் திரும்பிக்

கேட்டார். நான் எதுவும் சொல்லாமல் தலையை மட்டும் ஒன்றுமில்லை என்பதற்கு அடையாளமாக அசைத்தேன். அவரோ விடாமல் தோளில் கைவைத்து "ஒங்கள எனக்குத் தெரியாதா? எதுவா இருந்தாலும் சொல்லுங்க?" என்று கேட்டார். நீண்ட பெருமூச்சை விட்டபடி அவரை ஒருமுறை ஏறிட்டுப் பார்த்தேன். பிறகு "வாங்க, பேசிட்டே போவலாம்" என்று சொன்னபடி அந்தச் சிறுவர்களின் கதையை அவருக்குச் சொல்லத் தொடங்கினேன்.

குரல்களின் திசை

அல்சூர் பல்லக்கு பார்ப்பதற்காக குடும்பத்தோடு இரண்டு நண்பர்கள் வந்திருந்தார்கள். பகல்பொழுதில் குழந்தைகளுக்காக லால்பாக், கப்பன்பாக், கோளரங்கம் எனச் சுற்றியலைந்துவிட்டுத் திரும்பினார்கள். இரவு உணவுக்குப் பிறகு கோயிலுக்குக் கிளம்பினோம்.

எங்கள் வீட்டிலிருந்து பத்து நிமிட தொலையில் இருந்தது அக்கோயில். மூலவர் சோமேஸ்வரர். பதினாறாம் நூற்றாண்டில் கட்டப்பட்ட கோயில். சோழர் காலத்துக் கட்டடக் கலைக்கு இன்னொரு சான்று. அக்கோயிலின் ராஜகோபுரம் பெங்களூரை ஆட்சி செய்த கெம்பே கௌடாவால் கட்டியெழுப்பப்பட்டது. இருபது ஆண்டுகளுக்கு முன்பு எந்தத் திசையிலிருந்து பார்த்தாலும் அதன் கோபுரம் தெரிந்தது. இரவு நடையின்போது நிலவொளியின் பொழிவில் நனைந்து திளைத்திருக்கும் கோயில் கோபுரத்தின் தோற்றம் தரும் பரவசத்தில் திளைக்காத நாளே இல்லை. ஒரு கோணத்தில் அக்கோபுரமே சிவலிங்கமாகவும் அவர் சூடுவதற்குப் பொருத்தமான இடத்தில் நிலவும் காட்சியளிக்கும். கோயிலுக்கு உள்ளே ஒரு பிறைசூடன். வெளியே ஒரு பிறைசூடன். இப்போது கோயிலைச் சுற்றி கோயிலைவிட உயரமான வீடுகள் நிற்கின்றன. வாசல் முன்னால் நின்றால்தான் கோயிலே தெரிகிறது.

காலையிலிருந்தே அந்தச் சாலையில் போக்குவரத்தை நிறுத்தியிருந்தார்கள். சட்டென்று ஒரு கிராமத்துக் களை எங்கெங்கும் படர்ந்திருந்தது. எல்லாத் திசைகளிலும் கூட்டம் கூட்டமாக மக்கள் நடந்துகொண்டே இருந்தார்கள். வெட்கத்தோடு பேசிக்கொண்டும் புத்தாடைகள் சரசரக்க ஆச்சரியம் ததும்பும் விழிகளோடு வேடிக்கை

பார்த்துக்கொண்டும் பெண்களும் குழந்தைகளும் நின்று நின்று சென்றார்கள். சாலையோரம் சாக்குப்படுதா கட்டி பொரி, கடலை, ஜாங்கிரி, வெல்லம், பேரீச்சம்பழம், தேங்காய், மாங் கொத்து, வாழைக்குலை, மலிவு விலைப் புடவை, ஜாக்கெட், உள்ளாடைகள், வேட்டி, பழச்சாறு, பூ, குங்குமம், வளையல் என்று வியாபாரம் அமர்க்களப்பட்டது. போலீஸ் குடியிருப்பின் மதிலோரத்தில் வரிசையாக நிறுத்தப்பட்ட தள்ளுவண்டிகளில் சூடச்சுட பரோட்டாவும் முட்டைத்தோசையும் விற்றார்கள். அகலமான வாணலிலிருந்து எடுத்துத் தரப்படும் பஜ்ஜிகளுக்கும் வடைகளுக்கும் மக்கள் காத்திருந்தார்கள்.

எங்கெங்கும் தமிழ் முகங்கள். வெகு தொலைவிலிருந்து பல்லக்குப் பார்ப்பதற்காகவே வந்தவர்கள். ஓயாமல் பேசிக் கொண்டே போனார்கள். சில கணங்கள் தொடர்ச்சியான சிரிப்பு. அப்புறம் அமைதி. ஏதேதோ பழைய சம்பவங்களை நினைவுப் பெட்டகத்திலிருந்து தேடித் தேடி தூசு தட்டி எடுத்துப் பேசினார்கள்.

பல்லக்கின் பிரதாபங்களைக் கேட்டுக் கேட்டு ஆச்சரியம் தாங்காமல் பார்த்தார்கள் நண்பர்கள். பல ஊர்களிலிருந்து நடைப்பயணமாக வந்த சாமி ஊர்வலங்கள் சோமேஸ்வரரின் பல்லக்கைச் சுற்றி வலம் வந்துவிட்டுத் திரும்பிச் சென்றன. பூமாலைகளாலும் வண்ணப்பட்டுகளாலும் அழகாக அலங்கரிக்கப்பட்ட உற்சவர்களின் சுடர் மிகுந்த தோற்றம் வசீகரமாக இருந்தது. நாகசுர ஓசையும் மத்தள முழக்கமும் தொடர்ந்து ஒலித்தன. ஒவ்வொரு முழக்கமும் மனத்தை ஒவ்வொரு திசையில் இழுத்துக்கொண்டு போனது. முழு நிலவு உச்சி வானத்தைத் தொடும் கணத்தில்தான் நீளநீளமான மாலைகளால் அலங்கரிக்கப்பட்ட பல்லக்கு வெடியோசையும் மத்தளமும் இணைந்து முழங்க அடி அடியாக நகரத் தொடங்கியது. சிவ கோஷம் மீண்டும் மீண்டும் ஓங்கி உச்சரிக்கப்பட்டது. சுற்றியிருப் பவர்கள் மீது பூக்கள் வீசப்பட்டன. பன்னீர் தெளிக்கப்பட்டது.

நண்பர்கள் அதையே பார்த்தபடி உறைந்து நின்றார்கள். கண்ணாடியைக் கழற்றிவிட்டு, கண்களில் தளும்பிய ஈரத்தைத் துடைத்துக்கொண்டார்கள். "நாப்பது வருஷமாயிடுச்சி சார், ஊருல இப்பிடி ஒரு திருவிழா பாத்து. சின்னப் பையனா இருக்கும்போது எங்க அப்பாகூட பாத்ததோட சரி. இதப் பாக்கப் பாக்க அப்படியே சின்னப் பையனா மாறிட்டாப்புல தோணுது" அப்படியே சிலைபோல வெகுநேரமாக நின்றார்கள். பழைய நினைவுகளில் ஆழ்ந்துவிட்டார்கள் என்று தோன்றியது. "என்ன நடக்கலாமா?" தோளைத் தொட்டு அசைத்தபோது அவர் முகம் ஆழ்ந்த நிறைவில் திளைத்திருப்பதைப் பார்த்தேன்.

மனித முகத்தில் அபூர்வமாக வெளிப்படும் ஆனந்தம் அவர் கண்களில் நிறைந்திருந்தது. பேச்சே இல்லாமல் என்னைப் பார்த்து அழகாகப் புன்னகை செய்துவிட்டுத் தலையசைத்தார்.

சிறிது நேரத்துக்குப் பிறகு "என்ன கூட்டம், என்ன கூட்டம்... நம்பவே முடியலை" என்றார்.

"ஒண்ணு தெரியுமா? இவுங்க யாருமே இன்னைய தேதிக்கு இங்க வாழறவங்க இல்ல. எல்லாருமே இந்தப் பல்லக்குக் காக வந்தவங்க. எனக்கு என்ன தோணுதுன்னா, இவுங்களோட பரம்பரைக்கும் இந்த கோயிலுக்கும் ஏதோ ஒரு சம்பந்தம் இருக்குது, குலசாமிபோல. இந்த கோயில் உருவான சமயத்துல இவுங்க பரம்பரைதான் இங்க இருந்திருக்கணும். ஏதேதோ காரணங்களால, இந்த இடத்துலேருந்து அவுங்க வெளியேறி யிருக்கலாம். ஆனால், ஒரு நன்றிக் கடன்போல வருஷத்துக்கு ஒரு தரம் இங்க வந்து பாத்துட்டு போறாங்க..."

அசைந்து செல்லும் பல்லக்கைப் பார்த்தபடியே "அப்படித் தான் இருக்கும்" என்றார் நண்பர். "எனக்கு தெரியவே இல்ல அங்கிள்" என்ற அவர் குழந்தையைத் தோளில் தூக்கிப் பார்க்கும் படி செய்தேன். "கொஞ்சம் தள்ளி நில்லுங்க, நாங்களும் பாக்க வேணாமா?" எங்களை நெருக்கியபடி சட்டென்று ஒரு கூட்டம் முன்னேறி வந்தது. நாங்கள் வேறு இடம் நோக்கிச் சென்றோம். எல்லா இடங்களிலும் ஆளை நெருக்கிக்கொண்டு மக்கள் கூட்டம் நிறைந்திருந்தது.

"ஐயோ" என்றெழுந்த அலறலைக் கேட்டு அவசரமாகத் திரும்பினேன். "ஐயோ என் புள்ள. என் புள்ள. என் புள்ளய காணமே, பசுபதி. என் தங்கமே. என் தெய்வமே. பசுபதி. இங்கதான நிக்கவச்சேன். ஐயோ என் புள்ளயே" ஒரு பெண் கைகால் நடுங்க அலறினாள். பைத்தியம்போல அந்தப் பக்கமும் இந்தப் பக்கமும் ஓடினாள்.

ஓங்கி ஒலித்த அந்தக் குரலைக் கேட்டு நெஞ்சம் நடுங் கியது. அவசரமாக என் தோளிலிருந்து குழந்தையை இறக்கி இறுக்கமாகப் பிடித்துக்கொண்டார் நண்பர். அந்தப் பெண் கலவரம் படிந்த முகத்தோடு "பசுபதீ பசுபதீ" என எல்லாத் திசைகளை நோக்கியும் கூவினாள். வேகவேகமாக ஆட்களை விலக்கிக்கொண்டு நாலு அடி தொலைவு ஓடி அங்குமிங்கும் திரும்பித் திரும்பித் தேடினாள். பிறகு, திரும்பவும் பழைய இடத்துக்கே வந்து "பசுபதீ" என்று மறுபடியும் கூவி அழைத்தாள்.

பல்லக்கு உற்சாகம் முழுக்க ஒரே நொடியில் வடிந்து போனது. ஒருவித இயலாமையோடும் பதற்றத்தோடும் அந்தப் பெண்ணைப் பார்த்து "எங்க நிக்க வச்சிங்க? எங்க போனிங்க?"

என்று மெதுவாக விசாரித்தேன். அதற்குள் ஒருவர் "காசி ஏதாச்சிம் குடுத்தியாம்மா. எங்கனா பஜ்ஜி கிஜ்ஜி வாங்கித் தின்னுட்டு வருவாம்மா. அவசரப்படாத இரு" என்றார். இன்னொருவன் "அந்தப் பக்கம் ராட்டனக்காரன் கட போட்டிருக்கான், வேடிக்க பாக்கறதுக்காக அங்க போனானோ என்னமோ, அங்க போயி தேடும்மா" என்று சொல்லிவிட்டுச் சென்றார். "கூட வந்த புள்ள நெனப்புகூட இல்லாம என்னடி அம்மா வேடிக்க ஒனக்கு? கலிகாலம்டி" என்று சலித்தபடி தலையில் அடித்துக்கொண்டார் வேறொரு பெண். "பெராக்கு பாத்துகினே கோயில் பக்கம் போயிட்டானோ என்னமோ?" என்றார் ஒரு கடைக்காரர்.

எதையும் காதில் வாங்கிக்கொள்ளாமல் அலறியபடியே இருந்தாள் அவள். கிராமத்து முகம். ஒல்லியான உடல். பச்சைப் புடவையில் தலை நிறைய பூச்சூடியிருந்தாள். எல்லா நினைவுகளையும் உதறியவளைப் போல நடுக்கத்தோடு தன்னிச்சையாக "பசுபதீ பசுபதீ" என்று அழைத்தபடியே இருந்தாள். அவள் கண்களிலிருந்து கண்ணீர் பெருகி வழிந்தது. பெருங்கூட்டம் அவளை ஓரமாகத் தள்ளிவிட்டுப் போய்க்கொண்டே இருந்தது.

"இங்கதான நிக்க வச்சன். கைய புடிச்சிகினே இருந்தேனே. பலூன்காரனுக்கு பணம் குடுக்கறதுக்காக கைய எடுத்தன். சில்லற வாங்கினு நிமுரதுக்குள்ள ஆள் மாயமாயிட்டானே. பசுபதீ"

அவள் கதறலைக் கேட்கும்போதே உடல் நடுங்கியது. "என்ன கலர் சட்ட போட்டிருந்தான்? என்ன வயசிருக்கும்?" முடிந்த அளவு தேடிப் பார்க்கலாம் என்ற நம்பிக்கையில் கேட்டேன். "மூணு வயசுப் புள்ளங்க. மஞ்ச கலர் சட்டை. இன்னும் புள்ளைக்கு பொறந்த முடிகூட எறக்கலைங்க. சட போட்டு வச்சிருந்தன். பாவி என்ன இப்படி தனியா தவிக்க உட்டுட்டு போவான்னு நெனச்சிகூட பாக்கலையே ..." அவள் தன் கைகளால் தன் தலையின்மீது மாறி மாறி அடித்துக்கொண்டாள். பூ சிதறத் தலை கலைந்து முடி பறந்தது. அந்த அளவுக்கு வேதனையான அழுகைக் கோலத்தை நான் பார்த்ததே இல்லை.

"கௌம்பும்போதே போவாத போவாதன்னு சொன்னானே எங்கூட்டுக்காரன். அவன் பேச்ச மதிக்காம வந்ததுக்கா எனக்கு இந்த கோலம். புள்ளய தொலச்சிட்டு நிக்கறத பாத்தான்னா என்ன கொலயே பண்ணிடுவானே பாவி. என் பசுபதி. என்ன இப்பிடி தவிக்க உட்டுட்டு எங்கடா போய்ட்ட. பசுபதீ. பசுபதீ. என் செல்லமே ..."

சட்டென்று கூட்டத்தைக் கடந்து கடைகளின் பக்க மாகவே வலது புறம் ஓடினேன். நண்பர் இடது பக்கம் ஓடினார். அந்த அம்மா சொன்ன அடையாளத்தில் உள்ள சிறுவனை என் கண்கள் பரக்கப்பரக்கத் தேடின. "தெய்வமே, அந்தக் குழந்தையை என் கண்களில் காட்ட மாட்டாயா?" என்று மனமுருக இறைஞ்சினேன். அந்த அம்மாவின் குடும்பம் எப்படிப் பட்டதோ. பணம் தொலைந்தாலே யாராலும் தாங்க முடிவ தில்லை. குழந்தையைத் தொலைத்துவிட்டுப் போய் நின்றால் எதையெல்லாம் அவர் எதிர்கொள்ளும்படி அமையுமோ. ஏதேதோ திசைகளில் என் நினைவுகள் அலைபாய்ந்தபடி இருக்க, என் கண்கள் அந்தச் சிறுவனைத் தேடின. குறுகிய நேரத்தில் ஒரு குழந்தை நடப்பதற்குரிய தொலைவைத் தாண்டி வந்துவிட்டோம் என்று தோன்றிய கணத்தில் திரும்ப நடந்தேன்.

அந்த அம்மா அழுவதை நிறுத்தவே இல்லை. "பசுபதீ பசுபதீ" என்று குரல் கொடுத்தபடியே இருந்தாள். ஒரு தாய்ப் பசுவின் குரலைப்போல அது எல்லாத் திசைகளிலும் மோதி எதிரொலித்தது. நண்பரும் வெறுங்கையோடு திரும்புவதைப் பார்த்தேன். அந்த அம்மாவின் முகத்தை நேருக்கு நேர் பார்க்க முடியவில்லை.

திடீரென்று நினவுக்கு வந்தவனாக "அம்மா, கோயில் வாசல்ல போலீஸ்காரங்க உக்காந்திருப்பாங்க. அவுங்க கிட்ட மைக் இருந்தா அதுலயே பேசிரலாம் வாங்க..." என்று சொன் னேன். நம்பவும் முடியாமல் நம்பாமல் இருக்கவும் முடியாமல் அவள் என் பின்னால் வந்தாள்.

கண்காணிப்புக்காக கூடாரத்தில் உட்கார்ந்திருந்த காவல ரிடம் நடந்த செய்தியைச் சுருக்கமாகச் சொன்னேன். அவர் மெதுவாகத் திரும்பி மேசையிலிருந்த ஒலிவாங்கியில் "பசுபதி, பசுபதி. உன் அம்மா உனக்காக இங்கே காத்திருக்கிறார். நீ எங்கிருந்தாலும் உடனடியாக இங்கே வரவும்" என்றும் "பசுபதி என்னும் பெயருடைய மூன்று வயதுள்ள சிறுவனைக் காண வில்லை. மெலிந்த உடல் வாகு. சடை போட்டிருப்பான். மஞ்சள் சட்டை அணிந்திருப்பான். அவனுடைய தாயார் இங்கே காத்திருக்கிறார். சிறுவனைப் பார்ப்பவர்கள் இங்கே கண்காணிப்புக் கூடாரத்துக்கு அழைத்து வருமாறு கேட்டுக் கொள்கிறோம்" என்றும் இரண்டு மூன்று விதங்களில் இரண்டு மூன்று முறை அறிவித்துவிட்டு திரும்பினார். எதிர்பாராத விதமாக, அந்த அம்மா தானாகவே முன்னகர்ந்து "பசுபதீ, என் தங்கமே, எங்கடா இருக்க? உன்ன காணாமின்னு அம்மா தவியா தவிக்கறனே. வந்துருடா தங்கம். பசுபதீ..." என்று ஒலி வாங்கியின் முன்னால் பேசிவிட்டு, குரலெடுத்து அழத்

தொடங்கினார். ஒரு கணம் அந்தக் காவலரும் தடுமாறி விட்டார். "இங்க பாரும்மா, இரு, இரு. இப்பத்தான சொல்லி யிருக்கம். யாராச்சிம் அழச்சாந்து உடுவாங்க. எங்க சர்வீஸ்ல எத்தன புள்ளைங்கள இப்படி கண்டுபுடிச்சி ஒப்படச்சிருக் கோம் தெரியுமா? அந்த பெஞ்சு மேல அப்படியே உக்காரு. அழுது வீணா ஒடம்ப கெடுத்துக்காத . . ." என்று கேட்டுக் கொண்டார். நான் அவரையே பார்த்துக்கொண்டிருந்தேன்.

நண்பர்கள் என் தோளைத் தொட்டார்கள். வேதனை யோடு திரும்பினேன். இன்னும் கோயிலுக்குள் அவர்களை அழைத்துச் சென்று காட்டும் வேலை பாக்கியிருந்தது. மனசில் லாமலேயே அந்த இடத்தை விட்டு நகர்ந்தேன். 'சோதனை களெல்லாம் போதும், திரும்பி வருவதற்குள் அந்தக் குழந்தை கிடைத்துவிட்டால் நல்லது' என்று சொல்லிக்கொண்டேன்.

கோயில் வாசலில் அர்ச்சனைத் தட்டுகளையும் சிறப்பு நுழைவுக்கான சீட்டுகளையும் வாங்கிக்கொண்டு உள்ளே நுழைந்தோம். நீண்ட வரிசை. கருவறைக்கருகே அடிக்கப்படும் மணியோசை தொடர்ந்து கேட்டது. ஒருகணம் அந்த ஓசை "பசுபதீ" என்று தன் மகனை அழைத்த அந்தப் பெண்ணின் குரலோசையாகவே கேட்டது. கோயிலுக்குள் தூண்கள், சிற்பங் கள், மாலைகள், உத்திரம், நந்தி, கதவு எதைப் பார்த்தாலும் அலறியழுத அந்தப் பெண்ணின் முகமே தெரிந்தது. புற ஓசைகள் எல்லாம் அடங்கிவிட, அந்தத் தீராத அழுகையோசை மட்டும் கேட்டது. என்னையறியாமல் என் வாய் "பசுபதி" என்று அழைத்தது. அருகில் இருந்த நண்பர் அதிர்ந்து என்னைப் பார்த்து, "என்ன?" என்பதுபோல கண்ணசைவால் கேட்டார். ஒன்றுமில்லை என்று உதட்டைப் பிதுக்கியபடி கருவறையின் பக்கமாகத் திரும்பினேன்.

மேல்சுவரில் பொருத்தப்பட்டிருந்த ராட்சச மின்விசிறிக் காற்று புழுக்கத்துக்கு இதமாக இருந்தது. கண் மூடி அந்தக் காற்றின் முன் நின்றேன். நெஞ்சில் அந்தப் பெண்ணின் அழுத கோலம் மிதந்தது. என் மார்பை யாரோ இறுக்குவதுபோல இருந்தது. மனம் கலைய கண்களைத் திறந்தேன். முன்னாலும் பின்னாலும் பூசைத் தட்டுகளோடு நின்றிருந்தவர்களை வேடிக்கை பார்த்தேன். காதில் விழுந்த குரல்கள் தன்னிச்சையாக மனத்தில் பதிந்தன.

"பல்லாக்கு சமயத்துலதான்டா ஒன் ஆளு வெளிய வரும் போல. இந்த வருசம் பல்லாக்குலியாவது ஒன் விஷயத்த சொல்லிடு. இல்லன்னா அடுத்த வருசம் பல்லாக்குக்கு அவ புருசன் புள்ளயோட சாமி கும்புடத்தான் வருவா . . ."

"எப்பிடியோ எங்க அம்மாகிட்ட கெஞ்சி கூத்தாடி முந்நூறு ரூபா வாங்கிட்டேன். நீதான்டி நல்ல கலர்ல ஒரு சூடிதாரு வாங்கித் தரணும்."

"சீட்டு எடுத்த பணம் ரெண்டாயிரம் ரூபா கையில இருக்குதுங்க. அப்படியே கொண்டும்போயி பையன் பேருல பேங்குல கட்டிருங்க. நாளபின்ன அவசரத்துக்கு ஒதவும்."

நண்பரின் குழந்தை என் கையைப் பற்றிக் குனியச் சொன்னது. குனிந்ததும் காதருகே உதடுகுவித்த மெல்லிய குரலில் "அந்த ஆண்ட்டி புள்ளய யாரு தூக்கினு போனாங்க அங்கிள்?" என்று கேட்டது. அதன் கை விரல்கள் கதகதப்பாக இருந்தன. ஒவ்வொரு விரலாக நீவி விட்டபடி "தெரியலம்மா செல்லம். போலீஸ் கிட்ட சொல்லிருக்கமில்லயா, எங்க இருந் தாலும் கண்டுபுடிச்சி தந்துருவாங்க . . ." என்று சமாதானமாகச் சொன்னேன். காற்றில் பறந்த அவள் தலைமுடியை ஒழுங்காகப் படியவைத்தேன். அவள் மீண்டும் "காசிக்கு விக்கறதுக்கா கொழந்தய தூக்கிம் போய்ட்டாங்க?" என்று அமைதியில்லாமல் கேட்டாள். "அப்படியெல்லாம் இல்லம்மா கண்ணு, யாரு சொன்னாங்க இதெல்லாம் ஒனக்கு?" என்று வரவழைத்துக் கொண்ட சிரிப்போடு அவள் கவனத்தைத் திசைதிருப்ப முயற்சி செய்தேன். அவள் என் கண்களை வேதனை ததும்ப உறுதியாகப் பார்த்தாள். "எனக்கு எல்லாம் தெரியும் அங்கிள். எங்க ஸ்கூல் டீச்சர் சொல்லியிருக்காங்க. கை கால வெட்டி மொடமாக் கிட்டு கொழந்தைங்கள பிச்சை எடுக்க வச்சிருவாங்க" என்றாள். வார்த்தையை முடிக்கும்போது அவள் குரல் இடறியது. அவளை யறியாமல் ஒரு துளிக் கண்ணீர் அவள் விழியோரம் திரண்டது. நான் அவளை அப்படியே வாரி நெஞ்சோடு அணைத்துக் கொண்டேன். அப்படித்தான் நடந்துவிடுமோ என்று எனக்கே பயமாக இருந்தது. ஆனாலும் காட்டிக்கொள்ளாமல் "அந்த மாதிரிலாம் ஆவாதுடி குட்டிம்மா. நல்ல புள்ளைதான நீ. அழக் கூடாது. இங்க பாரு. அந்தக் கொழந்த சீக்கரமா கெடைக் கணும்ன்னு நாம எல்லாருமே சாமி கிட்ட வேண்டிக்கலாமா?" என்றபடி அவள் கைகளை வணங்குவதற்குத் தோதான வகையில் குவித்துப் பிடித்தேன். அக்கணத்தில் அவ்விரல்களைப் பற்றியிருப்பது எனக்கு எவ்வளவோ ஆறுதலாக இருந்தது.

வரிசையில் எங்கள் முறை வருவதற்கு இன்னும் சிறிது நேரம் பிடிக்கும்போல இருந்தது. திடீரென அந்த இடத்தில் ஒரு பரபரப்பு பெருகிப் படிவதை உணர்ந்தேன். 'விலகி நில்லுங்க, விலகி நில்லுங்க' என்று ஒரே சமயத்தில் ஆறேழு பேர் அதட்டிக் கொண்டே நுழைந்து எல்லாரையும் ஓரமாகத் தள்ளினார்கள். யாரோ நகர முக்கியஸ்தர் ஒருவரைக் கோயில் நிர்வாகி அழைத்துக்

கொண்டு உள்ளே நுழைவது தெரிந்தது. வரிசையில் நின்றிருந்தவர்கள் தமக்குள்ளாகவே முணுமுணுத்தபடி அதிருப்தியைப் பகிர்ந்துகொண்டார்கள்.

கருவறையில் வெள்ளித் தகடணிந்த லிங்கத்துக்குப் பின்னால் பதிக்கப்பட்டு மின்னிக்கொண்டிருந்த ஒளி வட்டக் கண்ணாடியில் தெரியும் பல்வேறு பிம்பங்களைப் பார்க்கத் தொடங்கினேன். பூவென எல்லாத் திசைகளிலும் இதழ்கள் நீட்டி லிங்கம் மலர்ந்திருந்தது. பின் வரிசையிலிருந்து ஓங்கியெழுந்த குரலொன்று என் கவனத்தைத் திசை திருப்பியது. நெற்றியிலும் தோளிலும் பூசைக்கோடுகள் மின்ன, நடுமார்புவரை வெண் தாடி படர நின்றிருந்த ஒரு பெரியவர் தெளிவான குரலில் கண் மூடிப் பாடிக்கொண்டிருந்தார்.

ஆதியாய் நடுவாய் அந்தமாய் பந்தம்
யாவுமற்று அகம்புறம் நிறைந்த
சோதியாய்ச் சுகமாய் இருந்த எம்பெருமான்,
தொண்டனேன் சுகத்திலே இருக்கப்
போதியா வண்ணம் கைவிடல் முறையோ?
புன்மையேன் என்செய்கேன், மனமோ
வாதியா நின்றது, அன்றியும் புலன்சேர்
வாயிலோ தீயினும் கொடிதே . . .

அழுதுவிடுவதுபோன்ற அந்தக் குரல் மனத்தை மிகவும் வாட்டியது. அதில் தொனித்த நம்பிக்கை என் மனத்தை அசைத்தது. ‘பசுபதீ’ என்று அடிவயிற்றிலிருந்து அழைத்த பெண்ணின் குரல் மறுபடியும் நெஞ்சில் ஒலித்ததுபோல இருந்தது. இப்படி மாறிமாறியெழும் ஓராயிரம் குரல்களால் இணைந்த வெட்ட வெளிதான் இந்த உலகமோ என்று தோன்றியது. பெரியவர் அத்தோடு நிறுத்தவில்லை. தாயுமானவரிடமிருந்து தாவி திருவாசகத்துக்குப் போய்விட்டார். பிறகு, அங்கிருந்து தேவாரத்துக்குச் சென்றார். அவருடைய தழுதழுத்த குரல் ஒவ்வொரு கணமும் ‘பசுபதீ பசுபதீ’ என்று கூவும் குரலாகவே கேட்டது. அக்குரல் கருவறையில் மோதி எங்கெங்கும் படர்வது போல இருந்தது. என் காதுகளிலும் மூளையிலும் மெல்ல மெல்ல வெப்பம் படிந்து காய்ச்சிய இரும்புபோலானது என் மனம். அந்தக் குழந்தை இந்நேரத்துக்குத் தாயைத் தேடி வந்திருக்கும் என்று நினைத்தேன். தன் கதறலையெல்லாம் மறந்து அவள் அக்குழந்தையை வாரி அணைத்திருப்பாள். கண்ணீரோடு எல்லாருக்கும் நன்றி சொல்லியிருப்பாள். பல்லக்குப் பார்த்தது போதும் என்று ஊருக்கே திரும்பியிருப்பாள்.

முக்கியஸ்தர்கள் நகர்ந்து போக, எங்கள் வரிசை நகரத் தொடங்கி அர்ச்சனையை முடித்துக்கொண்டு வெளியே வந்தோம்.

வாசலில் நந்தியின் காதுகளில் இளம் பெண்கள் ஒரு ரகசியம் பேசுவதுபோல எதையோ முறையிட்டுவிட்டுச் சென்றார்கள். நண்பரின் குழந்தை என் தோளிலேயே களைப்பில் உறங்கி விட்டது. அதன் வாயிலிருந்து ஒழுகிய உமிழ் நீர் புறங்கழுத்தில் ஒரு கோடாக விழுந்தது. நான் வேண்டாம் என்று சொன்னது போதும் நண்பர் குழந்தையை என்னிடமிருந்து வாங்கி தன் துணைவியாரிடம் கொடுத்தார்.

மண்டபத்தை விட்டு வெளியேறியதும் வேகவேகமாகக் காவலர் கூடாரத்துக்கு வந்தோம். முதல் பார்வையிலேயே அந்த அம்மா அங்கே இல்லை என்பது தெரிந்தது. ஒருகணம் ஆறுதலாக இருந்தது. ஆனால், காவலர் வேறுவிதமாகச் சொன் னார்: “ஒரு தகவலும் தெரியலை சார். அந்த அம்மாவ கட்டுப் படுத்தவே முடியலை சார். அழுதுகினே இருந்தாங்க. அப்பறமா நானே போயி தேடறன்னு ஓடிட்டாங்க” என்றார்.

நண்பர்கள் மற்றொரு முறை தெருக்களை வலம் வந்தார் கள். எல்லாக் கடைகளின் வாசல்களிலும் கூட்டம் அலை மோதியது. எங்கெங்கும் உற்சாகக் குரல்கள். தெருவின் மற்றொரு விளிம்புவரை நடந்து சென்று, சிறிது நேரம் பல்லக்கை வேடிக்கை பார்த்தோம். விதவிதமான வாத்தியக் கருவிகளின் முழக்கம் காதைத் துளைத்தது. தவித்த கண்களுடன் மஞ்சள் சட்டை யணிந்த சிறுவனொருவன் எங்கேயாவது தென்படுகிறானா என்று என் கண்கள் தேடிக்கொண்டே இருந்தன.

காலை நான்கு மணியளவில்தான் வீடு திரும்பினோம். நடந்துநடந்து எல்லாரும் களைத்துப்போயிருந்ததால் வந்ததுமே உறங்கப் போய்விட்டார்கள். சிறிது நேரம் சன்னலுக்கு வெளியே இருட்டையும் வானத்தையும் அசையும் மரங்களையும் வேடிக்கை பார்த்துவிட்டு நானும் படுத்துக்கொண்டேன். கண்களை மூடிய தும் ‘பசுபதீ’ என்ற குரல் ஒலித்தது. மிக அருகில் நின்று அழைப்பதுபோல. பிறகு, கைவிடல் முறையோ என்று பாடிய பெரியவரின் குரல் கேட்டது. இந்தக் குரல்களின் திசையைப் பின்தொடர்ந்து சென்றால், அது எந்த ஆழத்தில் யாருடைய பாதத்தில் போய் முடியுமோ என்று தோன்றியது. மனம் சிலிர்த் தெழ, கண்கள் திறந்துகொண்டன. உறக்கம் அறவே கலைந்து விட்டது. மீண்டும் ஒருமுறை அந்தப் பல்லக்கு மண்டபம் வரைக்கும் சென்றுவரலாமா என்று தோன்றியது.